AF519243

പി. വി. ജയദേവൻ

സ്വദേശം കണ്ണൂർ ജില്ലയിലെ ശ്രീകണ്ഠാപുരം കണിയാർവയൽ. ചരിത്രം, പത്രപ്രവർത്തനം, മന:ശാസ്ത്രം എന്നിവയിൽ ബിരുദാനന്തര ബിരുദം. കൗൺസിലിംഗ് ആന്റ് സൈക്കോ തെറാപ്പിയിൽ ബിരുദാനന്തര ഡിപ്ലോമ, കൗൺസിലിംഗ് സൈക്കോളജിയിൽ എം.ഫിൽ. യോഗ പരിശീലനം നേടിയിട്ടുണ്ട്. സൈക്കോളജിക്കൽ കൗൺസിലറും തെറാപ്പിസ്റ്റുമാണ്. ആൾട്ടർനേറ്റീവ് മെഡിസിനിൽ (യോഗതെറാപ്പി) ഡോക്ടറേറ്റും ലഭിച്ചിട്ടുണ്ട്. 'ഹലോ ചിൽഡ്രൻ' മാഗസിന്റെ എഡിറ്റർ, ഫ്രീലാൻസ് ജേർണലിസ്റ്റ്, അധ്യാപകൻ എന്നീ നിലകളിലും പ്രവർത്തിച്ചിട്ടുണ്ട്.

പ്രസിദ്ധീകരിക്കപ്പെട്ട മറ്റു പുസ്തകങ്ങൾ : ബസ്സിലിരുന്നുറങ്ങരുത്, ബുജാരിയ (ചെറുകഥാസമാഹാരങ്ങൾ) ദ്രുതഗാമിനി, അമ്നിയോട്ട (നോവലുകൾ)

അൽഷിമർരോഗം എന്ത് എന്തുകൊണ്ട് എങ്ങനെ (പഠനം)

അങ്കണം ചെറുകഥപുരസ്കാരം, തുളുനാട് മാസിക നോവൽ അവാർഡ്, ശ്രീലത ടീച്ചർ സ്മാരക ചെറുകഥ പുരസ്കാരം, നാവ് ചെറുകഥ പുരസ്കാരം, സാഹിത്യപ്രഭ പുരസ്കാരം എന്നിവ ലഭിച്ചിട്ടുണ്ട്.

മൊബൈൽ : 9895874004
e-mail : jd_silence@rediffmail.com

Malayalam Language
Jeernasthalikal
(Novel)
by
P V Jayadevan

♦

Published in May 2016
by Kairali Books Private Limited
Thalikkavu Road, Kannur.
Ph : 0497-2761200
E-Mail : Kairalibooksknr@gmail.com

♦

Cover Design
Rajeevan Kotta

♦

Price ₹: 200.00
14/16-17/Sl.No.819/POD25/NS 18.6
ISBN.978-93-49726-16-1

ജീർണസ്ഥലികൾ

പി. വി. ജയദേവൻ

കൈരളി ബുക്സ്

'വിലാപങ്ങളുടെ നിഴൽച്ചിരിയിലേയ്ക്ക്...

അർഗാ - ഈ വാക്കിന് നമ്മുടെയിടയിൽ പ്രത്യേകിച്ച് അർത്ഥമൊന്നുമില്ല, കാരണം നമുക്ക് ഡിക്ഷണറികളുണ്ട്. മറവിയുടെ ലോകത്ത് കഴിയുന്നവർക്ക് ഇതിന് നാനാർത്ഥങ്ങളുണ്ട്. ഒരു അൽസ്ഹൈമർ കെയർസെന്ററിൽച്ചെന്നപ്പോൾ ഒരു രോഗി വിശക്കുന്ന കാര്യം അറിയിക്കാൻവേണ്ടി പുറപ്പെടുവിച്ചുകേട്ട ശബ്ദമാണത്. ഇതേ ശബ്ദം മറ്റുചിലപ്പോൾ മറ്റൊരർത്ഥത്തിലായിരിക്കും പുറപ്പെടുവിക്കുക. കാരണം അവരുടെ ലോകത്ത് അർത്ഥങ്ങളില്ല, നാനാർത്ഥങ്ങൾ മാത്രമല്ലേയുള്ളൂ. ഡിക്ഷണറികളില്ല, ഉണ്ടെങ്കിൽ ഓരോരുത്തർക്കും ഓരോരോ ഡിക്ഷണറികളാണല്ലോ ഉള്ളത്. അല്ലെങ്കിലും എല്ലാ വാക്കുകൾക്കും അർത്ഥമുണ്ടാകണമെന്ന് നമുക്കല്ലേ നിർബന്ധമുള്ളൂ, കുഞ്ഞുങ്ങൾ എത്ര കൃത്യമായി പരസ്പരം സംസാരിക്കുന്നു! പിയാഷെയുടെ സിദ്ധാന്തത്തിൽ പറയുന്ന വിവിധ പഠനവളർച്ച ഘട്ടങ്ങളുടെ വിപരീതപ്രക്രിയയാണോ മറവിരോഗികളിൽ സംഭവിക്കുന്നത്? ഭാഷാശേഷി നഷ്ടപ്പെടുമ്പോൾ അവൻ മനുഷ്യനല്ലാതാകുന്നോ? പറയുന്നവന്റെ അർത്ഥങ്ങളും കേൾക്കുന്നവന്റെ അർത്ഥങ്ങളും തമ്മിലുള്ള ഒരു രസതന്ത്രം ഒത്തു വരാതിരിക്കുന്നതിലെ അസ്വസ്ഥത ഉണ്ടവിടെ.

ജൈവികതയുടെ സങ്കീർണതകളിലെ ആദിയും അന്തവുമാണ് ഓർമകൾ, വൈരുധ്യങ്ങളുടെ ചവറ്റുകൊട്ടയും. സങ്കീർത്തനങ്ങളുടെ ചിലമ്പിച്ച നാദമാണത് ചിലപ്പോൾ. സ്വത്വബോധത്തിന്റെ അവസാനത്തെ ശ്വാസമാണ് മറവി. ഓർമകളില്ലാത്തവന് കുറ്റബോധമില്ല. കുറ്റബോധമില്ലാത്തവന് നിയന്ത്രണങ്ങളുടെ ഭാരവുമില്ല. നിയമത്തിന്റെ ചൂതുകളിയിൽ ജയപരാജയങ്ങളില്ല. അടിയേറ്റ പാടുകളും കടിയേറ്റ പാടുകളും ഓർമകളെ വ്രണപ്പെടുത്തുന്നില്ല. ചിന്തകളെ ഉദ്ദീപിപ്പിക്കില്ല. അവർ വെറുക്കുന്നത് വിപണിയിലെ ഓർമ മരുന്നുകളെയാണ്. ഓർമകളെ വീടിനു വെളിയിൽ വെച്ച് അകത്തുകയറുന്നവരുണ്ട്. അവർക്ക് വെറിയന്മാരുടെ രൂപവും നിറവും മണവുമാണകത്ത്, പുറത്തിറങ്ങുമ്പോൾ പെർഫ്യൂമിന്റെ സഹായം. അവിടത്തെ കുഞ്ഞുങ്ങൾക്ക് ഉറക്കമുണ്ടാവാറില്ല.

ഓർമകളില്ലാതാകുന്ന ചില മറവിമരുന്നുകളുണ്ട്. അതിന് കടലാസിന്റെ സ്വഭാവമാണ്. ചിലതിന് ലോഹങ്ങളുടേയും. കത്തുമ്പോൾ കരിഞ്ഞു

നാറുന്ന പ്ലാസ്റ്റിക്കിന്റെ രൂപത്തിലും ഇപ്പോളത് കാണാറുണ്ട്. മയക്കുമരുന്നുകൾ ഓർമകളെ മയക്കുകയാണ് തളർത്തുകയല്ല. ഇനിയുമുണ്ടൊരുകൂട്ടം. അതിനെ മാംസമെന്നു വിളിക്കും. വായ്ക്കും ആമാശയത്തിനും അധ്വാനിക്കാനുള്ള ഇറച്ചിക്കഷണമല്ല. അത് മറ്റെന്തിനോ ഉള്ളതാണ്. ഉണർവിലേയ്ക്ക് നയിക്കാനെന്നു ചിലർ, മോക്ഷത്തിലേയ്ക്കുള്ള അടുത്ത വഴിയെന്ന് മറ്റുചിലർ. സ്വർഗം ഇവിടെയെന്നു പറയുന്നവരും വാഴ്ത്തുന്നു.

സ്മൃതിനാശരോഗം ബാധിച്ചവരുടെ നടുങ്ങുന്ന ജീവിതത്തിലൂടെ നടക്കുമ്പോഴാണറിയുക നമ്മുടെ ഓർമ്മകളും എത്ര ഹ്രസ്വമാണെന്ന്.

പി.വി.ജയദേവൻ

ഒന്ന്

...ശുദ്ധോദനന്റെ സാന്നിധ്യത്തിൽ മായാദേവിയുടെ ഗർഭത്തിലിരുന്നു കൊണ്ട് സിദ്ധാർത്ഥൻ ഒന്നാം പാഠം തപ്പിത്തടയലില്ലാതെ വായിച്ചു. 'അനസ്യൂതമായ കാര്യകാരണ ചക്രച്ചങ്ങലയിലെ ഒന്നാമത്തെ കണ്ണി അജ്ഞാനമാകുന്നു. ദു:ഖം, തൃഷ്ണ(ദു:ഖമൂലം), വൈരാഗ്യം മൂലമുള്ള ദു:ഖനിരോധനം, അതിലേക്കുള്ള വഴിയായ അഷ്ടാംഗമാർഗം എന്നീ നാലു ആര്യസത്യങ്ങളുടെ ബോധമില്ലായ്മയാണ് അജ്ഞാനം...'

മനുഷ്യൻ ഒരു രോഗമാണ്. ചികിത്സയില്ലാത്ത, പ്രതിരോധമരുന്നുകളില്ലാത്ത മാറാരോഗം. രോഗങ്ങൾക്കൊപ്പം ഭിഷഗ്വരന്മാരും ജനിച്ചു, തുടർന്ന് ചികിത്സാഗ്രന്ഥങ്ങളും. അവയ്ക്ക് സ്ഥലകാലഭേദമനുസരിച്ച് പേരുകൾ നൽകിയപ്പോൾ ഉപനിഷത്തെന്നും ഖുറാനെന്നും ബൈബിളെന്നും ഗ്രന്ഥസാഹിബെന്നും മറ്റും മറ്റും വിളിക്കപ്പെട്ടു. പക്ഷേ, അവയിലൊക്കെ രോഗം മാറ്റാമെന്ന അവകാശവാദങ്ങൾ മാത്രം; പരീക്ഷണങ്ങൾ മാത്രം. ചികിത്സാഗ്രന്ഥങ്ങൾക്ക് വ്യാഖ്യാതാക്കൾ ഉണ്ടായപ്പോൾ ചികിത്സ കൂടുതൽ അപകടകരവും വിഷമം പിടിച്ചതുമായി.

'മനുഷ്യൻ രോഗമെങ്കിൽ ജൂതന്മാർ അർബുദമാണ്, ഭൂമിയുടെ അർബുദം. അർബുദത്തിന്റെ ചികിത്സയെന്താണ്? മരണം.'

പ്രൊഫ: അയൂബ്ഖാന്റെ പ്രഭാഷണം വീണ്ടും വീണ്ടും ഐഫോണിന്റെ വിസർജ്യമായി. ഐഫോൺ ചെവി കടിച്ചു തിന്നുകൊണ്ടിരുന്നു. വിസർജ്യം ചെവിക്കായമായി ചെവിയിൽ നിറഞ്ഞു കവിഞ്ഞു. സൈനുൽജവാദ് ഐ ഫോണിൽ സ്വയം ഇല്ലാതാവുകയായിരുന്നു. ബയോടെക്നോളജിയും ജനിറ്റിക്എഞ്ചിനീയറിംഗും കീഴടക്കിയിട്ടും ചിന്തകളുടെ നീർക്കുത്തൊഴുക്കിൽ അടിപതറുകയായിരുന്നു. കലകളിൽനിന്ന് കോശങ്ങളെയും അവയിൽ നിന്ന് ന്യൂക്ലിക്കാസിഡുകളെയും ഡി.എൻ.എ.കളെയും പിന്നീട് പിരിയൻ ഗോവണിയിലെ ചവിട്ടുപടികളെയും വേർതിരിച്ചറിയുന്ന വിദ്യ വഴങ്ങിയിരുന്നതിൽ എന്നും സന്തോഷിച്ചിരുന്നു. ഇപ്പോൾ മതത്തെ ദൈവത്തിൽ നിന്നും ദൈവത്തെ മതത്തിൽ നിന്നും വേർതിരിച്ചെടുക്കാനുള്ള പരീക്ഷണത്തിൽ

ദയനീയമായി പരാജയപ്പെട്ടിരിക്കുന്നു. അവ വേർതിരിക്കാനാവാത്ത സയാമീസ് ഇരട്ടകളായി, സ്വപ്നങ്ങളിൽ മുഴങ്ങുന്ന പ്രസംഗങ്ങളായി, യുദ്ധകാഹളമായി അലോസരപ്പെടുത്താൻ തുടങ്ങിയിരിക്കുന്നു. അഡിനോസിൻ പടികളിൽ നിന്ന് ഗ്വാനിൻ പടികളിലേയ്ക്ക് കാലെടുത്ത് വെയ്ക്കുമ്പോൾ ഇറ്റുവീഴുന്ന ചോരത്തുള്ളികളിലായി അയാളുടെ ധിഷണ. തൈമിനും സൈറ്റോസിനും രാകിമൂർപ്പിച്ച ആയുധങ്ങളായി തിളങ്ങി. ആരാണ് രോഗം നിർണയിക്കുന്നത്? അതെങ്ങനെയാണ് നിർണയിക്കപ്പെടുക? രോഗം നിർണയിക്കലും ആരോപിക്കലും കാലഘട്ടത്തിന്റെ ആവശ്യമാകുന്നത് അതിൽ ഒറ്റപ്പെടുത്തലിന്റെ കൗടില്യശാസ്ത്രവും ഭീതിയുടെ മന:ശാസ്ത്രവും അകറ്റാനാവാത്ത വിധം ഇഴചേരുമ്പോഴാണ്. കോളറ ബാധിച്ച ഒരു ജനസമൂഹത്തെയൊന്നാകെ പെട്രോളൊഴിച്ചു കത്തിച്ചുകളഞ്ഞ ചരിത്രം മനുഷ്യന്റെ വികാസപരിണാമങ്ങളിൽ രേഖപ്പെടുത്തപ്പെട്ടിട്ടുണ്ട്. രോഗത്തെ ഇല്ലായ്മ ചെയ്യാൻ രോഗിയെത്തന്നെ ഉന്മൂലനം ചെയ്താൽ മതിയെന്ന് എളുപ്പവഴികളുടെ കണ്ടെത്തൽ ഭീതിശാസ്ത്രവും അധികാരശാസ്ത്രവും എത്രത്തോളം രഹസ്യബാന്ധവത്തിലാണെന്ന് ഓർമപ്പെടുത്തുന്നവയാണ്.

'യഹൂദന്മാരുടെ ഉന്മൂലനം, അത് സൈനുൽ ജവാദിന്റെ ധർമം.'

ജപമാലകളിൽ എണ്ണമെടുത്ത ഏകാഗ്രത, സൃഷ്ടിയുടെ നിഗൂഢതകളിലേയ്ക്ക് നിർബാധം കടന്നുചെന്നു.

'ജൂതന്റെ ഡി.എൻ.എ. വേർതിരിക്കണം. അവന്റെ ജീവരഹസ്യങ്ങളിലേയ്ക്ക് ജനിറ്റിക് എഞ്ചിനീയറിംഗിന്റെ സിദ്ധാന്തങ്ങളെ എയ്തുവിടണം.'

'ജവാദ്, നിനക്കെന്തുപറ്റി?'

ഖലീൽ ജിബ്രാന്റെ വരികളിൽ മയങ്ങുന്ന സലാല പ്രണയപൂർവം മന്ത്രിച്ചു.

'എനിക്ക് അള്ളാഹുവിനെ അറിയണം....അവന്റെ ദാസനാവണം.'

'നീയിപ്പോൾ അതാണ്. അതുകൊണ്ട് നീയെന്നെ കാണുന്നു, നീയെന്നെ അറിയുന്നു.'

'അല്ല, അത് ചെകുത്താന്റെ വചനങ്ങളാണ്.'

പ്രേമപൂർവം മുതുകിൽപതിഞ്ഞ മൃദുലകരങ്ങളെ അവൻ തട്ടിമാറ്റി.

'സഹോദരന്മാരെ മിസൈലുകൾ തിന്നുതീർക്കുന്നു, വെടിയുണ്ടകൾ കീറിമുറിച്ചെറിയുന്നു. അതിനിടയിൽ കാൽപ്പനികതകളിലേയ്ക്ക് മയക്കിക്കിടത്തുന്ന ഓപ്പിയ*മാണ് ജിബ്രാൻ.'

* മയക്കുമരുന്ന്

'നീ, ഖലീലിനെ അറിയുന്നില്ല, ജവാദ്. അദ്ദേഹം പടച്ചവനെ അറിഞ്ഞവനാണ്. പ്രണയവും സ്നേഹവുമില്ലാതെ അല്ലാഹു എവിടെ?'

'കത്തിച്ചുകളയണം. ഗ്രന്ഥം ഒന്നേയുള്ളൂ, അത് വിശുദ്ധഗ്രന്ഥമാണ്. സഹോദരൻ തീക്കൂനകളാകുമ്പോൾ പ്രണയകവിതകളിൽ അഭിരമിക്കുന്നവൻ നരകത്തിന്റെപാതയിലാണ്.'

സലാല മൃദുലമായി ചിരിച്ചു.

'ജവാദ് ..നീ ആകെ അസ്വസ്ഥനാണ്. ഞാൻ വരികൾ മൂളാം.'

അവനെ ബലമായി മടിയിൽ പിടിച്ച് കിടത്തി. അവൾ ഒരുനിമിഷം മുംതാസാകാൻ കൊതിക്കുകയായിരുന്നു. ജവാദ് പെട്ടെന്ന് ചാടിയെഴുന്നേറ്റു.

'നീ പോ..നരകത്തിലേയ്ക്ക്. നിനക്കായ് ആ കവാടം തുറന്നിട്ടിരിക്കുന്നു. സ്വർഗരാജ്യം ജിഹാദികൾക്കുള്ളതാണ്.'

അവൻ അവളെ ബലമായി പിടിച്ച് പരീക്ഷണശാലയിൽനിന്ന് പുറത്താക്കി. ജവാദിന്റെ കൈകളിൽ അവൾ മുറുകെപിടിച്ചിരുന്നു, പക്ഷേ അവന്റെ കൈത്തണ്ടയിൽ പോറലുകളേൽപ്പിച്ചുകൊണ്ട് അവൾക്ക് അവനിൽ നിന്ന് അകലേണ്ടിവന്നു. ശ്വാസഗതികൾക്കൊപ്പം നിന്നുപോയ രക്തപ്രവാഹം അവളുടെ ആ കൈകളിൽ ചുവന്നവളയങ്ങൾ ഉണ്ടാക്കിയത് അവൾ നിറകണ്ണുകളോടെ നോക്കിനിന്നു, പിന്നീട് മൃദുവായി തഴുകി ശ്വാസപ്രവാഹം പോലെ രക്തപ്രവാഹത്തെയും സുപരിചിതമാക്കി.

വീടിന്റെ നിസ്കാരത്തറയിൽ അവൾ സ്വയം മറന്ന് പ്രാർത്ഥിക്കുമ്പോൾ ജവാദ് ഡി.എൻ.എ. ഗോവണിവഴി കയറിയിറങ്ങുകയായിരുന്നു. ജൂതന്മാരുടെ ഡി.എൻ.എ. സമവാക്യങ്ങളിൽ ചോണനുറുമ്പിനെപോലെ പരതിനടന്നു. സെമിനാറുകളിൽ നിന്ന് സെമിനാറുകളിലേയ്ക്ക് പലായനംചെയ്തു. പ്രൊഫസർ അയൂബ്ഖാന്റെ പരീക്ഷണശാലയിൽ ജവാദിന്റെ ഡി.എൻ.എ. കീറിമുറിക്കപ്പെടുന്നത് ഒരിക്കലും അയാളറിഞ്ഞില്ല. അവിടെ എഴുതപ്പെട്ട മാനുഷികതയുടെ അക്ഷരങ്ങളിലേയ്ക്ക് അക്ഷരത്തെറ്റുകളെ സന്നിവേശിപ്പിക്കുന്നത് സലാല അറിയുന്നുണ്ടായിരുന്നു. അറിയേണ്ടവർ അറിയാതിരിക്കുകയും അറിയേണ്ടാത്തവർ അറിഞ്ഞുകൊണ്ടിരിക്കുകയും ചെയ്യുമ്പോൾ അറിവ് ശാപമാകുന്നതും അവൾ അറിഞ്ഞു. വാഗ്ധോരണിയിലൂടെ ജനിതകഘടകങ്ങളെ മ്യൂട്ടേഷൻ വരുത്തി അന്ധകവിത്തുകളാക്കുന്ന സൂത്രവാക്യങ്ങൾ ദീർഘകാലത്തെ സർവകലാശാല വിദ്യഭ്യാസത്തിനിടയിൽ ജവാദ് തിരിച്ചറിഞ്ഞിരുന്നില്ല. മൈസൂർക്കല്യാണത്തിന്നിരയായി കർണാടകത്തിലെ ചേരിയിൽ അന്നന്നത്തെ അന്നത്തിന് വകതേടിയിരുന്ന ഉമ്മ ഇപ്പോൾ ജവാദിന്റെ പാഠപുസ്തകങ്ങളിലൊന്നുമില്ലായിരു

ന്നു. ഒരിക്കലും കണ്ടിട്ടില്ലാത്ത ബാപ്പയും അവന്റെ പഠനമുറിയിലെ പുസ്തകത്താളിലുണ്ടായിരുന്നില്ലെന്നു തോന്നുന്നു. ചന്ദനത്തിരികളുരുട്ടി കൈനിറയെതിരിയുടെ മണവും ദേഹത്ത് വിയർപ്പ് നാറ്റവുമായി കഞ്ഞി വിളമ്പിത്തന്നിരുന്ന ഉമ്മയുടെ പാഠപുസ്തകങ്ങൾ ലൈബ്രറിയിൽ നിന്ന് അവനറിയാതെ അപ്രത്യക്ഷമാകുകയായിരുന്നു. ആരായിരുന്നു പ്രൊഫസർ അയൂബ്ഖാൻ? മൈസൂർക്കല്യാണത്തിനുശേഷം പുതിയ താവളങ്ങൾ തേടിപ്പോകുന്ന ആയിരങ്ങളിലൊരാളോ? ഉമ്മ പൂജാമുറികളിലും ജാറങ്ങളിലും സുഗന്ധം പരത്തിക്കൊണ്ടിരുന്നു. സ്വപ്നങ്ങളിലേയ്ക്ക് സുഗന്ധമായി മകനെക്കുറിച്ചുള്ള ഓർമകൾതന്നെ ധാരാളമായിരുന്നു.

'സൈനുൽ, നീ ഈ ചന്ദനത്തിരികളെക്കാൾ സുഗന്ധമുള്ളവനായിത്തീരും.' അവർ പ്രകീർത്തിച്ചുകൊണ്ടിരുന്നു.

അയാൾ ചുരുളൻ ഗോവണിയിൽപ്പിടിച്ച് സാവധാനം മുകളിലേയ്ക്ക് കയറാൻ തുടങ്ങി. പടികളിൽ മണപ്പിച്ചും സൂക്ഷ്മനിരീക്ഷണം നടത്തിയും ഉരച്ചുനോക്കിയും അയാൾ തലയാട്ടിക്കൊണ്ടിരുന്നു. അസ്വസ്ഥത ശരീരഭാഷയിലും വാചാഭാഷയിലും ദൃശ്യമാകുന്ന ഒരു സന്ദേശമാണ്. അതിൽ മുന്നറിയിപ്പുണ്ട്. സൂചനകളുണ്ട്. അനിർവചനീയതകളുണ്ട്. ഭാഷ അപൂർണമെന്നു തോന്നുന്ന ചില സന്ദർഭങ്ങളെപ്പോലും അത് ദ്യോതിപ്പിക്കും. അയാൾ അസ്വസ്ഥനും അക്ഷമനുമായിരുന്നു. കാവൽക്കാരായ അഡിനോസിൻ, ഗ്വാനിൻ, തൈമിൻ എന്നിവരോട് കുശലം പറഞ്ഞു. നിഗൂഢമായ ബംഗ്ലാവിനകത്ത് പ്രവേശിക്കാൻ കാവൽക്കാരെ ക്യാൻവാസു ചെയ്യുന്നയാളുടെ ചേഷ്ടകളാണ് ഓർമവരുന്നത്. ഗിരിശൃംഗങ്ങളുടെ ശൂന്യതയിലേയ്ക്കും മരുഭൂമികളുടെ ഊഷരതകളിലേയ്ക്കും കയറിച്ചെല്ലാൻ എളുപ്പവഴി ചുരുളൻ ഗോവണികളാണെന്ന് മനുഷ്യൻ എപ്പോഴോ കണ്ടെത്തിക്കഴിഞ്ഞിരുന്നു. കാലം മാറുമ്പോൾ അതിന് പൊടിപ്പും തൊങ്ങലും കൽപ്പിച്ചുകൊടുക്കാനും അവൻ മടികാണിക്കാറില്ല. നഷ്ടബോധം ആഗ്രഹത്തിന്റെ സൃഷ്ടിയാണ്, നഷ്ടങ്ങളും.

'കാലത്തിന്റെ കയ്യിലുള്ള ഏറ്റവും വലിയ ആയുധം മനുഷ്യനുനേരെ വലിച്ചെറിഞ്ഞുവിടുന്ന വെല്ലുവിളികളാണ്. എനിക്ക് സ്വപ്നങ്ങളുണ്ട്. പക്ഷേ അവ വരണ്ടവയാണ്, നരച്ചതും ഊഷരവുമാണ്. സ്വപ്നങ്ങളില്ലാത്തതിലും ഭേദം നരച്ചതും ഊഷരവുമായ സ്വപ്നങ്ങളാണ്.'

'ജവാദ്, നീ സമർത്ഥനാണ്. ലക്ഷ്യത്തിലേയ്ക്ക് ഏതാനും വാരകൾ മാത്രം. നീ കണ്ടെത്തിക്കൊണ്ടിരിക്കുന്ന അണു ഓരോ ജൂതന്റെയും ഡി.എൻ.എ.യിൽ നുഴഞ്ഞുകയറും, അവരറിയാതെ. പിന്നെ മാസങ്ങൾ... മരിച്ചുവീഴുന്നത് ഈയലുകളെപ്പോലെ.'

'തീർച്ചയായും, ജൂതന്മാരുടെ ഉന്മൂലനമാണ് എന്റെ ദൗത്യം. മിസൈലുകളല്ല, ബുള്ളറ്റുകളല്ല... ജീവനുള്ള അണുക്കൾ.' അവൻ ചിരിച്ചു,പൊട്ടിച്ചിരിയല്ല, ശാന്തമായി.

'ഇനി ഏതാനും പരീക്ഷണങ്ങൾ കൂടി.'

'പക്ഷേ, മൊസാദിന് നിന്നെക്കുറിച്ച് സൂചനകൾ കിട്ടിയതായാണ് വിവരം. സൂക്ഷിക്കണം.'

'അറിയട്ടെ, ഭീതിയെന്തെന്നറിയാത്തവർ വിറയ്ക്കട്ടെ, അതാണവരുടെ ആദ്യമരണം. പേടി ഒരാളെ ആദ്യമേ കൊല്ലുന്നു, പിന്നീടുള്ളത് ഒരു ചടങ്ങ് മാത്രം.'

'നിലയ്ക്കുന്ന വെടിയൊച്ചകൾക്കായി നീ ജീവിച്ചിരുന്നേപറ്റൂ... പരീക്ഷണങ്ങൾ പൂർത്തിയാക്കണം.'

'ജൂതന്മാരില്ലാത്ത ലോകം, അതാണ് എന്റെ കടമ. വെറുമൊരു മ്യൂസിയമായി മാറുന്ന ഇസ്രായേൽ. ആയുധങ്ങളുടെ ശ്മശാനഭൂമി.'

നമസ്കാരവചനങ്ങളിൽ പരസ്പരം ആശ്വാസം തേടി അവർ തിരിഞ്ഞുനടന്നു.

** ** ** **

'സൈനുൽജവാദ്. ഏറ്റവും അപകടകാരി. ജനിറ്റിക് എഞ്ചിനീയറിംഗിൽ ഡോക്ടറേറ്റ്. ഇയാളുടെ തലയാണ് ഭീഷണി.'

മൊസാദ് തലവൻ ഡേവിഡ് നെതന്യാഹു വിവരിച്ചു. ഓപ്പറേഷൻ ഡി.എൻ.ഏ.സീറോ എന്ന രഹസ്യ ഓപ്പറേഷന്റെ തയ്യാറെടുപ്പുകളാണ്.

'ജനനം ദക്ഷിണേന്ത്യയിൽ. പഠനം വടക്കേ ഇന്ത്യയിലും പാശ്ചാത്യനാടുകളിലും. അറിവിൽ നിന്ന് ജ്ഞാനത്തിലേയ്ക്കുള്ള പ്രയാണത്തിൽ മാതൃവാഹനത്തിൽ നിന്ന് ബന്ധം വിച്ഛേദിക്കപ്പെട്ട പേടകം. ജ്ഞാനമാകാത്ത അറിവുകൾ സൃഷ്ടിച്ചെടുത്ത അസ്വസ്ഥതകളുടെ ഇര. അർധജ്ഞാനം നൽകിയ കലാപകലുഷിതമായ തലച്ചോർ.'

'ഇത് സലാല. ഇയാളുടെ കാമുകി. പ്രണയവലയം ഒട്ടുമിക്കവാറും അതിജീവിച്ചു കഴിഞ്ഞിരിക്കുന്നു. അത്രയ്ക്കും ശക്തമായിരുന്നു ഇയാളുടെ എസ്കേപ്പ് വെലോസിറ്റി. ഗുരുത്വബലമില്ലാത്ത ഒരു ലോകത്ത് അലഞ്ഞ് നടക്കുന്ന തെമ്മാടിയായ അപകടകാരിയാകാനുള്ള അവസാനവട്ട പരീക്ഷയെഴുതി കാത്തിരിക്കുന്നവൻ.'

'ഇയാളുടെ പ്രവർത്തനകേന്ദ്രം?'

'ഇത്രയും കാലം ഹൈദരാബാദിലെ ഫ്ളാറ്റിൽ സ്വന്തം പരീക്ഷണശാലയിലായിരുന്നു. അവിടുന്ന് അപ്രത്യക്ഷനായി.'

'പ്രവർത്തന രീതി?'

'തീർത്തും ഉറങ്ങുന്ന രഹസ്യവിഭാഗങ്ങളിൽ. അതിനുമപ്പുറം ഇ

യാളുടെ ചില കണ്ടുപിടുത്തങ്ങളാണ് അപകടകരം... യഹൂദരുടെ ജനിതകഘടനയിലായിരുന്നു ഗവേഷണം. നമ്മുടെ മാത്രം ജനിതക ഘടകങ്ങളിൽ നുഴഞ്ഞുകയറി നിശ്ശബ്ദമായി മരണം വിതയ്ക്കുന്ന ഒരുതരം അജ്ഞാത വൈറസ്സിനെ ഇയാൾ വികസിപ്പിച്ചെടുത്തിരിക്കുന്നു. യഹൂദരുടെ ഉന്മൂലനം. '

ലോകത്തെ ഏറ്റവും സമർത്ഥരായ രഹസ്യാന്വേഷണ വിഭാഗത്തലവന്റെ ശബ്ദത്തിൽ അല്പമെങ്കിലും ആശങ്ക പടരുകയായിരുന്നു. അതിന്റെ നീരൊഴുക്കിൽ സഹപ്രവർത്തകർ മുങ്ങിത്താഴുമോയെന്ന് അയാൾ ഭയപ്പെട്ടിരിക്കണം.

'അവസാന ഘട്ടപരീക്ഷണങ്ങളിലാണ് അയാൾ. യഹൂദരൊഴികെ മറ്റേതെങ്കിലും ജനസമൂഹത്തിന്റെ ജനിതകഘടന സമാനമാണോയെന്നുള്ള അവസാന പരീക്ഷണങ്ങളിലാണ് അയാൾ. ഒരുപക്ഷേ ഈ വൈറസ്സ് ഇസ്ലാംസമൂഹത്തെ ബാധിക്കില്ലെന്ന് ഉറപ്പിച്ചാൽ അയാൾ അതുപയോഗിച്ചേയ്ക്കാം. അതുണ്ടായിക്കൂടാ....'

'മതപരമായ സവിശേഷതകൾ ജീനുകളിൽ രേഖപ്പെടുത്തലുകളുണ്ടാക്കിയിരിക്കാം. അതുപോലെ ഭൂമിശാസ്ത്രപരമോ കാലാവസ്ഥാപരമോ പോലുള്ള നിരവധി ഘടകങ്ങൾ ഓരോ ജനവിഭാഗത്തിന്റെയും ജനിതകഘടനയിൽ മാറ്റം വരുത്തിയിട്ടുണ്ടാകില്ലേ, അങ്ങനെ വരുമ്പോൾ ഇത് ആരെയൊക്കെ ബാധിക്കുമെന്ന് പറയാൻ കഴിയുമോ?'

'അതും ആശങ്കയ്ക്ക് വക നൽകുന്നു. പക്ഷേ, നമ്മുടെ മുന്നിൽ നാം മാത്രമാണ്, നമ്മുടെ അസ്തിത്വം മാത്രമാണ്. അതിനോടാണ് നമ്മുടെ പ്രതിബദ്ധത.'

'നമ്മുടെ മുഴുവൻ ആയുധശേഷിയും ഇവിടെ നിഷ്പ്രഭമാണ്.'

ജൈവായുധങ്ങളുടെ ഏറ്റവും പുതിയ ക്ലോൺബേബിയുടെ ഗർഭധാരണത്തിൽ അവരുടെ ആശങ്കകൾ അതിരുകടന്നു. പ്രത്യേക വർഗത്തിന്റെ ജനിതകഘടനയെ അന്വേഷിച്ച് കണ്ടെത്തി അധിനിവേശം നടത്തി നശിപ്പിച്ചെടുക്കുന്ന സൂക്ഷ്മാണു. അധിനിവേശത്തിന്റെ കാലത്ത് ജനിതകഘടനയിലേയ്ക്കൊരധിനിവേശം.

നഷ്ടമായ അമേരിക്കൻ തനിമയെയോർത്ത് നെടുവീർപ്പിടാൻ പോലും അവശേഷിക്കാത്ത പൈതൃകത്തെയോർത്ത് അവർ പ്രതിജ്ഞയെടുത്തു. അമ്പതംഗ ദൗത്യസംഘം സൈനുൽ ജവാദെന്ന ഏകാംഗത്തെത്തേടി പലകൈവഴികളായി വേർപിരിഞ്ഞു. ഇസ്രായേലിൽ വിജയാഘോഷത്തിനായി സന്ധിക്കാമെന്ന ആശംസകളോടെ. ഉന്മൂലനത്തിനെതിരെ ഉന്മൂലമന്ത്രം ജപിച്ചൂതുന്ന ജനങ്ങളുടെ ഉപാസകരാകുന്ന തത്വസംഹിതകളെയോർത്ത് ആരാണ് വ്യാകുലപ്പെടേണ്ടത്? അക്രമിക്കുമ്പോൾ ഉന്മാദമാണ്, അക്രമിക്കപ്പെടുമ്പോൾ ചെറുത്തുനിൽ

പ്പിന്റെ ആവേശവുമാണെങ്കിൽ അക്രമിക്കപ്പെടുമെന്ന തോന്നൽ സൃഷ്ടിക്കുന്നത് അസാധാരണമായ ഭീതിയാണ്. അത് അനിർവചനീയവും അഗാധവുമാണ്. ശാസ്ത്രം അനാചാരമാകുന്നത് അവിടെയാണ്, അത് മനുഷ്യന് ദുരന്തങ്ങൾ വരുത്തുമ്പോൾ, ആചാരങ്ങൾ ശാസ്ത്രങ്ങളുമാകും, എപ്പോഴാണോ അത് ജീവിവർഗത്തിന് പ്രയോജനകരമാകുന്നത് അപ്പോൾ. മതപഠനത്തിന് റേഷനിംഗ് ഏർപ്പെടുത്തണം. മതപഠനമോ മതനിന്ദാപഠനമോ? മതപഠനം രാഷ്ട്രീയ പഠനമാണ്. ആത്മീയപഠനം ദൈവികശാസ്ത്രപഠനമാണ്. അതിൽ അടയാളങ്ങളില്ല, അടയാളപ്പെടുത്തലുകൾ മാത്രമേയുള്ളൂ. ആത്മീയജ്ഞാനത്തിനു പകരം മതജ്ഞാനം ആർജിക്കുമ്പോൾ ഭൗതികരാഷ്ട്രീയ അതിജീവനത്തിന്റെ വായ്പാട്ടുകളാണ് പഠിച്ചെടുക്കുന്നത്. രാഷ്ട്രീയ പഠനങ്ങൾ മതപഠനങ്ങളും മതപഠനങ്ങൾ രാഷ്ട്രീയ പഠനങ്ങളുമാകുമ്പോൾ അവ പരസ്പരം ആശ്രയിക്കുകയും പരസ്പരം ഉപയോഗിക്കുകയും ചെയ്യുന്നു. തനിമ നഷ്ടപ്പെടുന്ന എല്ലാ അധ്യയനവും അപകടകരമാണ്.

ദൈവത്തെ രക്ഷകന്റെ സ്ഥാനത്തുനിന്ന് ഇളക്കിമാറ്റി രക്ഷയർഹിക്കുന്നവനാക്കി മാറ്റി, അവനെ രക്ഷിക്കാൻ സായുധകാവലും പിന്നെ ചാവേറുകളുടെ തലച്ചോറും ഉറച്ച മാംസപേശികളും സൃഷ്ടിച്ചു. അത്രയും ദുർബലനോ ദൈവം?

രണ്ട്

...ലുംബിനിയിലെ ഉദ്യാനത്തിൽ തോഴിമാരുടെ നടുവിൽ മഹാറാണിയുടെ മടിയിൽക്കിടന്ന് പൂർണചന്ദ്രനെ നോക്കി കുഞ്ഞുരാജകുമാരൻ ആവർത്തിച്ചു. 'അജ്ഞാനം നിമിത്തം പാപപുണ്യകാരണമായ കർമങ്ങൾ മനുഷ്യൻ സ്വമേധയാ ചെയ്യുന്നു...'

തുരുമ്പിച്ചു തുടങ്ങിയ ഇരുമ്പ് ഗേറ്റിനു മുന്നിൽ കാർ നിന്നപ്പോൾ ഗിരിനാഥ് പുസ്തകത്തിൽ നിന്ന് കണ്ണുകൾ വിടർത്തി.

'സർ, ഗേറ്റിനകത്തേയ്ക്ക് വാഹനങ്ങൾക്ക് പ്രവേശനമില്ല.'

തുകൽസഞ്ചിയിൽ പുസ്തകം നിക്ഷേപിച്ച് പുറത്തിറങ്ങി ഡ്രൈവർക്ക് വാടക കൊടുത്ത് നന്ദി സൂചിപ്പിച്ചുകൊണ്ട് ചിരിച്ചു.

'കാത്തുനിൽക്കേണ്ട.' ആ വ്യവസ്ഥ ഓർമയുണ്ടെന്നറിയിച്ചുകൊണ്ട് ഡ്രൈവറെ ഓർമിപ്പിച്ചു.

'അൽസ്ഹൈമർ കെയർസെന്റർ'

അധികം പഴക്കമില്ലാത്ത പെയിന്റിലെഴുതിയിരിക്കുന്ന ബോർഡ് വായിച്ചെടുക്കുമ്പോഴേയ്ക്കും കാർ പിറകിൽ നീങ്ങിയകലുന്നതറിഞ്ഞു. വെളുത്ത ബോർഡിലെ കറുത്ത അക്ഷരങ്ങൾക്ക് ബലിക്കാക്കകളുടെ നിറമായിരുന്നു. നഗരക്കാക്കകൾക്കും ഗ്രാമക്കാക്കകൾക്കും നിറവ്യത്യാസമുണ്ടെന്ന് ഈ അടുത്ത കാലത്താണ് മനസ്സിലാക്കിയത്. സുന്ദരൻ നഗരക്കാക്ക തന്നെ, നഗരസുന്ദരിമാരെപ്പോലെത്തന്നെ. ഷവർമയും ഐസ്ക്രീമും ചോക്ലേറ്റും തിന്ന് ബ്യൂട്ടിപാർലറിൽ നിന്ന് കടം വാങ്ങുന്ന സൗന്ദര്യവുമായി വിഹരിക്കുന്ന നഗരക്കാക്കകളെ നിഗൂഢമായി നിരീക്ഷിക്കാറുണ്ടായിരുന്നു, ഒരു ദിവസത്തേയ്ക്ക് വാടകയ്ക്കെടുക്കുന്ന സൗന്ദര്യവും നിറഭേദങ്ങളും. കടംവാങ്ങിയ യൗവനവുമായി ജീവിച്ച യയാതി മോക്ഷം തേടിയലയുന്നത് ഈ നഗരഹൃദയത്തിലായിരിക്കണം.

ഗേറ്റ് തുറന്ന് മുറ്റത്തുകയറിയപ്പോൾ വ്യക്തമായി, ഒരു നാലുകെട്ടിനകത്താണ് പുനരധിവാസകേന്ദ്രം. ഓർമകളയവിറക്കുന്ന നാലുകെട്ടിനകത്ത് ഓർമകളെ തിരയാൻ പോലുമറിയാത്തവരുടെ നിശ്വാസങ്ങൾ കറുത്ത മേഘച്ചുരുളുകളായി ഉയർന്നു പൊങ്ങി പെയ്തൊഴിയുന്നത് ഗിരിനാഥറിഞ്ഞു. പൂമുഖത്ത് കയറി ബെല്ലടിച്ചപ്പോൾ നിറചിരിയോടെ അവർ ഇറങ്ങിവന്നു, ചിരപരിചിതയെപ്പോലെ ക്ഷണിച്ചു.

'വാ, ഇരിക്ക്....' ചുളിവുകൾ വീഴാൻ തുടങ്ങുന്നേയുള്ളൂ. ഭംഗിയായി സാരിയുടുത്ത് നെറ്റിയിൽ കുറിവരച്ച് അമ്മയെ ഓർമപ്പെടുത്തിയ അവരെ വല്ലാതെ ഇഷ്ടപ്പെട്ടുപോയി.

'ഞാൻ ഗിരിനാഥ്... കണ്ണൂരിൽ നിന്നാണ്. ഇവിടംവരെ വരണമെന്ന് കുറെനാളായി വിചാരിക്കുന്നു. ഇവിടുത്തെ അന്തേവാസികളെ കാണുക നടത്തിപ്പിനെക്കുറിച്ച് അറിയുക.....ഒപ്പം ഒരു റിസർച്ച് പേപ്പറും മനസ്സിലുണ്ട്..ഇത് ഒരു വീടാണെന്നു തോന്നുന്നു.'

'അതെ, എന്റെ വീടു തന്നെയാണ്.'അവർ അയാളുടെ സംസാരത്തിനു മുറിവുണ്ടാക്കി.

'ഞാൻ സ്കൂൾ ടീച്ചറായിരുന്നു, പാലക്കാട്.'

'എവിടെ....'

'പാലക്കാട് ചിറ്റൂരിനടുത്ത്...അറിയോ?'

'പോയിട്ടുണ്ട്.'

'അവിടെ സ്കൂൾ ടീച്ചറായിരുന്നു. റിട്ടയറായപ്പോൾ ഇങ്ങോട്ടു പോന്നു.'

'പേര്?'

'ഗൗരി.'

'ഈ വീട്...'

'എന്റെ അച്ഛന്റേതാണ്... എനിക്ക് തന്നതാണ്. യേശുദാസിനെ അറിയില്യേ? എന്റെ ശിഷ്യനായിരുന്നു, സ്കൂളിൽ. എപ്പോഴും മൂളിക്കൊണ്ടിരിക്കുമായിരുന്നു.'

ഗിരിനാഥ് അത്ഭുതം കൂറി.

'ഇപ്പോ വിളിക്ക്യാന്നുല്യ... അന്നേ നല്ല സ്വരാർന്നു...'

സംഭാഷണങ്ങളെ മുറിച്ചുകൊണ്ട് ഒരു യുവതി അകത്തുനിന്ന് ഇറങ്ങിവന്നു.

'ആരാ......?'

'ഞാൻ, ഗിരിനാഥ്. ഒരു റിസർച്ചിന്റെ ഭാഗമായി.........'

'എന്റെ വീട് കാണാൻ വന്നതാ.....'

'അതെയോ?'അവൾ ചിരിച്ചു.

'ടീച്ചർ വീടുകാണാൻ വന്നവർക്ക് ചായ കൊടുക്കാതെയിരിക്ക്വാ?'

'മറന്നു, ചായ എടുക്കാം.' അവർ അകത്തേയ്ക്ക് പോകുന്നവഴി നോക്കിയിരുന്നു.

'പാവം, ടീച്ചർ. സ്വന്തം വീടാണെന്നാണ് ഓർമ.' യുവതിയുടെ ആത്മഗതഭാവത്തിലുള്ള വെളിപ്പെടുത്തലിന് അയാളെ ഞെട്ടിപ്പിക്കാനുള്ള കരുത്തുണ്ടായിരുന്നു.

'ടീച്ചർക്ക് രോഗത്തിന്റെ തുടക്കമാണ്. ചിലതൊക്കെ ഓർമയുണ്ട്, ചിലതുമാത്രം.'

'അവർ വിട്ടുതന്നതായിരിക്കും വീട് അല്ലേ?'

'ഏയ്, ഇത് മരിയ ചാരിറ്റബ്ൾ ട്രസ്റ്റിന്റെതാണ്... ഓർമയിലെപ്പോഴോ ഒരു ട്വിസ്റ്റിൽ ടീച്ചറുടെ വീടായി. വരുന്നവരെയൊക്കെ ടീച്ചർ ഓടിവന്ന് സ്വീകരിക്കും. വീട്ടുകാരിയെപ്പോലെ സംസാരിക്കും. എന്തിന് തിരുത്തണം?'

'ചായ കിട്ടിയില്ലാ? എത്രനേരമായി പറഞ്ഞിട്ട്.' ടീച്ചർ പുറത്ത് വന്ന് ടീപ്പോയിൽ നോക്കി പറഞ്ഞു. യുവതിയുടെ സാന്നിധ്യം അവരിൽ അന്യതാബോധം ഉണ്ടാക്കുന്നെന്നുതോന്നി.

'ഞാൻ ചായയെടുക്കാം. ചായ കുടിച്ചിട്ടേ പോകാവൂ.' അവർ വീണ്ടും ഉള്ളിലേയ്ക്ക് മറഞ്ഞു.

'എനിക്ക് ഉള്ളിൽക്കടന്ന് അന്തേവാസികളെ കാണാമോ?'

'തീർച്ചയായും, വ്യത്യസ്തത എല്ലാരും ആഗ്രഹിക്കുന്നു. കൂടുതൽ ആളുകൾ ഇത്തരം സ്ഥാപനത്തെക്കുറിച്ചറിയുകയും ചെയ്യുമല്ലോ.'

യുവതിയ്ക്ക് പിന്നിലായി ഗിരിനാഥ് അകത്തേയ്ക്ക് നടന്നു.

'അയാൾ ചുമരിൽ മുകളിലായി സ്ഥാപിച്ചിരിക്കുന്ന ചെറിയ ക്യാമറക്കണ്ണുകളിലേയ്ക്ക് നോക്കി ചിരിച്ചുകൊണ്ടിരുന്നു.' സിക്കന്ദർസിംഗിന്റെ മുറിയുടെ വാതിൽപ്പടിയിൽ ഗിരിനാഥ് നിന്നു. നഴ്സിന്റെ ശ്വാസം പിറകിൽ അറിഞ്ഞപ്പോൾ അയാൾ തിരിഞ്ഞു നോക്കി.

'പഞ്ചാബിയാണ്. ഇന്ത്യൻ ഓയിൽ കോർപ്പറേഷനിൽ റീജ്യണൽ മാനേജരായിരുന്നു. ഒരുമകനുണ്ട്, തേജീന്ദർ. ഐ.ടി. ഇൻഫോടെകിന്റെ സി.ഇ.ഒ. ആണ്. അച്ഛനെ കാണാൻ വരാൻ നേരമില്ല. റൂമിൽ രണ്ട് വെബ്ബ് ക്യാമറകൾ വെച്ചിരിക്കുന്നു, പട്യാലയിലെ ഫ്ളാറ്റിലിരുന്ന് അച്ഛന്റെ ചിരിക്കുന്ന മുഖം കണ്ട് സായൂജ്യമടയാൻ.'

സിക്കന്ദർ ക്യാമറയ്ക്ക് നേരെ കൈ ചൂണ്ടിച്ചിരിച്ചു. നിശ്ശബ്ദതയാണ് അയാളുടെ ശബ്ദം. അർത്ഥമറിയാവുന്ന വാക്കുകളെ പരതിത്തളർന്ന് വാക്കുകളോട് പരിഭവിച്ച് മിണ്ടാതിരിക്കുകയാവും. അർഥമുള്ള വാക്കുകൾ അനുസരണയോടെ നാവിൻതുമ്പിൽ വരാതെ ഒളിച്ചുകളിക്കുമ്പോൾ മറ്റെന്തുചെയ്യും? ഉച്ചരിക്കുന്നത് ശബ്ദരഹിതപദങ്ങളാകുമ്പോൾ കുപിതനായി ചുമരിലിടിച്ച് നിലവിളിക്കാറുണ്ടായിരുന്നത്രേ അദ്ദേഹം. ചുമരിൽ പൂശിയ വെള്ളച്ചായങ്ങൾക്കടിയിൽ രക്തക്കറ പുറത്തേയ്ക്കൊഴുകാൻ വെമ്പുന്നതായി തോന്നി. കട്ടപിടിച്ച രക്തക്കറ ഉരുകിയൊലിക്കണം; എന്നാലേ ചുമർച്ചിത്രങ്ങൾ വരച്ച് നൃത്തമാടാൻ പറ്റൂ.

'പാച്ച....' വീണ്ടും ക്യാമറയ്ക്ക് നേരെ ചൂണ്ടിക്കൊണ്ട് അയാൾ ഉരുവിട്ടു.

'ആ, മകനാണ് അല്ലേ....? സിസ്റ്റർ കണ്ടു. ഈ സാറും കണ്ടു.' നഴ്സ് അടുത്ത് ചെന്ന് ആ വൃദ്ധന്റെ ചുമലിൽ കൈവെച്ചുകൊണ്ട് പറഞ്ഞു. അടുത്ത നിമിഷം ശാന്തനായി പുറം തിരിഞ്ഞ് ചുമരിലേയ്ക്ക് നോക്കിയിരുന്നു. ആ മനുഷ്യന് അടുപ്പം തോന്നുന്ന ഒരേയൊരു വസ്തു ചുമരിൽ ഘടിപ്പിച്ചിട്ടുള്ള ക്യാമറകളാണ്. അവയിൽ മകനെ കാണുന്നു, ബന്ധുക്കളെ കാണുന്നു, ഉറ്റവരെയും ഉടയവരെയും ജീവിക്കാനുള്ള കാരണങ്ങളെയും കാണുന്നു. എങ്ങനെയെന്ന് അയാൾക്ക് വിശദീകരിക്കാനറിയില്ല. സ്വയം ബോധ്യപ്പെടുത്താനുമാകുമെന്ന് തോന്നുന്നില്ല, അത്രയ്ക്കുള്ള ഓർമശക്തിയൊന്നും ഇല്ല.

'പാച്ച.. എന്നതിന് ഇപ്പോൾ മകൻ എന്നാണ് അർത്ഥം. അങ്ങനെ ഓരോ കാര്യത്തിനും അവരവർക്ക് കഴിയുന്ന ഏതെങ്കിലും ഏതാനും വാക്കുകൾ ചേർത്ത് പറയും. അത് മനസ്സിലാക്കി നാം പ്രതികരിക്ക

ണം. ഇനിയൊരിക്കൽ മകൻ എന്നതിനു വേറെയേതെങ്കിലും വാക്കാണ് പറയുക. മുഖം കഴുകിയാൽ കർച്ചീഫ് വേണം. പക്ഷേ, ആ വാക്ക് ഓർമയിൽ വരാത്തതുകൊണ്ടായിരിക്കും മറ്റെന്തെങ്കിലുമാകും ഉച്ചരിക്കുക. സന്ദർഭമറിഞ്ഞ് ആഗ്രഹിക്കുന്ന വസ്തു നൽകിയാൽ ശാന്തനായി ചിരിക്കും, അല്ലെങ്കിൽ ക്രുദ്ധനായി അലറും. അതാണ് വലിയൊരു പ്രതിസന്ധി.' അൽഫോൺസ നിർത്താതെ പറഞ്ഞു.

'ഇങ്ങനെ നടന്നാ മതിയോ? ഒരു ചായകൂടി എടുക്കട്ടെ?' ഗൗരിടീച്ചറുടെ ശബ്ദം കേട്ട് തിരിഞ്ഞുനോക്കി.

'ടീച്ചറേ, ഇതുവരെ ചായ കിട്ടിയില്ലല്ലോ.'

'ഊവ്വോ? ഈ കുട്ട്യോളുടെ ഒരു കാര്യം. എത്രവട്ടം പറഞ്ഞതാ യേശുദാസ് വന്നിരിക്കുന്നു, ഒരു ചായ കൊണ്ടുവാന്ന്. ഇപ്പോ വരാം.' ഗൗരി ടീച്ചർ അടുത്ത മുറിയിലേയ്ക്ക് നടക്കുന്നതും നോക്കി നിന്നു.

കട്ടിലിൽ വിരിച്ചിരിക്കുന്ന കിടക്കയുടെ വക്കിൽ നിലത്തേയ്ക്ക് ദൃഷ്ടിയൂന്നി ഏകാഗ്രത പാലിക്കാൻ വെമ്പുന്നതുപോലെ സിക്കന്ദർ ഇരിക്കുന്നു. നിശ്ചലമായ നിർവികാരത. ഗിരിനാഥ് പതുക്കെ നടന്ന് സിക്കന്ദറിന്റെ കസേരയിൽ ഇരുന്നു. സീലിംഗും ചുമരും ചേർന്ന മൂലയിൽ സ്ഥാപിച്ചിരിക്കുന്ന വെബ്ക്യാമറയിലേയ്ക്ക് ദൃഷ്ടികൾ വഴുതിക്കയറി. അൽഫോൺസ സിസ്റ്റർ കാവൽക്കാരിയും കാഴ്ചക്കാരിയുമായി. കൗതുകമില്ല, ജിജ്ഞാസയില്ല, മറവിരോഗികൾക്ക് യോജിച്ച ജീവിക്കുന്ന മരണം. അവളുടെ കണ്ണുകളിലെ ആഴമോ നിറഭേദമോ ഗിരിനാഥിനെ ആകർഷിച്ചില്ല. ക്യാമറക്കണ്ണിലേയ്ക്ക് ആകർഷിതനായ അയാൾ അതിന്റെ നീലക്കണ്ണുകളിൽ മുങ്ങിത്താണു. അതിൽ നിന്ന് തെളിഞ്ഞ ജലാശയം വിരിഞ്ഞുണർന്നു; അതിന്നുനടുവിൽ ദീപപ്രഭകളാൽ വെട്ടിത്തിളങ്ങുന്ന സുവർണക്ഷേത്രവും. മാർബിൾ വിരിച്ച നടപ്പാതയിൽ ഗിരിനാഥ് ഇരുന്നു. പ്രാർത്ഥനാനിർഭരമായ നിമിഷങ്ങളിലൂടെ ജീവിച്ചു. അകലെ ക്ഷേത്രത്തിന്നഭിമുഖമായി സിക്കന്ദറും അർധനിമീലിതനായി ഇരിക്കുന്നു; മറ്റു പലരെയുമെന്നപോലെ. വെടിയൊച്ച മുഴങ്ങിയപ്പോൾ നീലനക്ഷത്രങ്ങൾ നിശ്ചലജലാശയത്തിൽ ചലനങ്ങൾ സൃഷ്ടിച്ചു. ഉതിർന്നുവീഴുന്ന ബ്ലൂസ്റ്റാറുകളുടെയിടയിലൂടെ സിക്കന്ദറും ഓടുകയായിരുന്നു. ഡൽഹിയിൽ നിന്നു പറത്തിവിട്ട നീലനക്ഷത്രങ്ങൾ ചുവപ്പുനക്ഷത്രങ്ങളായി മാറുന്നത് അവർ നിസ്സഹായരായി അറിഞ്ഞു. കൽപ്പാതയിൽ തലയിടിച്ചുവീണ സിക്കന്ദറിന്റെ തലപ്പാവ് നീലനക്ഷത്രങ്ങൾ കലങ്ങിമറിഞ്ഞ ജലാശയത്തിൽ കുതിർന്നൊടുങ്ങി. നിലവിളികളോടെ തകരുന്ന ജീവിതങ്ങൾ

ക്കിടയിൽ അയാളുടെ തലച്ചോറും വിതുമ്പി, രക്തം ഛർദിച്ചു. നേരിയ കുഴൽ ശൃംഖലകളിലൂടെ കലരാതെ ഒഴുകിയിരുന്ന രക്തത്തോടൊപ്പം ഓർമകളുടെ കലവറകളും പരസ്പരം ചോർന്നു കലർന്നു തുടങ്ങി. അലമാരകളുടെ അറകൾ വേർതിരിവുകളിൽ നിന്ന് മുക്തമായിക്കൊണ്ടിരുന്നു. ഉരുക്കുവനിതയുടെ ഗിരിഭാഷണങ്ങളും തീവ്രവാദികളുടെ അടിയറവുകളുമറിയാതെ സിക്കന്ദർ മറ്റു നിരവധി പേരോടുമൊപ്പം ആശുപത്രിയിൽ കഴിഞ്ഞു. ഗിരിനാഥ് വേദനയാൽ പുളഞ്ഞു. തീവ്രവാദികളുടെ തലച്ചോറുകൾ ജീവിക്കുന്ന തലയോട്ടികൾ തെരഞ്ഞ് സേനയും രഹസ്യപോലീസും ആശുപത്രിക്കിടക്കകളിലും അരിച്ചുപെറുക്കി.

പഞ്ചാബ് ശാന്തമാകുമ്പോഴേയ്ക്കും അയാളും ശാന്തനായിരുന്നു. ഓർമകളുടെ മുറിപ്പെടുത്തലുകളില്ലാതെ, വേട്ടയാടലുകളില്ലാതെ സുഖമായുറങ്ങി. വേട്ടയാടലുകൾ വേട്ടയാടുന്നവന്റെ ആനന്ദലബ്ധിയിൽ അവസാനിക്കുന്നു, അത് ചിലപ്പോൾ വേട്ടയാടപ്പെടുന്നവന്റെ കീഴടങ്ങലിലൂടെയായിരിക്കാം. പക്ഷേ, ഒരിക്കലും അവസാനിക്കാത്തതെന്നു തോന്നുന്നത് ഓർമകളുടെ വേട്ടയാടലാണ്. അതിനും ഒരവസാനം എന്നത് ഊഹിക്കാവുന്നതല്ലല്ലോ. അത് സമ്മതിക്കാൻ പോലും ബുദ്ധി അനുവദിക്കില്ല. ഡൽഹിയിലെ കലാപങ്ങൾ പലവട്ടം അന്വേഷിക്കപ്പെട്ടു. അന്വേഷണത്തെപ്പറ്റിയും അന്വേഷണങ്ങൾ നടന്നു, റിപ്പോർട്ടുകൾ പാർലമെന്റിലെ സീറ്റുകൾക്ക് ഉയരം കൂട്ടാനുള്ള കുഷ്യനുകളായി. പിന്നെയും നീലനക്ഷത്രങ്ങളും ഇടിനാദങ്ങളും ആകാശത്തുനിന്നും റെയ്സീന ഭവനിൽ നിന്നും ഉതിർന്നുവീണു. സംസ്ഥാനവും രാജ്യവും ഇന്ന് അയാളെപ്പോലെ മറവി രോഗത്തിന്റെ പിടിയിലാണ്. അലമാരയിലെ റഫറൻസ് പുസ്തകങ്ങളുടെ ഇടയിലേയ്ക്ക് അറിയാതെ എടുത്തുവെക്കപ്പെട്ട ഗ്രന്ഥസാഹിബിനെത്തിരഞ്ഞ് സിക്കന്ദർ അസ്വസ്ഥനായി. അലച്ചിലിനൊടുവിൽ തിരിച്ചറിയാനാകാതെ പുസ്തകങ്ങൾ വാരിവലിച്ചെറിഞ്ഞു. ഈശ്വരനെ മറക്കുകയായിരുന്നു, അസ്തിത്വത്തെയും. പ്രതിഷ്ഠകൾ സ്ഥാനം മാറിയപ്പോൾ ആദ്യം ഉയർന്നത് ശകാരവും ശാപങ്ങളുമായിരുന്നു, അതങ്ങനെയാണല്ലോ. പിന്നെ അറിവിനുമുന്നിലുള്ള കീഴടങ്ങലായിരുന്നു. നഷ്ടപ്പെട്ട ഗ്രന്ഥസാഹിബിനെ ആൾക്കൂട്ടത്തിൽ വിട്ടുപോയ കുഞ്ഞിനെയെന്നപ്പോലെ തിരഞ്ഞു, പിന്നെ തെരയുന്ന വസ്തുവേതെന്നറിയാതെ തെരഞ്ഞു.

കിടക്കവിരിപ്പിൽ ഇറുകെപ്പിടിച്ച് വാരിവലിച്ചെറിയുന്ന ഗിരിനാഥിന്റെ ചുമലിലേയ്ക്ക് അൽഫോൺസയുടെ കൈകൾ വിറയലോടെ

സ്പർശിച്ചു.

'സർ...'

മിഴിച്ചുനോക്കിയ അയാളെ വീണ്ടും വിളിച്ചു.

'ഗിരി സാർ...'

'അല്ല, സിക്കന്ദർ. അതെ എനിക്കോർമയുണ്ട്. സിക്കന്ദർ...'

'സാർ...'

ഓളങ്ങൾ ഇളകുന്ന ജലാശയം വറ്റിവരണ്ടപ്പോൾ, ഉറവ അൽഫോൺസ സിസ്റ്ററിന്റെ കണ്ണുകളിലെത്തി. ഗിരിനാഥ് പതുക്കെ ഉണർന്ന് ഉറവയിൽനിന്ന് തൊണ്ടനനച്ച് ദാഹമകറ്റി. എഴുന്നേറ്റ് മുറിയ്ക്ക് പുറത്തേയ്ക്ക് നടക്കുമ്പോഴും സിക്കന്ദർ അതേ ഇരിപ്പ് തുടരുകയായിരുന്നു.

'പഞ്ചാബിലെ സുവർണക്ഷേത്രത്തിൽ കടന്നു കൂടിയ ഖലിസ്ഥാൻ വിഘടനവാദികളെ തുരത്താൻ നടത്തിയ ബ്ലൂസ്റ്റാർ ഓപ്പറേഷൻ എന്ന സൈനിക നടപടി ഓർമയില്ലേ? അതിനിടയിൽ പരിക്കുപറ്റിയയാളാണ് സിക്കന്ദർ. പരിക്ക് മസ്തിഷ്കകോശങ്ങൾക്കായിരുന്നു. അത് സ്മൃതികോശങ്ങളെയാണ് ബാധിച്ചതെന്നു തോന്നന്നു, ഇപ്പോൾ സ്വന്തം വിശ്വാസത്തെപോലും ഓർമയില്ല.' അൽഫോൺസ തന്റെ അറിവ് വെളിപ്പെടുത്തിയപ്പോൾ ഗിരിനാഥ് മൂളിക്കേൾക്കുക മാത്രം ചെയ്തു.

'അദ്ദേഹത്തെ മാത്രം എന്തിനു പറയുന്നു? ആർക്കാണ് ഓർമയുള്ളത് തങ്ങളുടെ വിശ്വാസങ്ങളെ?' അൽഫോൺസയുടെ ആത്മഗതം ഗിരിനാഥിൽ പ്രത്യേകിച്ച് പ്രതികരണമൊന്നുമുണ്ടാക്കിയില്ലെങ്കിലും അവളിൽ അല്പം കൗതുകം തോന്നിത്തുടങ്ങിയിരുന്നു.

അപരിചിതരെ കണ്ടുമുട്ടുന്നതിലും പരിചയപ്പെടുന്നതിലും ഗിരിനാഥ് അല്പം പിന്നിലാണ്. അതിന്റെ രസതന്ത്രം കണ്ടെത്താൻ പല തവണ ശ്രമിച്ചതാണ്. പിന്നീടൊരിക്കൽ തോന്നി, എല്ലാത്തിന്റെയും രസതന്ത്രം തേടുന്നതുതന്നെ വങ്കത്തമാണെന്ന്. ചിലതിന്റെ രഹസ്യങ്ങളറിയാതെ അത് ആസ്വദിക്കുന്നതിലാണ് സൗന്ദര്യം എന്ന്. അറിവ് ചിലപ്പോൾ ആസ്വാദ്യതയെ സാരമായി ബാധിക്കുമെന്നും തോന്നിത്തുടങ്ങി. മാന്ത്രിക വിദ്യയുടെ ആസ്വാദനം പോലെ, പ്രണയം പോലെ, സൗഹൃദം പോലെ. ഇവിടെ വന്നത് രോഗികളെ പരിചയപ്പെടാനല്ല, സംവിധാനങ്ങളെപ്പറ്റിയും നടത്തിപ്പിനെപ്പറ്റിയും അറിയാനാണ്, പക്ഷേ, അവയ്ക്ക് സ്വതന്ത്രമായ നിലനിൽപ്പില്ലെന്ന് സാവധാനം അറിയുകയാണ്. ചില കാര്യങ്ങൾ അങ്ങനെയാണ്. അറിഞ്ഞതായിരിക്കി

ല്ല അനുഭവിക്കുമ്പോൾ, അതായിരിക്കില്ല കൂടുതൽ അനുഭവിക്കുമ്പോൾ. അറിവ് നവീകരണമാകുന്നതങ്ങനെയാണ്. കോടതിവിചാരണകൾ പോലും അറിവിലേയ്ക്കുള്ള വിശുദ്ധമായ നവീകരണയാത്രകളാണ് എന്ന് പലപ്പോഴും തോന്നാൻ തുടങ്ങിയത് അടുത്തിടെയാണ്. അറിവിന്റെ നവീകരണം സത്യത്തിന്റെ കവാടത്തിലെത്തിക്കുന്നതും അതുകൊണ്ടായിരിക്കണം. ചിന്തകളിലെ ഈ വൈരുദ്ധ്യം തന്നെ അലോസരപ്പെടുത്തുന്നതും അയാൾ അറിയുന്നുണ്ടായിരുന്നു. വൈരുദ്ധ്യങ്ങളിലൂടെ ജീവിക്കുക, വൈരുദ്ധ്യങ്ങളെ പഠിക്കുക അതിൽ നിന്ന് ഏകതയിലെത്തുമെന്നും സ്വയം സമാധാനിപ്പിക്കാൻ ശ്രമിച്ചു.

ഗിരിനാഥിന്റെ കൈകൾ കൂട്ടിപ്പിടിച്ചുകൊണ്ട് അയാൾ ചോദിച്ചു.

'നീയെന്താ ഇത്ര വൈകിയത്? എത്ര നേരമായി ഞാൻ കാത്തിരിക്കുന്നു. നമുക്ക് വീട്ടിലേയ്ക്ക് പോകാം.'ഗിരിനാഥ് പകച്ചുനോക്കി, പക്ഷേ ആ കണ്ണുകളിൽ പകപ്പല്ല ആശ്വാസമായിരുന്നു.

'സമ്മതിച്ചേയ്ക്ക്. ഇല്ലെങ്കിൽ വയലന്റാകും.' അൽഫോൺസ് ഉപദേശിച്ചു. അയാൾ അവളെ രൂക്ഷമായി ഒന്നു നോക്കി. ആക്രമം പ്രതീക്ഷിച്ച നഴ്സ് അല്പം അകലം പാലിച്ചു.

'പോകാം.'ഗിരിനാഥിന്റെ മറുപടി കണ്ണുകളിലെ തീക്കനൽ കെടുത്തി.

'അല്പനേരമിവിടെ ഇരിക്കാം.'

അയാൾ ഗിരിനാഥിനെ കെട്ടിപ്പിടിച്ചു. പിന്നെ പിടിവിട്ട് ചാരുപടിയിൽ ഇരുന്നു. ഗിരിനാഥ് അടുത്തിരുന്നു.

'പോകാം.'

'കുറച്ചുനേരം കൂടിയിരിക്കാം'

'കെടക്കാം'

അയാൾ ഗിരിനാഥിനെ പിടിച്ചുവലിച്ച് മുറിയിലേയ്ക്ക് കൊണ്ടുപോയി. ഗിരിനാഥ് കിടയ്ക്കയിലിരുന്നപ്പോൾ അയാൾ നീണ്ടുനിവർന്ന് കിടന്നു. ഗിരിനാഥ് സാവധാനം ഒരറ്റത്തായി കിടന്നു. അയാൾ കിടക്കയിൽത്തട്ടി കിടക്കാനാംഗ്യം കാണിച്ചു. ആളുകൾ വയലന്റായി കാണുന്നതിനെ ഗിരിക്ക് എക്കാലവും ഭയമായിരുന്നു. ഈ മനുഷ്യനും വയലന്റായെങ്കിലോ എന്നയാൾ സംശയിച്ചു. അനുഗമിച്ചെത്തിയ അൽഫോൺസ പൊട്ടിച്ചിരിച്ചു. അയാൾ പെട്ടെന്ന് കരയാൻ തുടങ്ങി, ഗിരിനാഥിന്റെ കൈകൾ ആശ്വാസമായി അയാളിൽ അലഞ്ഞു. പിന്നെ ചേർത്തുപിടിച്ചുകിടന്നു. ഷർട്ടും ബനിയനും കടന്ന് ആ മധ്യവയസ്കന്റെ ശ്വാസഗതി നെഞ്ചിൻ കൂടിനെ കരയിച്ചു. ശ്വാസഗതി സ്വനപേടകത്തിൽ

കയറിയിറങ്ങി. ആരുംകേൾക്കാത്ത ശബ്ദങ്ങളിലൂടെ ഗിരിനാഥ് സഞ്ചരിച്ചുതുടങ്ങി. പിന്നീട് അറിയാതെ തമോഗഹ്വരങ്ങളിലുറങ്ങി. ശൂന്യപഥങ്ങളിലൂടെ അനുസ്യൂതം യാത്ര തുടർന്നു. കേൾക്കുന്ന മന്ത്രണങ്ങൾക്കായി ചെവികൂർപ്പിച്ചു, ശബ്ദവിന്യാസങ്ങളെ രസവിന്യാസത്തിലൂടെ ഡീകോഡ് ചെയ്യാനാരംഭിച്ചു. ഭാഷകൾ ആത്മാക്കളായി,അതിരുകൾ ഭേദിച്ച് പിറുപിറുത്തു.

ന്യൂട്ടന്റെ വർണപമ്പരം പോലെ എന്റെ ഓർമകളും വ്യക്തമായ വർണ സമ്മിളിതമായിരുന്നു. വ്യക്തമായ അതിർവരമ്പുകളോടെ. ഏഴുവർണങ്ങൾ നിറഞ്ഞ ഓർമകളും ജീവിതവും. അതിന് വേഗത കൈവന്നത് എപ്പോഴാണെന്നെനിക്കുതന്നെ അറിയില്ല. ചലനവേഗതയിൽ അതിർവരമ്പുകൾ നഷ്ടമാകുന്നത് അറിയുന്നുണ്ടായിരുന്നു. പിന്നീട് അതിനൊക്കെ ഒരു നിറമായിരുന്നു, നരച്ച വെള്ള നിറം. വിധവകളുടെ വസ്ത്രമായി ഞാൻ മാറുന്നത് വേദനയോടെ ഞാനറിയുന്നുണ്ടായിരുന്നു. പിന്നീട് വെളുപ്പ് കറുപ്പായി മാറുന്നത് ഞാനറിഞ്ഞില്ല, എനിക്ക് വിശകലന ശേഷി തന്നെ നഷ്ടപ്പെട്ടിരുന്നു. ഞാൻ അപ്പോഴും ശാസ്ത്രസിദ്ധാന്തങ്ങളെ ഓർത്തെടുക്കുമായിരുന്നു. ന്യൂട്ടന്റെ നിയമങ്ങൾ, പെർസിസ്റ്റൻസ് ഓഫ് വിഷൻ, പിന്നെ വർണരാജികളുടെ സമ്മേളനം, നിറങ്ങൾ വെളുപ്പായി മാറുന്ന ശാസ്ത്രനിയമങ്ങളെ ഞാൻ തന്നെ വ്യാഖ്യാനിച്ചിരുന്നു. വെളുപ്പ് കറുപ്പായി മാറുന്നതെങ്ങനെയെന്നെനിക്കറിയില്ലായിരുന്നു. തമോഗർത്തം എന്ന വാക്ക് ഞാനെപ്പോഴോ പ്രയോഗിച്ചിരുന്നു, പക്ഷേ, അതെന്താണെന്നെനിക്കോർക്കാൻ കഴിഞ്ഞിരുന്നില്ല. അത് തിളങ്ങലുകളെ വിഴുങ്ങുന്ന പ്രപഞ്ചത്തിലെ ഇരുണ്ട ഇടനാഴികളാണെന്ന് എനിക്ക് മനസ്സിലാക്കാൻ കഴിഞ്ഞെങ്കിൽ... പ്രകാശത്തെ വിഴുങ്ങുന്ന ഇരുളന്മാർ. അങ്ങനെ വരുമ്പോൾ പ്രകാശമാണോ ശക്തം, ഇരുട്ടാണോ? പ്രകാശം ഇരുട്ടിനെയാണൊ വിഴുങ്ങുന്നത് ഇരുട്ട് പ്രകാശത്തെയാണോ? എനിക്ക് മനസ്സിലാക്കാൻ കഴിയുന്നുണ്ട്. പക്ഷേ വാക്കുകൾ കിട്ടുന്നില്ല, ആഗ്രഹിക്കുന്ന പദങ്ങളല്ല വരുന്നത്. ചിന്തിക്കാൻ കഴിയുന്നുണ്ട്, പക്ഷേ അതിന്റെ അർത്ഥം ഗ്രഹിക്കാൻ കഴിയുന്നില്ല. പറഞ്ഞു ഫലിപ്പിക്കാൻ പറ്റുന്നില്ല. ഇപ്പോൾത്തന്നെ നോക്കൂ. ഞാൻ ചായയ്ക്കാണ് പറഞ്ഞത്, വിശപ്പുമുണ്ട്, എന്തെങ്കിലും കഴിക്കാനും വേണം. പക്ഷേ അവർക്ക് അതു മനസ്സിലാകുന്നില്ല. അതോ അങ്ങനെ നടിക്കുന്നതോ. എപ്പോൾ മുതൽക്കാണ് എന്റെയും ഇവരുടെയും ഭാഷ വ്യത്യസ്തമായത്. ഞാൻ വ്യക്തമായും ആവശ്യങ്ങൾ അറിയിക്കുന്നുണ്ട്. ദാ, വിശക്കുന്നു എന്നു പറഞ്ഞതിന്റെ

ശിക്ഷ നോക്കൂ. ഈ കുടുസ്സുമുറിയിൽ എന്നെകൊണ്ടിരുത്തിയതാണ്. സഹിക്കാൻ പറ്റാത്ത നാറ്റമാണിതിനകത്ത്. സൂക്ഷിച്ച് ഇരുന്നില്ലെങ്കിൽ ഈ കുഴിക്കകത്തേയ്ക്ക് വീണുപോകും. ആ ഇപ്പോൾ അല്പം മാറ്റമുണ്ട്. അല്പം ഉയരത്തിലാണ് കുഴിയുള്ളത്. മുൻപൊരിക്കൽ തറനിരപ്പിലുള്ള കുഴിയിൽ വീണ് കാലൊടിഞ്ഞതാണ്. പണി അപ്പോഴും ഇവിടുത്തെ പെൺകൊച്ചുങ്ങൾക്കാണ്. പാവങ്ങൾ. ഇനിയിപ്പോൾ കുറച്ചുനേരം ഇവിടെ ഇരുന്നെ പറ്റൂ. പണ്ട് സ്ഥലങ്ങൾ കാണാൻ ആന്ധ്രാപ്രദേശിൽ (അതെ അതൊക്കെ എനിക്ക് ഓർമയുണ്ട്. ആരാ പറഞ്ഞത് എനിക്ക് ഓർമയില്ലെന്ന്?!) പോയപ്പോൾ ഭാഷയറിയാതെ പകച്ചുപോയതിനേക്കാൾ കഷ്ടമാണിപ്പോൾ. അതെവിടെയായിരുന്നു, അന്ന് പോയത്? ഏതാണ് ആ സംസ്ഥാനം? പോകട്ടെ, അങ്ങനെ പോയിരുന്നു. അതേ അനുഭവമാണിപ്പോൾ, ഭാഷ മനസ്സിലാകുന്നില്ല. എനിക്ക് തെലുഗ് അറിയില്ലല്ലോ, അതെ-തെലുഗ് ആ വാക്കിന് വേണ്ടി ഞാൻ കുറേ ദിവസമായി അന്വേഷിക്കുന്നു. ഇപ്പോൾ നിങ്ങളോട് സംസാരിക്കാൻ തോന്നിയത് നന്നായി. അല്ലെങ്കിൽ ഞാനത് ശരിക്കും മറന്നുപോയേനെ. ഇവർ ഇവിടെ ഭാഷയൊക്കെ മാറ്റിയോ.

അത് എനിക്ക് തോന്നിത്തുടങ്ങിയിട്ട് കാലം കുറച്ചായി. നമുക്ക് ഒരാളുടെ സാന്നിധ്യത്തിൽ അയാളെ കുറ്റം പറയാനായി ഭാഷ മാറ്റിപ്പറയുന്ന ശീലമുണ്ടല്ലോ, ഇംഗ്ലീഷ് അറിയാത്തവരുടെ മുന്നിൽ ഇംഗ്ലീഷ്, ഹിന്ദി അറിയാത്തവർക്ക് മുന്നിൽ അത് അങ്ങനെ. അല്ലെങ്കിൽ ചില കോഡ് ഭാഷാപ്രയോഗങ്ങളുണ്ടല്ലോ ? അതാർക്കാണ് ശീലമില്ലാത്തത്. ഈയിടെയായി ഇവിടെ ചിലരൊക്കെ എന്നെ കുറ്റം പറഞ്ഞ് ചിരിക്കുന്നത് ഞാൻ ശ്രദ്ധിക്കുന്നുണ്ട്. ഞാൻ വെറുതെയിരിക്കുമ്പോഴാണെന്നു തോന്നുന്നു. എന്നെ എന്താ അവർക്ക് പരിഹസിക്കാനുള്ളത്. അപ്പോൾപ്പിന്നെ എനിക്ക് മനസ്സിലാകാതിരിക്കാൻ ഭാഷ മാറ്റിപ്പറയണമല്ലോ. പറയട്ടെ, എനിക്കൊരു പ്രശ്നവുമില്ല. പറയുന്നവർക്കല്ലേ അതിന്റെ ദോഷം? ആരാണതെന്നൊന്നും ഇപ്പോ ഞാൻ പറയുന്നില്ല. ഒരിക്കൽ അവരുടെ പേരുവിവരങ്ങൾ പറഞ്ഞുതരുന്നുണ്ട്. അവരെയൊക്കെ ഇവിടുന്ന് പുറത്താക്കാൻ പറയണം. എത്രവേഗമാണ് ഓരോ സ്ഥലവും മാറിമാറി വരുന്നത്. കുഗ്രാമങ്ങൾ പോലും ടൗണുകളായി. ആ കുഗ്രാമം.. നല്ല വാക്ക്. അതെങ്ങനെ ഇപ്പോൾ മനസ്സിൽ വന്നു, അതെപ്പോൾ പഠിച്ചതാണാവോ? ആവശ്യമുള്ളപ്പോൾ ഇതൊന്നും അങ്ങോട്ട് വരുന്നില്ല. എന്തുചെയ്യും? എത്രകൊല്ലമായി എന്തെങ്കിലും

കഴിച്ചിട്ട്. പണ്ടാണെങ്കിൽ ഇടയ്ക്കിടയ്ക്ക് ഭക്ഷണം കിട്ടുമായിരുന്നു, അവർ നല്ല സ്ത്രീയായിരുന്നു. എപ്പോഴും പിറകെ നടക്കും, കൂടെ ഇരുന്ന് വർത്തമാനം പറയും. അവരെയും ഇപ്പോൾ കാണാറേയില്ല. എത്രയാ ആളുകൾ. ഇവരെയൊക്കെ എങ്ങനെയാ മനസ്സിലാക്കുക. ഓരോ ദിവസവും ഓരോ നിറമാണ്. അതെ നേരത്തെ പറഞ്ഞ നിറം തന്നെ. അപ്പോൾപ്പിന്നെ നിറം നോക്കി തിരിച്ചറിയാൻ പറ്റില്ല. പേരുവിളിക്കാമെന്നുവെച്ചാൽ ഞാൻ വിളിക്കുന്ന പേര് അവർക്ക് മനസ്സിലാവുന്നില്ല. എന്താ ഞാൻ വിളിക്കുന്ന പേരുതന്നെ പോരെ അവർക്ക്? എന്റെ പേരു പോലെത്തന്നെ ചെറുത്. അപ്പോഴാണോർത്തത് എന്റെ പേരെന്താണ്. അതെ എന്റെ പേര്....ശോ, ഇങ്ങനെ നാവിന്റെ അറ്റത്ത് കിടന്നാടുന്നു. ആ അതു പോട്ടെ, എന്റെ പേരിനെ ഞാൻ വിളിക്കണ്ടല്ലോ. പിന്നെന്തിന് ഞാൻ എന്റെ പേരറിയണം. പക്ഷേ, ഇന്നലെ ആ പെൺകൊച്ച് എന്നെ മറ്റെന്തോയാണ് വിളിച്ചത്. അവൾക്ക് എന്റെ പേര് പറഞ്ഞുകൊടുക്കണം. അല്ലെങ്കിൽ പിന്നെ ഞാനെന്തിനാ ഈ പേരൊക്കെയിട്ടുവെച്ചിരിക്കുന്നത്. ഇനിയും വാതിൽ തുറക്കാറായില്ലെ? വല്ലാത്ത നാറ്റം. ആ അപ്പോൾ എന്താ ആലോചിച്ചത്. അതെ ആ കൊച്ചിനെ ഇതിനകത്തിട്ടുപൂട്ടണം. ഒരുകൊല്ലം. എന്നാലേ വിശപ്പറിയൂ. ഇപ്പൊത്തന്നെ നോക്ക്. എത്രകൊല്ലമായി എന്നെ ഈ കുടുസ്സുമുറിയിൽ ഈ കുഴിയുള്ള കല്ലിന്മേലിരുത്തിച്ചിട്ട്. എന്നിട്ടും ഞാൻ കരുതിയത് ഇപ്പോൾ കൊണ്ടുവരുമെന്നാണ്. വിശ്വസിച്ച ഞാൻ തോറ്റു. ഞാൻ വിഡ്ഢി. ഞാൻ നിലവിളിക്കുന്നുണ്ടായിരുന്നു, തേങ്ങുന്നുണ്ടായിരുന്നു. അതെന്താ നിങ്ങൾ കേൾക്കാത്തത്? നിലവിളിയുടെ ഭാഷയും മാറിയോ?

രാവിലെത്തുടങ്ങും ഇവിടുത്തെ കലാപഠനം. എന്താ അതിന്റെ പേര്. വർത്തമാനമില്ലാത്ത കഥ. അതുപോലെ. കിടന്നിടത്തുനിന്ന് പിടിച്ചെഴുന്നേൽപ്പിക്കും. അപ്പോൾ വിശക്കുന്നുണ്ടാകും. പിന്നെ അത് കയ്യിൽ പിടിപ്പിക്കും. അതിലെന്തോ പുരട്ടിയിരിക്കും. പിന്നെ വായിൽ കടത്തി ആ ചിണുങ്ങുന്ന പെൺകൊച്ച് ചിത്രം കാണിച്ചുതരും. പല്ല് തേപ്പ്. ഞാൻ അൽപ്പമൊക്കെ ഇറക്കും. അത് കാണാതെ; അല്ലപിന്നെ വിശക്കുമ്പോഴാണ് വ്യായാമം. അത് കഴിഞ്ഞ് കുറെ തുള്ളിക്കളിക്കണം. മടിയാ, വലിയ മടി. ഒന്നും ചെയ്യാൻ തോന്നില്ല. എന്നാലും സമ്മതിക്കില്ല. അതുകൂടി കഴിഞ്ഞാലെ തിന്നാൻ കിട്ടൂ. പിന്നെ മഴപെയ്ത്താണ്. എനിക്ക് മഴ ഭയങ്കര ഇഷ്ടമാണ്, എന്നാലോ അധികം നിൽക്കാൻ വിടില്ല. പിന്നെ കയ്ക്കുന്ന തീറ്റകളാണ്. എനിക്ക് തീരെ

ഇഷ്ടമല്ല. നാവിനടിയിൽവെക്കും. ചിലപ്പോ അലിഞ്ഞ് ഇല്ലാതാകും. എന്നാലും തിന്നില്ല. എന്റെ മുറിയിലിരിക്കാനാണ് ഇഷ്ടം കണ്ണടച്ച്. ചിലപ്പോൾ നിറങ്ങൾ വരും, എന്നോട് സംസാരിക്കും. എനിക്ക് നന്നായി മനസ്സിലാകും. ഇവിടത്തെ പെങ്കൊച്ചുങ്ങള് പറയുന്നതല്ലേ ഒന്നും മനസ്സിലാകാത്തത്. അതിന്റെയർത്ഥം ഞാൻ മന്ദബുദ്ധിയാണെന്നാ? അങ്ങനെയായിരിക്കും അതുങ്ങള് പറഞ്ഞ് കളിയാക്കിച്ചിരിക്കുന്നുണ്ടാകുക. അതെ, നിറങ്ങൾ വന്ന് സംസാരിക്കുന്നത് എനിക്ക് ശരിക്കും മനസ്സിലാകും. അതിൽ ഞാൻ തന്നെയുണ്ടാകും. പക്ഷേ ഇപ്പോൾ കാണുന്നതുപോലെയൊന്നുമല്ല. ചെറുതായിരിക്കും. ഒരു സ്ത്രീ എന്നെ മടിയിലിരുത്തിയിട്ടുണ്ടാകും. അപ്പോൾ എനിക്ക് കവിളിൽ ഉറുമ്പ് എറങ്ങിവരുന്നത് പോലെ തോന്നും. പിന്നീട് വായിൽ ഉപ്പു നിറയും. ഉറുമ്പ് വായിൽക്കയറുന്നതായിരിക്കും ഉറുമ്പിന് അതായിരിക്കും രുചി. ചിലപ്പോ ആ സ്ത്രീ ഉണ്ടാവില്ല. ഒറ്റയ്ക്കായിരിക്കും. കുറേപ്പേർ ചെറിയ ആളുകളായി കൂടെയുണ്ടാകും. നിക്കറാണുണ്ടാവുക അരയിൽ. മൈതാനത്ത് കളിക്കുകയായിരിക്കും. കുറേ നേരം ആ കളിയും കണ്ടിരിക്കും. അപ്പോളായിരിക്കും ആ പെൺകൊച്ച് വന്ന് വിളിക്കുക. ദേഷ്യം തോന്നും, പിന്നെ പിടിച്ച് കൊണ്ട് വന്ന് പെട്ടിക്ക് മുന്നിലിരുത്തും. അതിനകത്തുനിന്ന് ആരൊക്കെയൊ എന്തൊക്കെയോ പറയും. ഒന്നും മനസ്സിലാവില്ല. ഇവരൊക്കെ എപ്പോഴാണ് ഭാഷ പഠിക്കുക ആവോ. ചിലപ്പോൾ ഞാൻ ഉച്ചത്തിൽ തിരുത്താൻ ശ്രമിക്കും. അങ്ങനെയല്ല വേണ്ടത്. പക്ഷെ, കാവൽക്കാരി കണ്ണുരുട്ടും. കേൾക്കുന്നതൊന്നും കേൾക്കാതിരുന്നാൽ നല്ല രസമുണ്ടാകും. കാഴ്ചമാത്രം. ചിലപ്പോൾ ചെവി രണ്ടും അടച്ചുപിടിച്ചിരിക്കും. അപ്പോൾ എത്രനേരം വേണമെങ്കിലും ഇരിക്കാം. എന്നാലും കുറേക്കഴിയുമ്പോൾ റൂമിലേയ്ക്ക് തന്നെ വരും. കണ്ണടച്ചിരിക്കും. അപ്പോൾ അവൾ കൂടെയുണ്ടായിരിക്കും. ദേഹം മുഴുവൻ തലോടുന്നുണ്ടാകും. അവൾ തടവിത്തരട്ടെ, ഞാൻ കമിഴ്ന്ന് കിടക്കും. പിന്നെ നാണം വന്നാൽ കണ്ണ് തുറക്കും. അപ്പോഴും കവിളത്തുകൂടെ ഉറുമ്പിഴയുന്നതറിയും, പിന്നെ വായിൽ ഉപ്പും. പിന്നെ വിളിച്ചെഴുന്നേൽപ്പിക്കും. ഇവർക്കെന്താ ഇങ്ങനെത്തന്നെ വിട്ടാൽ? ബോൾ തരും. എറിഞ്ഞു കളിക്കാൻ. ഒരു രസവും തോന്നാറില്ല. ചിലരുടെ ഉത്സാഹം കാണുമ്പോൾ ചിരിവരും. നാണക്കേട്. വല്യവര് ബോളുരുട്ടിക്കളിക്കുന്നു. അടിച്ച് തകർക്കണം. അല്ലെങ്കിൽ ചവിട്ടിത്തെറിപ്പിക്കണം. ആരോട് പറയാൻ, ആർക്കും ഒന്നും മനസ്സിലാവില്ലല്ലോ, മനസ്സിലാകാഞ്ഞിട്ടല്ല, മനസ്സിലാകുന്നില്ലെന്ന് ഭാവിക്കും.

സൂത്രക്കാർ. അതിനുശേഷമാണ് ഏറ്റവുംവലിയ തമാശ. വലിയ ലൈറ്റങ്ങോഫാക്കും. ഒറ്റയടിക്ക് ഓഫാക്കില്ല, ആർക്കും മനസ്സിലാവാതിരിക്കാൻ കൊറേശ്ശേ കൊറേശ്ശെയായി ഓഫാക്കും. എന്നാപ്പിന്നെ പരാതിപറയണ്ടല്ലോ. എന്നാലും ഞാൻ പറയും. ആരെപ്പേടിക്കാനാ. ആ ലൈറ്റ് എപ്പൊഴും ഇട്ടുവെച്ചാലെന്താ? ലാഭം കൊറയും അത് തന്നെ. പിന്നെ ചെറിയ ചെറിയ വെളക്ക്കൾ മാത്രം കത്തിക്കും. അപ്പോത്തന്നെ ദേഷ്യം പിടിക്കും മുറിയിലേയ്ക്ക് ചെല്ലും. അവിടെ ലൈറ്റ് തീരെയുണ്ടാവില്ല. പിന്നെ എന്തുചെയ്യും? അതവർക്ക് അറിയും. ഇത് എല്ലാരുടെയും ഒരു രീതിയാ. പ്രതികരിക്കില്ല, എന്ത് നടന്നാലും. ചെലപ്പൊ സൂത്രപ്പണിയാരിക്കും. വെശക്കുന്നൂന്ന് പറയൂലല്ലോ, ഇരുട്ടത്ത് കൊറേ നേരം ഇരുന്നാ കണ്ണടച്ച് കെടക്കും. പിന്ന അവര് വിളിച്ചെഴുന്നേപ്പിക്കുമ്പം എല്ലാടേം ലൈറ്റ് ഇട്ടിട്ട്ണ്ടാകും.

മടുത്തു. നീ വെരാൻ കാത്തിരിക്കാൻ തൊടങ്ങീട്ട് കൊല്ലം എത്രയായി? ഇനി ഇവിടെ വേണ്ട. നമുക്ക് വേഗം പോകാം. അയാൾ ഗിരിനാഥിന്റെ കൈ പിടിച്ചുവലിക്കാൻ തുടങ്ങി. ഗിരിനാഥ് ഉണരുകയായിരുന്നു.

'ശരി പോകാം.' സമ്മതം മൂളി.

'ഞാറി പോമാ.'

'ഡ്രസ്സ് മാറ്റി വരാം എന്നാണ്'. അൽഫോൺസയുടെ പരിഭാഷ.

'ഇത് നിങ്ങളെങ്ങനെ വ്യാഖ്യാനിക്കുന്നു?'

'വ്യാഖ്യാനമല്ല. പരിഭാഷ. അമ്മയും കൈക്കുഞ്ഞും തമ്മിലെന്ന പോലെ ദീർഘനാളത്തെ ആത്മബന്ധത്തിലൂടെയും നിരീക്ഷണത്തിലൂടെയും മനസ്സിലാക്കുന്നത്. അവർ പറയാൻ ശ്രമിക്കുന്നത് മനസ്സിലാക്കിയില്ലെങ്കിൽ പലപ്പോഴും വലിയ പ്രശ്നങ്ങളുണ്ടാക്കും. ചിലർ വയലന്റാകും.'

'അദ്ദേഹം ഡ്രസ്സ് മാറി വരുമോ?'

'സാധ്യതയില്ല. പുറത്ത് എത്തുമ്പോഴേക്കും മറന്നുപോകും. അവിടെ ഇരിക്കുന്നുണ്ടാകും.'

അയാൾ അകത്തേയ്ക്കല്ലല്ലോ പുറത്തേയ്ക്കല്ലേ നടന്നത് എന്ന് ഞെട്ടലോടെ ഗിരി ഓർത്തു. വരാന്തയിലിട്ടിരിക്കുന്ന കസേരയിൽ വിദൂരതയോട് കുശലം പറഞ്ഞ് ചൊടിച്ചിരിക്കുന്ന അയാളെ നോക്കി ഗിരിനാഥ് ചിരിച്ചു. അറിയുന്നില്ല, ജന്മാന്തര ബന്ധങ്ങളോ സംസാരങ്ങളോ ഒന്നും.

'ഇല്ലാത്ത വാക്കുകൾ കൊണ്ട് കഥപറയുന്നതുപോലെ എന്ന് പി

ക്കാസോ ചിത്രങ്ങളെപ്പറ്റി ഒരു വിമർശനമുണ്ട്. അതുപോലെ അർത്ഥമില്ലാത്ത നിമിഷങ്ങൾ കൊണ്ട് സ്വന്തം ജീവിതകഥപറയുകയാണ് ഇവർ എന്നു തോന്നും. അവർക്ക് മാത്രമറിയാം അവരെന്താണുദ്ദേശിക്കുന്നതെന്ന്, കാഴ്ചക്കാർക്കറിയില്ല. പിക്കാസൊചിത്രത്തിലേയ്ക്ക് തുറിച്ച് നോക്കിയിരിക്കുന്നതുപോലെ നോക്കിയിരിക്കാനെ ചിലപ്പോൾ പറ്റുകയുള്ളൂ.'

'വല്ല്യേട്ടാ...' അടഞ്ഞ നോട്ടത്തെ നേരിട്ട് ഗിരിനാഥ് കണ്ണുകളടച്ച് നിമിഷങ്ങളിലൂടെ വിശ്രമിച്ചു.

'ഈ സാറിനെ അറിയോ...' അൽഫോൺസിന്റെ പരിഭാഷ.

'ഈ സാറ്...' നനഞ്ഞ നിർവികാരത അനുകരണശബ്ദത്തിൽ കനത്തു. പിന്നെ കുനിഞ്ഞിരുന്നു.

മൂന്ന്

...ഉദ്യാനത്തിൽ ഗൗതമിയുടെ മടിയിലിരുന്ന് ഗൗതമൻ സാകൂതം വായിച്ചു. 'സുഖാസക്തിമൂലമുള്ള തൃഷ്ണയുടെ സ്വേച്ഛയാൽ ചെയ്യപ്പെടുന്ന സർവകർമങ്ങളുടെയും ഫലമായി അനുസ്യൂതമായ സംസ്കാരം ഉണ്ടാവുന്നു. ഈ സംസ്കാരം ജന്മജന്മാന്തരങ്ങളെ പരസ്പരം ബന്ധിപ്പിക്കുന്നു....'

'ചന്ദ്രാ, നിനക്ക് പ്രണയിച്ചുകൂടെ?' ഗിരിനാഥ് അവളുടെ കണ്ണുകളിൽ ഉറ്റുനോക്കാൻ ശ്രമിച്ചു.

'പ്രണയിക്കുന്നുണ്ടല്ലോ. എന്റെ അച്ഛനെ.' എത്ര സ്വാഭാവികമായി സംസാരിക്കുന്നു എന്ന് ഗിരി നാഥ് ഓർത്തു.

'കീറിമുറിച്ച് പിച്ചിച്ചീന്തിയെറിഞ്ഞിട്ടും?'

'കീറിമുറിച്ചെറിഞ്ഞാലും പട്ടത്തിന് എന്ത് ദു:ഖം? അതിന്റെ ഉടമസ്ഥനല്ലേ ദു:ഖിക്കുക? ആരാണ് എന്റെ ഉടമസ്ഥൻ?'

'നിനക്കുടമസ്ഥനാകണമെന്നുണ്ടോ? എങ്കിൽ ദു:ഖിക്കാൻ തയ്യാറാകേണ്ടിവരും.' അവൾ ചിരിക്കുകതന്നെയായിരുന്നു.

'ചില കീറിമുറിക്കലുകൾ ചികിത്സയാകാറുണ്ട്, ശസ്ത്രക്രിയ പോലെ.'

'പക തോന്നുന്നില്ലേ?'

'നീ ഓർമകളുള്ളവരുടെ ഭാഷയിൽ സംസാരിക്കുന്നു. ഞാൻ ജീവിക്കുന്നത് മറവിയോടൊപ്പമാണ്. പക ഓർമയുടെ പര്യായമാണ്. അ

തുകൊണ്ടാണ് മിക്ക മൃഗങ്ങൾക്ക്മേലെയും മനുഷ്യന്റെ അധീശത്വം.'

'പക ഓർമകൾ ജ്വലിപ്പിക്കാനും കൂടിയാണ്. അതിന് അല്പമെങ്കിലും തീക്കനൽ വേണം. അല്ലാതെ ചാരത്തെ എങ്ങനെ ജ്വലിപ്പിക്കാനാണ്?'

'പക്ഷേ, നിന്റെയീ സംസാരംപോലും പ്രണയം ജ്വലിപ്പിക്കുന്നു.' ഗിരി ചാരം നീക്കാനുള്ള ശ്രമത്തിലായിരുന്നു.

'ജ്വലനമോ, പ്രണയത്തിനോ? അത് പൂ വിരിയുന്നതുപോലെ സ്വാഭാവികവും ശാന്തവുമാണെന്ന് പറഞ്ഞിട്ട്...'

'ചന്ദ്രാ, നീ എന്നെ പ്രണയിക്കേണ്ട, എനിക്ക് നിന്നോടാവാമല്ലോ?'

ഗിരി മൗനത്തിനു മുൻപുള്ള വാചകവും പറഞ്ഞു നിർത്തി. ഈ ശാന്തമായ മൗനനിമിഷങ്ങളാണ് മധുരവും സുന്ദരവും എന്ന് ഇരുവർക്കും തോന്നിയിട്ടുണ്ട്. പക്ഷേ പരസ്പര സാന്നിധ്യത്തിലാണെന്നു മാത്രം. അതുകൊണ്ട് അതിനെ ഭഞ്ജിക്കാൻ ഇരുവർക്കും തോന്നാറില്ല. സാന്നിധ്യത്തിലേയ്ക്ക് പരസ്പരം നിക്ഷേപിക്കുകയാണ് പതിവ്. അതിന്റെ പലിശതന്നെ ഇരുവർക്കും പിന്നീടുള്ള മണിക്കൂറുകൾക്ക് ധാരാളം. അതൊരുതരം ധ്യാനമാണെന്ന് ചന്ദ്രധാരയ്ക്ക് പലപ്പോഴും തോന്നിയിട്ടുണ്ട്. സാകാരധ്യാനമെന്നോ നിരാകാരധ്യാനമെന്നോ വേർതിരിച്ചെടുക്കാൻ കഴിഞ്ഞിട്ടില്ല. രണ്ടുമുണ്ടാകാറുണ്ട് എന്നും തോന്നിയിട്ടുണ്ട്. മറ്റെവിടെയൊക്കെയോ കറങ്ങിത്തിരിയാനുള്ള തീവ്രമായ ഏകാഗ്രതയും ആ നിമിഷങ്ങളിൽ മാത്രമാണ് കിട്ടാറുള്ളത്.

ഗിരി അലയുന്നത് മുഴുവൻ സ്നേഹം തേടി മാത്രമാണെന്ന് പലപ്പോഴും തോന്നിയിട്ടുണ്ട്. ബാല്യത്തിൽ അനാഥത്വം തിന്ന് വിശപ്പടക്കിയകാലത്തെക്കുറിച്ച് പറയുമ്പൊഴും ഇനി ലഭിക്കാനിരിക്കുന്ന സ്നേഹത്തെക്കുറിച്ച് സ്വപ്നം കാണുന്ന ഗിരിയെ അത്ഭുതത്തോടെ നോക്കിയിരിക്കാൻ കൗതുകം തോന്നാറുണ്ട്. ചിലരങ്ങനെയാണ്, തിരിച്ചു കിട്ടാത്ത സ്നേഹത്തിനു പിറകിൽ സ്വയമർപ്പിച്ചുനടക്കും; ഒരിക്കലും തിരിച്ചുകിട്ടില്ലെന്നറിഞ്ഞുകൊണ്ടുതന്നെ. ഒരുതരം ഇരയുടെ മനോഭാവത്തോടെ, വിക്ടിമൈസേഷൻ. അതിൽ സന്തുഷ്ടി കണ്ടെത്തുന്നവർ. അവൻ കറുത്ത മേഘങ്ങളെ പേടിയോടെ നോക്കി നിൽക്കുന്നത് കാണുമ്പോൾ ചിരിച്ചുപോയിട്ടുണ്ട് പലപ്പോഴും. താൻ മഴയെ ക്കാത്തിരിക്കുമ്പോൾ മഴ എന്നും പേടി സ്വപ്നമായിരുന്നു ഗിരിക്ക്. ഏതജ്ഞാത സ്ഥലത്തേയ്ക്ക് പോകാനും ഏത് ക്ഷുദ്രജീവിയെ നേരിടാനും ഭയമില്ലാത്ത ഗിരിക്ക് കുളിരുമായി പെയ്യുന്ന മഴയെ ഭയമാണെന്നറിഞ്ഞപ്പോൾ ഉച്ചത്തിൽ കളിയാക്കിച്ചിരിച്ചുപോയിരുന്നു. അ

ന്ന് അവൻ പറഞ്ഞു.

'മേൽക്കൂരയ്ക്ക് കീഴെയിരിക്കുന്നവർക്കാണ് മഴ തേന്മഴയും പൂമഴയും കുളിർമഴയുമൊക്കെയാകുന്നത്. മേൽക്കൂരയില്ലെങ്കിൽ അത് കടിച്ചു കുടയാൻ ആർത്തിയോടെ കുതിച്ചുപാഞ്ഞുവരുന്ന വേട്ടനായ്ക്കളാണ്. ഇടിമുഴക്കങ്ങൾ ചെവിടുതുളയ്ക്കുന്ന അവയുടെ കുരയും. ചന്ദ്ര എപ്പോഴെങ്കിലും പേപ്പട്ടിയ്ക്ക് മുന്നിൽപ്പെട്ടിട്ടുണ്ടോ.'

'ആ ചോദ്യം തന്നെ ഭയം കൊണ്ട് രോമത്തെയുണർത്തി.'

'ചോരുന്ന ഓലപ്പുരയിൽ പൊട്ടിപ്പൊളിഞ്ഞ ചട്ടികളും കലങ്ങളും പെറുക്കിവെച്ച് മഴയെ നേരിടാൻ വൃഥാ ശ്രമിക്കുന്ന ഒരു സ്ത്രീരൂപം ഓർമകളിൽ അവ്യക്തമായുണ്ട്.'

'എന്നാലും ഇങ്ങനെയുണ്ടോ ഒരുപേടി?' ആവേശത്തോടെ കളിയാക്കി. പക്ഷേ പിന്നീട് തോന്നി വേണ്ടിയിരുന്നില്ലെന്ന്.

ഒരിക്കൽ ഗിരിയോടൊപ്പം മഴയത്ത് നടക്കണം. റെയിൻവാക്ക്. കോരിച്ചൊരിയുന്ന പേമാരിയിൽ കുടയും റെയിൻകോട്ടുമില്ലാതെ.....ഗിരി പേടിച്ച് നിലവിളിക്കുമായിരിക്കും. അവനെ ചേർത്ത്പിടിച്ച് നടന്ന് പേടിമാറ്റണം.

'ചന്ദ്രയെന്താ ഇപ്പോ ആലോചിക്കുന്നതെന്ന് ഞാൻ പറയട്ടെ?' ഗിരിനാഥ് ഉത്സാഹത്തോടെ ചോദിച്ചു. അവൾക്ക് കൗതുകമാണ് തോന്നിയത്.

'എന്റെ മഴപ്പേടിയെക്കുറിച്ചല്ലേ?'

'നിഷേധിക്കുന്നില്ല, അതെ.' ഇതെങ്ങനെയറിഞ്ഞു എന്ന് ചോദിച്ചില്ല. ഗിരി അതിൽ വലിയ അത്ഭുതം കാണിച്ച ഭാവത്തിലുമായിരുന്നില്ല. പക്ഷേ, അവളുടെ സമ്മതം അവനെ ഉന്മേഷവാനാക്കിയതായി തോന്നി.

'ഗിരീ, ഒന്നു കൂടെ പറയാമോ? ആ മഴപ്പേടിയുടെ കാരണം?'

'നീ എത്ര തവണ ചോദിച്ചിരിക്കുന്നു? ഞാൻ എത്ര തവണ പറഞ്ഞിട്ടുണ്ട്!'

മൗനത്തിൽ നിന്ന് ശക്തിയാർജിച്ച് ഗിരിനാഥ് പറഞ്ഞുതുടങ്ങി.

'ഓരോ യാത്രയും അതിജീവനത്തിന്റേതായിരുന്നു, അസ്തിത്വം ബോധ്യപ്പെടുത്താനുള്ളത്. അസ്തിത്വം സ്വയം ഓർമിപ്പിക്കാൻ യാത്രചെയ്തുകൊണ്ടിരിക്കുന്നു. ഭ്രാന്തമായ യാത്രകൾ. സ്വയമറിയാനുള്ള യാത്രകൾ. മരിച്ചില്ലെന്ന് സ്വയം ബോധ്യപ്പെടുത്താനുള്ള യാത്രകൾ. ഡിഗ്രിക്ക് ശേഷമുള്ള അലച്ചിലിന്നിടയിൽ ആകാശം മേൽക്കൂരയാക്കിക്കിടന്ന നിരവധി രാവുകളുണ്ടായിരുന്നു. അത് തമിഴ് നാട്ടിലാ

യിരുന്നു. മഴയുണ്ടായിരുന്നു. അതുകൊണ്ട് കോവിലിലെ നൈവേദ്യ ച്ചോറുമുണ്ട് ഉറങ്ങാൻ കിടന്നത് ഏതോ കടയുടെ വരാന്തയിലായിരുന്നു. ഉറക്കത്തിന്റെ മൂർധന്യത്തിൽ ഞെട്ടിയുണർന്നപ്പോൾ മഴവെള്ളത്തിൽ ഒഴുകി മുങ്ങിത്താഴുകയായിരുന്നു. മൂക്കിലും ചെവിയിലും വെള്ളം കയറി അസ്വസ്ഥതയോടെ ചാടിയെഴുന്നേറ്റു. കടയുടെ വരാന്തയിലേയ്ക്കും മഴവെള്ളം കയറിയിരിക്കുന്നു. അപ്പോഴും കണ്ണിൽക്കുത്തുന്ന ഇരുട്ടിന്റെ അകമ്പടിയോടെ മഴ എന്നെ പേടിപ്പിച്ചുകൊണ്ട് കുത്തിപ്പെയ്തു. പീടികയുടെ വാതിലിനുനേരെ അമർന്ന് നിന്നുകൊണ്ട് നിമിഷങ്ങളെ മണിക്കൂറുകളിലൂടെ നേരിടുകയായിരുന്നു.'

ഗിരിനാഥിന്റെ കണ്ണുകളിലെ തിളക്കം ഭയത്തിന് വഴിമാറി. അവൻ കുഞ്ഞായി മാറുകയായിരുന്നു, കൂനിക്കൂടി. മടിയിൽക്കിടത്തി താരാട്ടാൻ തോന്നും.

'ഗിരീ....' അവന്റെ നേർത്ത മൂളൽ കേൾക്കാനായി അവൾ വിളിച്ചു. പ്രതീക്ഷ തെറ്റിയില്ല.

'ഇനി കുറേ നേരം ഈ കുഞ്ഞിനെയും നോക്കിയിരിക്കാം.'

പേരില്ലാക്കുഞ്ഞ് പിഞ്ചുകൈകാലുകളിട്ടു കുടഞ്ഞു. കാലിന്റെ പെരുവിരലെടുത്ത് വായിൽത്തിരുകി. കമിഴ്ന്ന് ഇഴഞ്ഞ് മുട്ടുകുത്തി അവൻ ലോകസഞ്ചാരം തുടങ്ങി. ഇരുകാലിലെഴുന്നേറ്റ് പിച്ചവെക്കുമ്പോൾ വീഴാൻ തുടങ്ങിയ ഗിരിയെ അവൾ വാരിയെടുത്ത് ഉമ്മവെച്ചു, താരാട്ടുപാടിയുറക്കി.

ഉണർന്ന ഗിരിനാഥിനെ നോക്കി അവൾ പറഞ്ഞു.

'ഗിരീ, നിന്നെയും കൊണ്ട് ഒരിക്കൽക്കൂടി തമിഴ്നാട്ടിലെ ആ ഗ്രാമത്തിൽ പോകും. അന്നുപെയ്ത അതേ മഴ കൊള്ളാൻ....'

'പടർന്നു പന്തലിച്ച് തണലേകുന്ന ആൽമരത്തിനോ അതോ ആ തണലിൽ അഭയം തേടി വളരുന്ന മനുഷ്യനോ ഔന്നത്യവും മഹത്വവും ശ്രേഷ്ഠതയും കൂടുതൽ?'

'സംശയമെന്ത്? ആൽമരത്തിനു തന്നെ.' ആ ചോദ്യത്തിൽ ഗിരി ഒന്നിൽക്കൂടുതൽ ചോദ്യങ്ങൾ കരുതിയിരുന്നു. മറുപടിയിൽ എല്ലാ ചോദ്യങ്ങൾക്കുമുള്ള ഉത്തരങ്ങളുമുണ്ടോയെന്ന് ഗിരിനാഥിന് തിരിച്ചറിയാൻ കഴിഞ്ഞില്ല.

'ചന്ദ്രാ.........ഞാൻ ഇറങ്ങുന്നു. ഇന്ന് ഡസ്കിൽ അല്പം നേരത്തെയെത്തണം.' ഇറങ്ങിനടക്കുന്ന ഗിരിനാഥിനെ അവൾ ഗേറ്റുവരെ അനുഗമിച്ചു.

ചന്ദ്രധാര അച്ഛൻ കിടക്കുന്ന മുറിയിലേയ്ക്ക് നടന്നു. ഉറക്കം ത

ന്നെയാണ്. അല്ലെങ്കിലും എന്തുഭേദം, ഉണർവും ഉറക്കവും തമ്മിൽ. ഈശ്വരൻ പരീക്ഷണങ്ങൾ നടത്തുന്നതിനിടയ്ക്ക് നിയന്ത്രണം വിട്ടു പോകുന്ന യന്ത്രമനുഷ്യരാണ് സ്മൃതിനാശരോഗികളെന്ന് പലപ്പോഴും തോന്നാറുണ്ട്. ഗിരി പറയാതെ പറയാൻ തുടങ്ങിയിട്ട് ദിവസങ്ങളായി, അച്ഛനെ ശുശ്രൂഷിക്കുന്നതിനിടയിൽ ജീവിക്കാൻ മറക്കരുതെന്ന്. ഓർമകളുടെ ഒരു സ്മാരകം പണിയാൻ ഞാൻ ആഗ്രഹിച്ചിരുന്നു. മരങ്ങളും മാർബിളുകളും വെള്ളാരം കല്ലുകളും ഞാൻ ശേഖരിച്ചു. കുറ്റിയടിച്ചു, പ്ലാൻ വരച്ചു. പക്ഷേ അപ്പോഴേയ്ക്കും ശില്പി മരണമടഞ്ഞിരുന്നു. അങ്ങനെ മരങ്ങളും മാർബിളുകളും പിന്നെ വെള്ളാരം കല്ലുകളും ശില്പിയുടെ സ്മാരകശിലകളായി.

തനിക്ക് ആരൊക്കെയായിരുന്നു അച്ഛൻ? എന്നും ശാന്തമായി പെരുമാറിയിരുന്ന പുരോഗമനവാദി. അമ്മയുടെ പിറുപിറുക്കലും അട്ടഹാസങ്ങളും സന്ന്യാസിയുടെ നിസ്സംഗതയോടെ നോക്കിനിന്നിരുന്ന അച്ഛൻ. അവഗണന അച്ഛനെ ശക്തനാക്കിയിട്ടേയുണ്ടായിരുന്നുള്ളൂ. എപ്പോഴായിരുന്നു അച്ഛൻ പൊട്ടിത്തെറിച്ചത്. അത് ഈ മകളെയോർത്തുതന്നെയായിരുന്നു. സംശയങ്ങളുടെ ഭാരവും പേറി സ്കൂൾപുസ്തകവുമായി അടുക്കളയിൽക്കയറുക പതിവായിരുന്നു. അമ്മയെ ശുണ്ഠി പിടിപ്പിക്കുക തന്നെയായിരുന്നില്ലേ ഉദ്ദേശ്യം. അച്ഛൻ വന്നുകഴിഞ്ഞ് ചോദിച്ചാലും മതിയായിരുന്നു. പക്ഷേ, അച്ഛനില്ലാത്തപ്പോഴാണ് പഠിക്കണമെന്ന് തോന്നുക. അച്ഛൻ വന്നാൽപ്പിന്നെ ലോകകാര്യങ്ങളും കിന്നാരം പറച്ചിലും. അതിനായി പഠിച്ചുതീർക്കണം. അതു കഴിഞ്ഞാലേ അച്ഛൻ സമ്മതിക്കൂ. അന്ന് അമ്മ സീരിയലിലായിരുന്നു. അതും വളരെ സീരിയസ്സായി. സംഭാഷണങ്ങൾ എന്റെ ചോദ്യങ്ങൾക്കിടയിൽ മുറിയുന്നത് ഞാൻ സന്തോഷത്തോടെ ആസ്വദിച്ചു. രണ്ടാം ക്ലാസുകാരിയുടെ പക. അമ്മയന്ന് അലറിവിളിച്ച് ശകാരിച്ചില്ല. അമ്മയുടെ ഏറ്റവും പ്രിയപ്പെട്ട സീരിയലിനിടയിലാണ് എന്റെ ഇടപെടൽ. അമ്മ തന്ത്രം മാറ്റി.

'ചന്ദ്രാ...നമുക്ക് ഇന്നൊരു കളി കളിക്കാം. പുതിയൊരു കളി അമ്മ പഠിപ്പിക്കാം.' അമ്മ പുറത്തേയ്ക്ക് നടന്നപ്പോൾ പിറകെ നടന്നു. മുറ്റത്തിനരികിൽ കൂട്ടിയിട്ടിരിക്കുന്ന മണൽക്കൂനയ്ക്കരികിലേയ്ക്കാണ് നടന്നത്.

'ആർക്കാണ് പൂഴിക്കകത്ത് ഏറ്റവും കൂടുതൽ സമയം ഇരിക്കാൻ കഴിയുക എന്നുനോക്കാം. ആദ്യം മോള്.' രസം തോന്നി. അമ്മ മണൽക്കൂനയ്ക്ക് നടുവിൽ കൈകൊണ്ട് കുഴിയുണ്ടാക്കി. ഞാൻ അ

തിൽക്കയറിയിരുന്നു. അമ്മ കൈകൊണ്ടുതന്നെ നനവുള്ളപൂഴി വാരി കഴുത്തുവരെ മൂടി. തലമാത്രം പുറത്തുകാണാവുന്ന രീതിയിൽ. നല്ല രസം തോന്നി.

'മോൾക്ക് മതിയായിക്കഴിഞ്ഞാൽ അമ്മയെ വിളിച്ചോളൂ....' അമ്മ സീരിയലിനുമുന്നിൽ അടയിരിക്കാനാണ് പോയത്. കുറേ നേരം രസത്തിലിരുന്നു. പിന്നെ ദേഹത്തിനു കഴപ്പ് തുടങ്ങി. അതിനിടയിലാണ് ഒരു ചേര പൂഴിമണലിലൂടെ ഇഴഞ്ഞ് കടന്നുപോയത്. നിലവിളിക്കാൻ പോലും ശബ്ദമുയരാതെ പേടിച്ചരണ്ടുപോയി. നിലവിളിയുടെ ശബ്ദം പോലും പുറത്തേയ്ക്ക് വന്നില്ല. പാമ്പ് കേൾക്കാതിരിക്കാൻ ശബ്ദമടക്കി. കണ്ണിറുകെയടച്ചു. എത്രനേരം അങ്ങനെ കഴിഞ്ഞെന്നോർമയില്ല, കണ്ണുതുറന്നപ്പോൾ പാമ്പിനെ കാണാനില്ല. സങ്കടവും പേടിയും ഏങ്ങലായി ഒഴുകിയിറങ്ങി. പിന്നെ തളർന്നുറങ്ങി. അച്ഛന്റെ അന്നുവരെ കേൾക്കാത്ത അട്ടഹാസം കേട്ടാണ് മയക്കത്തിൽ നിന്നുണർന്നത്. അച്ഛൻ തേങ്ങുകയായിരുന്നു. വിഭ്രമത്തോടെ ഓടിവന്ന് മണൽ കൈകൊണ്ട് മാന്തിയകറ്റി. ആ വേഗത ഒരിക്കലും കണ്ടിട്ടില്ലായിരുന്നു. അമ്മ നിസ്സംഗഭാവത്തിൽ ഇറയത്ത് നോക്കി നിന്നു.

'ഓ... ഞങ്ങൾ നേരം പോകാൻ കളിച്ചതാ..' അച്ഛൻ നെഞ്ചോട് ചേർത്ത് കെട്ടിപ്പിടിച്ച് എത്രനേരം കരഞ്ഞെന്നോർമയില്ല, ഉറങ്ങിപ്പോയിരുന്നു.

ചന്ദ്രധാര കണ്ണുകൾ തുടച്ചു. അമ്മ കണ്ണെഴുതിപ്പഠിച്ചത് എന്റെ കണ്ണുകളിലായിരുന്നു, ചെമന്ന കാന്താരി മുളക് കൊണ്ട്. കണ്ണെഴുതുമ്പോൾ കണ്ണീരുവരാറുണ്ടല്ലോ, എന്റെ കണ്ണിലും സമൃദ്ധമായിരുന്നു കണ്ണീർ. പക്ഷേ കണ്ണെഴുതിക്കഴിഞ്ഞാൽ എനിക്ക് കണ്ണാടി നോക്കാൻ പേടിയായിരുന്നു. മന്ദഗാമിനിയായ നദി തെളിഞ്ഞിരിക്കും, ദ്രുതഗാമിനി കലങ്ങിമറിഞ്ഞും, അതുപോലെയാണ് മനസ്സും എന്നു തോന്നിയിട്ടുണ്ട് പലപ്പോഴും. നല്ല ഓർമകൾ നന്മയുടെ ലക്ഷണമാണ്. നന്മയുടെ വളക്കൂറിൽ മാത്രമേ നല്ല ഓർമകൾ വിടരൂ. നല്ല ഓർമകൾ സമാഗമങ്ങൾക്കും സംഗമങ്ങൾക്കും പ്രചോദനമാകും. അപ്പോൾ ഓർമപ്പൂക്കൾക്ക് സൗരഭ്യമുണ്ടാകും, സൗന്ദര്യമുണ്ടാകും. ചെഞ്ചായച്ചിത്രങ്ങൾ വരച്ച ഗുരുനാഥന്മാർക്ക് നന്ദി, അമ്മയ്ക്കും. മുതുകും തുടകളും കാൻവാസുകളാക്കി, വള്ളിച്ചൂരലായിരുന്നു പെൻസിലും ബ്രഷുമെല്ലാം.

ഇത്തരം കുറേ ഓർമകളാണ് അമ്മ. അച്ഛൻ ജീവിക്കുന്ന അരികിലുള്ള സാന്നിധ്യവും.

ആ സംഭവമായിരുന്നു വേർപിരിയലിന് കാരണം എന്നാണ് മന

സ്സിലാക്കിയത്. ഒരിക്കലും അച്ഛനോട് ചോദിച്ചിരുന്നില്ല. പക്ഷേ അതിനു ശേഷമാണ് അമ്മയുടെ അസാന്നിധ്യം വീട്ടിൽ അറിഞ്ഞത്. അച്ഛന് നല്ല ഓർമയായിരുന്നു, അതുകൊണ്ടാണല്ലോ അമ്മയോട് ക്ഷമിക്കാൻ കഴിയാതിരുന്നത്. ഓർമകൾ രാകിമൂർച്ചപ്പെടുത്താനും അച്ഛൻ സമയം കണ്ടെത്തുമായിരുന്നു, ഒറ്റയ്ക്കിരുന്ന് അയവിറക്കും ജീവിതത്തിലെ കറുത്ത അധ്യായങ്ങൾ. അതിന്റെ കാരണക്കാരെ വിശകലനം ചെയ്ത് കണ്ടെത്തി രജിസ്റ്ററിൽ രേഖപ്പെടുത്തുകയും പതിവായിരുന്നു. ആ രജിസ്റ്ററിലെ ഒട്ടുമിക്ക പേജുകളിലും അമ്മയുണ്ടായിരുന്നിരിക്കണം.

'അച്ഛാ, അമ്മയണോ അച്ഛന്റെ ജീവിതത്തിലെ ഏറ്റവും വലിയ ശത്രു?' ഒരിക്കൽ ചോദിച്ചിരുന്നു.

'അല്ല, മോളെ. എന്റെ ഓർമകൾ... അവയാണ് എന്നെ അന്ധനാക്കുന്നത്. എന്നാലും ഞാൻ ഓർമകളെ ഇഷ്ടപ്പെടുന്നു.'

'ഓർമകൾ ഇത്രയും തീക്ഷ്ണമല്ലെങ്കിൽ എനിക്ക് പലരോടും ക്ഷമിക്കാൻ കഴിയുമായിരുന്നു. ഒരുപക്ഷേ, അതാണ് എനിക്ക് ഒരു വ്യക്തിത്വം തരുന്നതും.'

'ഓർത്തുകൊണ്ട് ക്ഷമിക്കാനാവില്ലേ അച്ഛാ?'

'വേണം. അതാണ് യഥാർത്ഥ ക്ഷമിക്കലും പൊറുക്കലും. അത് വ്യവസ്ഥാരഹിതമാണ്, ഉടമ്പടിയേയില്ലാതെ. അതിനെനിക്കാവുന്നില്ല മോളെ, ഓർത്തുകൊണ്ട് പൊറുക്കാൻ കഴിഞ്ഞാൽ പിന്നെ അച്ഛനില്ല. മറവിയിലൂടെ ക്ഷമിക്കുക... അത് എത്ര അസഹ്യമായിരിക്കും? എന്തേ നിനക്ക് അമ്മയെ മിസ്സ് ചെയ്യുന്നുണ്ടോ?'

വ്യർത്ഥമായ വാക്കുകളോട് പുച്ഛമായതുകൊണ്ട് മറുപടി മൗനത്തിലൊതുക്കി. മൗനം ഒരിക്കലും വ്യർത്ഥമല്ലല്ലോ. അത് വാക്കുകൾക്ക് പകരം നിൽക്കുന്ന എത്രയോ സന്ദർഭങ്ങൾ നേർക്കുനേർ വന്നിട്ടുണ്ട്. നാം മറ്റുള്ളവരെ നമ്മുടെ പെരുമാറ്റത്തിലൂടെ വഞ്ചിക്കുകയാണെന്നറിയുമ്പോഴുള്ള ഒരുതരം ആത്മഹർഷമുണ്ടല്ലോ അതാണ് ഓരോരുത്തരും അനുഭവിക്കുന്നത്. വഞ്ചിക്കാനും ചതിക്കാനുമുള്ള ഓരോ മനുഷ്യന്റെയും അദമ്യമായ ആഗ്രഹമായിരിക്കാം താൻ സ്വയം വഞ്ചിക്കപ്പെടരുത് എന്ന നിർബന്ധബുദ്ധിയ്ക്ക് കാരണം.

ആശ്രയിക്കുന്നവരുടെ നിരാസം ജീവിതത്തിൽ ശൂന്യത സൃഷ്ടിക്കും, അതിന്റെ ആഘാതം തീവ്രവുമായിരിക്കും.. അപ്പോൾപ്പിന്നെ ഒന്നിൽക്കൂടുതൽ പേർ തിരസ്കരിച്ചാലോ? അമ്മയുടെ ജീവിതത്തിൽ അതായിരുന്നു സംഭവിച്ചത്. തിരസ്കാരത്തിന്റെ കാരണങ്ങൾ എന്തൊ

ക്കെയായാലും അതിന്റെ ഫലം ഒന്നു തന്നെ. തിരസ്കരിക്കപ്പെടുന്തോറും ആരാലെങ്കിലും സ്വീകരിക്കപ്പെടാനുള്ള അദമ്യമായ വെപ്രാളത്തിൽ ചെയ്യുന്നതൊക്കെ തിരസ്കാരത്തിനുള്ള കാരണങ്ങളായിത്തീരും. അമ്മയ്ക്ക് ഒരു പകലിരവിനെ മാത്രം നേരിട്ടാൽ പോരായിരുന്നു, ഇരുട്ടും വെളിച്ചവും ഇടകലർന്ന ജീവിതത്തിൽ ഉന്മാദവും തുടർന്നുള്ള വിഷാദവും അമ്മ ആസ്വദിച്ചിരുന്നു. സന്തോഷവും ശാന്തിയും വരുന്നതുപോലെത്തന്നെ ക്രോധത്തെയും അമ്മ ആഘോഷമാക്കി മാറ്റി. ഈ വൈരുദ്ധ്യം എല്ലാറ്റിനോടും അമ്മ കാണിച്ചു, വ്യക്തികളോടും വസ്തുക്കളോടും ഒക്കെ. നരച്ചവസ്ത്രങ്ങൾ ധരിക്കുന്ന അമ്മതന്നെ ഏറ്റവും നിറപ്പകിട്ടുകളെയും ഇഷ്ടപ്പെട്ടു. ഇഷ്ടപ്പെടുന്നവരെ എളുപ്പത്തിൽ വെറുക്കാനും വെറുക്കപ്പെട്ടവരെ എളുപ്പത്തിൽ സ്നേഹിക്കാനും അമ്മയ്ക്ക് കഴിഞ്ഞു. ഈ സ്ഥിരതയില്ലായ്മ അമ്മയ്ക്ക് സമ്മാനിച്ചത് അസ്ഥിരതകളുടെ നിലയ്ക്കാത്ത വൈവിധ്യങ്ങളായിരുന്നു. അമ്മ അങ്ങനെ അതിജീവിക്കാൻ ശ്രമിക്കുകയായിരുന്നെന്ന് തോന്നിയിട്ടുണ്ട്. ജീവിതത്തെ വെറുത്ത അതേ തീവ്രതയോടെ, ആർത്തിയോടെ അതിനെ അനുഭവിക്കാനും അമ്മ ശ്രമിച്ചു. ഇതൊക്കെ അമ്മയുടെ സ്വകാര്യം മാത്രമായിരുന്നു, അമ്മ ആ സ്വകാര്യതയിൽ ആനന്ദം കണ്ടെത്തി, വിജയം കണ്ടെത്താൻ ശ്രമിച്ചു. അച്ഛൻ അമ്മയെ അറിയാൻ ശ്രമിക്കാതിരുന്നതല്ല, അമ്മ അതിനനുവദിച്ചില്ലെന്നതാണ് ശരി. അച്ഛനെന്ന പകലിനെ പുൽകുമ്പോൾ മറ്റേതോ രാത്രിയെ അമ്മ പ്രണയിച്ചിരുന്നിരിക്കണം. അതുകൊണ്ടാണ് കണ്ണീരില്ലാതെ ബന്ധവിച്ഛേദനത്തിന് അമ്മയ്ക്ക് കഴിഞ്ഞത്. അതിൽ ആഹ്ലാദവും ആഘോഷവുമുണ്ടായിരുന്നുതാനും. അതേ തന്റേടത്തോടെ അമ്മ സ്ലീപിംഗ് പിൽസ് കഴിച്ച് ഉറങ്ങിയപ്പോഴും വിജയം ആഘോഷിച്ചിരുന്നിരിക്കണം. അച്ഛന്റെ ഓർമകളിലേയ്ക്ക് മറ്റൊരു ശക്തമായ എപിസോഡ് കൂട്ടിച്ചേർക്കപ്പെടുകയായിരുന്നു. അതിന്റെ ആഘാതം എത്ര കടുത്തതാണെന്നറിയുന്നത് ഇപ്പോഴാണ്. അച്ഛനെ വെറുക്കാതിരിക്കുന്നതും ഈ പ്രത്യേകതകൊണ്ടുതന്നെയാണ്. വിൽപ്പത്രപ്രകാരം മെഡിക്കൽ വിദ്യാർഥികൾക്ക് വിട്ടുകൊടുത്ത അമ്മയുടെ മൃതദേഹം മെഡിക്കൽകോളജിൽ ചെന്ന് കാണാൻ അച്ഛൻ ശ്രമിച്ചത് രണ്ടുദിവസം കഴിഞ്ഞാണ്.

അന്ന് അച്ഛനെത്തേടിവന്ന കൊറിയറിൽ അമ്മ അയച്ച ചില കടലാസുകഷണങ്ങളുണ്ടായിരുന്നു. വർഷങ്ങളായി അമ്മ കഴിച്ചിരുന്ന മെഡിസിനുകളുടെ പേരുവിവരങ്ങളും രോഗവിവരങ്ങളും അന്നാദ്യമായി അച്ഛൻ വായിച്ചറിഞ്ഞു. ബൈപോളാർ ഡിസോർഡറിൽ ജീവിതത്തെ

പ്രണയിച്ച് പരാജയപ്പെട്ട ഭാര്യയെ അച്ഛൻ അറിയുകയായിരുന്നു. അന്നാദ്യമായി തന്റെ ഭാര്യയെ ആ മെഡിക്കൽ റിപ്പോർട്ടിലൂടെ അച്ഛൻ പുനർവായിച്ചിരിക്കണം. കടലാസുകൾ മേശപ്പുറത്ത് നിരത്തി കുനിഞ്ഞിരിക്കുന്ന അച്ഛനെ വിളിച്ചപ്പോൾ വിളികേട്ടത് ഉരുണ്ടുവീണ രണ്ടിറ്റു കണ്ണീരാണ്. ആദ്യഭർത്താവ് മാത്രം അറിയണമെന്ന് അമ്മ തീരുമാനിച്ചത് മറ്റുള്ളവർ അറിഞ്ഞതുകൊണ്ടാകാൻ സാധ്യതയില്ല, അദ്ദേഹത്തിനു മാത്രമേ അതിനർഹതയുള്ളൂ എന്ന് അമ്മ തിരിച്ചറിഞ്ഞിരിക്കണം. അത് അച്ഛനു നൽകിയ ആദ്യ അംഗീകാരമായി അച്ഛനും തിരിച്ചറിഞ്ഞു.

'മോളേ, അമ്മയെ ഒന്നു കാണണ്ടേ?'

'അച്ഛാ, ഇനി അതിനനുവദിക്കുമോ? മെഡിക്കൽകോളജ് ശരീരം ഏറ്റെടുത്തുകഴിഞ്ഞാൽപ്പിന്നെ... അതും രണ്ടുദിവസം കഴിഞ്ഞിട്ട്?'

'നിനക്ക് അമ്മയെ കാണാൻ തോന്നിയില്ല? അച്ഛനെ ധിക്കരിക്കാതിരിക്കാൻ നിയന്ത്രിച്ചതല്ലേ?'

'അച്ഛാ, കാരണങ്ങളെന്തായാലും ഇനി എന്തു പ്രസക്തി.?'

'ശപിച്ചുകൊണ്ട് കൂടെ വന്നൂടേ?'

'ശപിക്കാനെന്തിരിക്കുന്നു? അച്ഛന്റെയൊപ്പം എന്നുമുണ്ട്.'

മെഡിക്കൽകോളജിൽ അനാട്ടമി വിഭാഗം തലവന്റെ മുന്നിൽ ആദ്യത്തെ ചോദ്യത്തിൽത്തന്നെ അച്ഛൻ ചൂളുന്നത് കണ്ടിരുന്നു.

'നിങ്ങളാര്?' അച്ഛൻ പലയാവർത്തി ആ ചോദ്യം ഉരുവിടുന്നത് എന്നെ മുറുക്കിപ്പിടിച്ച ഉള്ളം കയ്യിലെ ചൂടുള്ള സ്പന്ദനങ്ങളിലൂടെ അറിഞ്ഞു.

'ഇത് മകളാണ്. ഞാനാണ് അവളെ ആദ്യം ഭരിക്കാൻ ശ്രമിച്ചത്. അവൾ കുതറാൻ പഠിച്ചതും എന്നിൽ നിന്നായിരുന്നു.'

'അച്ഛനാണ്.'

'സോറി, മിസ്റ്റർ... അത് നിയമമോ എതിക്സോ അനുവദിക്കുന്നില്ല, ഇപ്പോൾ ആ ശരീരം വെറുമൊരു കഡേവർ മാത്രമാണ്. നിങ്ങൾക്ക് പരീക്ഷണത്തിനുള്ള അവസരങ്ങൾ കഴിഞ്ഞു, ഇനി മെഡിക്കൽ വിദ്യാർഥികൾക്കുള്ള അവസരമാണ്.' തലവന്റെ സംസാരം സ്പിരിറ്റിന്റെ മണമുള്ളതാണെന്നറിഞ്ഞ അതേനിമിഷം അച്ഛന്റെ നാവുയരുകയായിരുന്നു, ക്രോധത്തിന്റെയും സങ്കടത്തിന്റെയും പിൻബലത്തോടെ. കുഴഞ്ഞുവീഴുന്ന അച്ഛനെത്താങ്ങുന്നതിനിടയിൽ വാക്കുകൾ തൊണ്ടയിൽക്കുരുങ്ങി അവ്യക്തമായ തേങ്ങലാണുയർന്നത്. സ്ട്രോക്കിന്റെ ആഘാതത്തിൽ ദിവസങ്ങളോളം ആശുപത്രിയിൽക്കിടന്ന് ജീവി

തത്തിലേയ്ക്ക് തിരിച്ചുകയറി. അപ്പോഴും അറിഞ്ഞത് അച്ഛന്റെ ഇച്ഛാശക്തിയാണ്. അച്ഛൻ പലതിനേയും ഓർമകളുടെ സഹായത്തോടെ അടിച്ചമർത്താൻ കഠിനശ്രമം നടത്തുകയായിരുന്നെന്ന് അപ്പോളാണ് അറിഞ്ഞുതുടങ്ങിയത്. അതിൽ ജീവിതത്തിലെ മധുരിക്കുന്ന മുഹൂർത്തങ്ങളും ആവർത്തിക്കപ്പെടാൻ കൊതിയും പ്രലോഭനവുമുണ്ടാക്കുന്ന നിമിഷങ്ങളുമുണ്ടായിരുന്നെന്ന് അറിയാൻ കഴിഞ്ഞിരുന്നില്ല. അതിനുള്ള അറിവ് ഒരിക്കലും തനിക്കുണ്ടായിരുന്നില്ലല്ലോ. വെറുക്കപ്പെടുന്ന ഓർമകളിൽ അവ കുഴിച്ചുമൂടുകയോ മറച്ചുവെക്കുകയോ ചെയ്യുകയായിരുന്നു.

'ചന്ദ്രാ... എനിക്കിപ്പോൾ ശത്രുക്കളില്ലാതായി മോളേ?'

'അച്ഛനൊരിക്കലും ഉണ്ടായിരുന്നില്ലല്ലോ, അത് വെറും പ്രകടനമായിരുന്നില്ലേ?'

'അത് ഒരു കരുത്തായിരുന്നു. ഇനി ഞാൻ ആരോടാണ് പൊരുതേണ്ടത്? ചില ശത്രുക്കൾ നമ്മളെ പൊരുതാൻ പ്രേരിപ്പിച്ചുകോണ്ടേയിരിക്കും, ജീവിക്കാൻ പ്രചോദിപ്പിച്ചുകൊണ്ടേയിരിക്കും.'

'അപ്പോൾ അച്ഛൻ പൊരുതിയത് എന്നെ വളർത്താനോ അമ്മയെ തോൽപ്പിക്കാനോ?' ചിരിയോടെ ചോദിച്ചെങ്കിലും അച്ഛൻ പതറുന്നതറിഞ്ഞപ്പോൾ വേണ്ടിയിരുന്നില്ലെന്നു തോന്നി.

'രണ്ടും ഒന്നു തന്നെ മോളേ... ശത്രുവിന്റെ വീഴ്ച പോരാളിയെ അലസനാക്കുന്നു, അസ്തിത്വത്തിനു ഭീഷണിയാകുന്നു.'

'അച്ഛനെന്തിനാ ഈ ആയുധങ്ങളെക്കുറിച്ച് തന്നെ പറഞ്ഞുകൊണ്ടിരിക്കുന്നത്?'

'അതെ മോളെ, ഓർമകളായിരുന്നു എന്റെ ആയുധങ്ങളും കവചങ്ങളും. ഇനിയവ തുരുമ്പിക്കാൻ തുടങ്ങും.'

അത് പ്രവചനരൂപത്തിലായിരുന്നെങ്കിലും കേവലം ഭാവനാപ്രയോഗമായി മാത്രമേ കാണാൻ കഴിഞ്ഞിരുന്നുള്ളൂ. ഡിഗ്രി ഫൈനൽ ഇയറിൽ പ്രോഗ്രസ് കാർഡിൽ ഒപ്പിടാൻ കോളജിലെത്തിയ ദിവസമാണ് മാറ്റങ്ങൾ കാണപ്പെട്ടുതുടങ്ങിയത്.

പ്രിൻസിപ്പാളിനോട് ഉപചാരം പറഞ്ഞതിനുശേഷം സ്വയം പേരു പറഞ്ഞു പരിചയപ്പെടുത്തിയ അച്ഛൻ പരുങ്ങുന്നതു കണ്ട പ്രിൻസിപ്പാൾ അല്പം പരിഹാസസ്വരത്തിൽ ചോദിച്ചത്രേ.

'എന്താ മിസ്റ്റർ, പത്തും പന്ത്രണ്ടും മക്കളുള്ള രക്ഷിതാക്കൾ സ്കൂളിൽച്ചെന്ന് കുട്ടിയുടെ പേരു മാറിപ്പോയിപ്പരുങ്ങിയതിനെപ്പറ്റി കോമഡി കേട്ടിട്ടുണ്ട്. അത്രയൊക്കെയുണ്ടോ? അതോ കളത്രസംഖ്യ കൂടി

യതുകൊണ്ടാണോ?'

ഒരേയൊരു മകളുടെ പേര് ഓർമയിൽ മങ്ങിയപ്പോൾ, പർച്ചേസിനു ശേഷം ബില്ലടക്കാൻ നേരം പഴ്സ് കാണാതായ ആളുടെ വെപ്രാളമായിരുന്നു മനസ്സിൽ. പരതുകയായിരുന്നു, ഓരോ കീശയും മാറി മാറി. പിന്നെ എല്ലായിടത്തും. പരതി തിരിഞ്ഞുനടക്കുമ്പോൾ കണ്ടത് നിലയില്ലാക്കയമുള്ള ജലാശയങ്ങളാണ്. ഒരു മടിയും കൂടാതെ ശ്വാസം പിടിച്ച് മുങ്ങിപ്പരതി, ഒരു നിമിഷം ശ്വാസഗതിനിലച്ച് ജഡമായി ഉയർന്നുപൊങ്ങുകയാണെന്നു തോന്നിയ നിമിഷങ്ങൾ. നിലവിളിപോലും തൊണ്ടയിൽക്കുരുങ്ങിക്കിടന്നു.

'കിട്ടി... ചന്ദ്ര, ചന്ദ്രധാര.'

പ്രിൻസിപ്പാളിന്റെ റൂമിലെത്തിയപ്പോൾ അച്ഛൻ മേശമേൽ തല വെച്ച് കിടക്കുകയായിരുന്നു. പതുക്കെ വിളിച്ചപ്പോൾ തലയുയർത്തി. അത്രയും പരിക്ഷീണമായ മുഖം ആദ്യമായി കാണുകയായിരുന്നു. എയർ കണ്ടീഷൻഡ് റൂമിലിരുന്നിട്ടും വിയർപ്പ് പൊടിഞ്ഞുകാണുന്നുണ്ടായിരുന്നു.

'ചന്ദ്ര....മോളേ, ചന്ദ്രധാരാ...' പതിവില്ലാതെ അച്ഛൻ മുഴുവൻ പേരും ആവർത്തിച്ച് വിളിച്ചു.

'ചന്ദ്ര, അച്ഛനെന്തു പറ്റി? വല്ലാത്ത സ്റ്റ്രെയിനാണെന്നു തോന്നുന്നു. ഹി ഇസ് ടെറിബ്ള്ളീ അപ്സെറ്റ്.'

ഡോക്ടറും അതുതന്നെ പറഞ്ഞു.

'ഹി നീഡ്സ് റെസ്റ്റ്.' പക്ഷേ തുടർന്നു പറഞ്ഞത് കേൾക്കാനാഗ്രഹിക്കാത്തതായിരുന്നു.

'പിന്നെ, ശ്രദ്ധിക്കണം. സ്ട്രോക്ക് കൊണ്ട് അംനേഷ്യ ഉണ്ടാകാം. സോ, കീപ്പ് ഹിം മെന്റലി ആക്റ്റീവ്. ഒരു പക്ഷേ, അതിന്റെ ലക്ഷണമാകാം കോളജിൽ കാണിച്ചത്.'

പിന്നീട് ആവർത്തിച്ച് പറയൽ ഒരു ശീലമായി. ഓരോ സാധനത്തിന്റെ പേരും ആവർത്തിച്ചുറപ്പിക്കുന്നത് കണുമ്പോൾ ചോദിക്കാറുണ്ട്.

'അച്ഛനെന്തിനാ ഇത്രയും അപ്സെറ്റാകുന്നത്?'

'ഇല്ലെങ്കിൽ മറന്നുപോകും മോളേ, ഇപ്പോത്തന്നെ എത്രനേരം ആലോചിച്ചിട്ടാ ഈ ടൂത്ത്പേസ്റ്റിന്റെ പേര് ഓർമവന്നതെന്നോ. ഇനി ഇത് മറക്കാൻ പാടില്ല.'

ഒരിക്കലും ഉച്ചരിക്കാനിഷ്ടപ്പെടാത്ത അമ്മയുടെ പേര് ഒരിക്കൽ പിറുപിറുക്കുന്നത് കേട്ടപ്പോൾ അല്പം സന്തോഷമാണ് തോന്നിയ

ത്. അത്രയും നേരം അച്ഛൻ അമ്മയോടൊപ്പം ജീവിക്കട്ടെ. അത് പൂർണ ബോധ്യത്തിലുള്ള വിളിയായിരിക്കില്ലെന്ന് ഡോക്ടർ പറഞ്ഞപ്പോൾ നിരാശതോന്നി. നിസ്സഹായത കൂട്ടിനിരിക്കുമ്പോൾ മരവിപ്പ് തോന്നുന്നതറിയാറുണ്ടായിരുന്നു. ഇടയ്ക്കിടയ്ക്ക് വരുന്ന അച്ഛന്റെ സുഹൃത്തുക്കളുടെ സാന്നിധ്യം അച്ഛനെ ജീവിതത്തിന്റെ പച്ചപ്പിലേയ്ക്ക് അടുപ്പിച്ചേയ്ക്കും എന്നു തോന്നി. അവരുടെ സാന്നിധ്യം ചില ഉന്മേഷഭാവങ്ങൾ ഉണ്ടാക്കുന്നതായി സങ്കൽപ്പിക്കാൻ ശ്രമിച്ചു. പലപ്പോഴും നിഴലുകളായി ജീവിക്കുന്ന വീട്ടിൽ ശബ്ദമുയരുന്നത് അവരുടെതാണ്. ഓർമകൾ പലകാരണങ്ങളാൽ നഷ്ടമാകുമെന്നറിഞ്ഞത് അവരിൽനിന്നായിരുന്നു. ഓർമകൾ നഷ്ടപ്പെടുമ്പോൾ മനുഷ്യന്റെ അസ്തിത്വവും വ്യക്തിത്വവും നഷ്ടമാകുമെന്നറിഞ്ഞതും അന്നായിരുന്നു. അതിന് അൽസ്ഹൈമർ ബാധിക്കണമെന്നില്ലെന്നും അറിയുകയായിരുന്നു, തീർത്തും മങ്ങിമുറിഞ്ഞ ഓർമകണികകളിലൂടെ. അതുവരെ അറിഞ്ഞതൊക്കെ ഡോക്ടറുടെ വിവരണങ്ങളിലൂടെ. പിതൃസ്ഥാനീയർ സ്വയം മറന്നപ്പോൾ മറ്റുപലതും മറന്നു,ലോകത്തെ മറന്നു.

അൽസ്ഹൈമർ ബാധിച്ചവന്റെയടുത്ത് നിന്ന് എന്തും മോഷ്ടിക്കാം. സ്വന്തം മകളെ, ഭാര്യയെ എടുത്തുകൊണ്ടുപോകാം. അവർ തടയാൻ മുതിരില്ല, കണ്ടിരിക്കും. ആതിഥ്യമര്യാദയായിരുന്ന ചായഗ്ലാസുകൾ താഴെ വീണുതകർന്ന ശബ്ദം അവരെ ഓർമയിലേയ്ക്ക് ജീവിപ്പിച്ചില്ല, നിലവിളികളോ തേങ്ങലുകളോ അവരിൽ ഓർമകളുണർത്തിയില്ല. ഓർമകൾക്ക് മുഖംമൂടി വെയ്ക്കുകയായിരുന്നു. മറവികൾ മുടിയേറ്റം നടത്തുകയായിരുന്നു. ചോരകൊണ്ട് കുരുതിയാടിയവർ തളർന്നിരുന്നു. മുടിയഴിച്ച് തോറ്റം പാടി. ഒരുനിമിഷം ചാടിവീണ അച്ഛനെ അവർ തള്ളിമാറ്റി കസേരയിൽ പിടിച്ചിരുത്തുന്നതറിഞ്ഞു, പിന്നെ അച്ഛനും ഏതോ മരവിച്ചലോകത്തായിരുന്നു. തെയ്യംതിറയുടെ പടിപ്പുരയ്ക്കൽ കാവൽനിൽക്കുന്ന നാട്ടുമൂപ്പനെപ്പോലെ അച്ഛൻ നോക്കിയിരിക്കുകയായിരുന്നു. അവർ മറവിയിൽ ജീവിക്കുകയായിരുന്നു, ആഘോഷിക്കുകയായിരുന്നു, ഏതാനും മിനുട്ടുകൾ. അവർ മൂന്നുപേരും മാറിമാറി മറക്കുകയായിരുന്നു, സുഹൃത്തിന്റെ മകളെ. വീണ്ടും വീണ്ടും ഊഴമിട്ട് മനഃപൂർവ്വം മറന്നുകൊണ്ടേയിരുന്നു, ഓർമകൾ വീണ്ടെടുക്കുന്നതുവരെ. അപ്പോഴേയ്ക്കും ഓർമകൾ നഷ്ടപ്പെട്ടത് ഇരയ്ക്കായിരുന്നു. നേർത്ത പാടയ്ക്കപ്പുറത്ത് കാഴ്ചകൾക്ക് അവ്യക്തത തുടരുമ്പോൾ അവർ അച്ഛനെ ഇരുകൈകളിലും പിടിച്ച് ആനയിക്കുകയായിരുന്നു; മകളുടെ അസ്തിത്വരാഹിത്യത്തിലേയ്ക്ക്, പിതൃ

ത്വത്തിന്റെ അവസാനത്തിലേയ്ക്ക്. അനക്കാനാവാത്ത ശരീരത്തിൽ വീണപ്പോൾ അച്ഛന്റെ ദുർബലമായ പിറുപിറുക്കൽ കേട്ടിരുന്നു. അതിന് അമ്മയുടെ പേരിനോട് സാമ്യമുണ്ടായിരുന്നെന്ന് അർധബോധത്തിൽ മനസ്സ് കണ്ടുപിടിച്ചിരുന്നു. അടുത്ത ഊഴം കാഴ്ചക്കാരന്റേതായിരുന്നു. ചലനങ്ങളിലൂടെ ഏതോ ഭൂതകാല ഓർമകളുടെ വിദൂരസ്ഥലികളിലേയ്ക്ക് തീർഥയാത്രചെയ്ത് സോമരസത്തിന്റെ അനുഭൂതി നുകരാനുള്ള വെമ്പലായിരുന്നു അയാൾക്ക് ചലനങ്ങളത്രയും. ഓർമകൾ മറഞ്ഞ അയാൾ ബോധവും മറഞ്ഞ് തൂവലായടർന്ന് പൊഴിഞ്ഞുവീണു....മരണത്തിന്റെ റിഹേഴ്സലുകൾ കഴിഞ്ഞിരിക്കണം. അവൾ കണ്ണുകൾ തുറന്ന് ജീവിക്കാനുള്ള ശ്രമമാരംഭിച്ചു. വേദനകൾ ഔഷധങ്ങളാകാൻ അവൾ പ്രാർഥിച്ചു.

നിമിഷങ്ങളും, മിനുട്ടുകളും മണിക്കൂറുകളും പരസ്പരം അപരിചിതരെപ്പോലെ കഴിഞ്ഞപ്പോൾ കാലത്തിന്റെ ആ സമയദൈർഘ്യത്തെ അളക്കാനാവാതെ കഴിഞ്ഞു പോയി.

തീക്ഷ്ണമായ ദുർഗന്ധത്തിലേയ്ക്ക് ഉണർന്നപ്പോൾ നാസാരന്ധ്രങ്ങളെ അടച്ചുപിടിക്കാൻ പോലും കെൽപ്പില്ലെന്നറിഞ്ഞു. ദുർഗന്ധം ഉച്ഛ്വാസവായുവിലെ നസ്യചികിത്സയാകാൻ ഉള്ളുരുകി കേണുകൊണ്ട് തല ചെരിച്ചു നോക്കി. അട്ടഹാസവും അലർച്ചയും പിന്നെ പിറുപിറുക്കലും ദീനരോദനങ്ങളും അച്ഛന്റെ രൂപം പൂണ്ടു. ഉയരുന്ന ദുർഗന്ധത്തെക്കാൾ തീവ്രമായിരുന്നു മനസ്സിൽ നുരഞ്ഞുവന്ന വെറുപ്പും പകയും. ടോയ്‌ലറ്റിലേയ്ക്കുള്ള വഴിയറിയാതെ ആവശ്യമറിയിക്കാനാവാതെ അയാൾ വിളറിവെളുത്തു. പിന്നെ ആശ്വാസത്തോടെ ടീപ്പോയ്ക്ക് മുകളിൽക്കയറികുത്തിച്ചിരുന്നു. തകർന്ന കണ്ണാടിച്ചീളിന്റെ വിടവ് ക്ലോസറ്റായി. അയാളുടെ മുഖത്ത് ശാന്തി പരക്കുകയായിരുന്നു. അവൾ കടമകളിലേയ്ക്കുണർന്നു. വീഴാതെ എഴുന്നേറ്റ് നിവർന്നു നിൽക്കുകയായിരുന്നു ആദ്യത്തെ വെല്ലുവിളി. പിന്നീടുണ്ടായത് എല്ലാ വെല്ലുവിളികളെയും നേരിടാനുള്ള അസാധാരണമായ കരുത്തായിരുന്നു. അച്ഛനെ പിടിച്ചെഴുന്നേൽപ്പിച്ച് കുളിമുറിയിലേയ്ക്ക് നടത്തിച്ചു. മാംസക്കഠാരകൊണ്ട് കുത്തിക്കീറിയെടുത്തത് ഒരു ജീവനല്ല, ഒരു ജീവിതമായിരുന്നു. മൂർച്ചയായിരുന്നില്ല കാരണം, കാഠിന്യവുമായിരുന്നില്ല. ആ കീറിമുറിക്കലിന്റെ ശബ്ദവും ജുഗുപ്സയും പിന്നെ ചീഞ്ഞളിഞ്ഞ ജരാനരകളുടെ കുടൽമറിക്കുന്ന നാറ്റവും ഒക്കെ.

ചന്ദ്രധാര പരിക്ഷീണയായി കസേരയിൽ ചാരിയിരുന്നു. ഓർത്തുകൊണ്ടിരിക്കുമ്പോൾ ഓർമകളുടെ കനം കുറയാൻ സാധ്യതയുണ്ട്.

അച്ഛൻ ഓർമകളെ ആയുധവും പരിചയുമാക്കിയെങ്കിൽ അതിനെ ഔഷധമാക്കാനാണ് താൻ ശ്രമിച്ചുകൊണ്ടിരിക്കുന്നത്. ഇത്രയുമൊക്കെ അറിഞ്ഞിട്ടും ഗിരിനാഥ് തന്നെ ഒരല്പം പോലും വെറുക്കാത്തതാണത്ഭുതം. അനാഥത്വത്തെ പൂരിപ്പിക്കാൻ തന്റെ പരിക്കുകൾ വേണമെന്നു തോന്നലോ, അതോ മറ്റൊരാളെക്കണ്ടെത്താൻ കഴിയാത്ത നിരാശയോ? എന്താണ് അയാളെ തന്നിലേയ്ക്കടുപ്പിക്കുന്ന ഘടകം? അപശബ്ദത്തിന്റെ കാഠിന്യത്തിൽ ചന്ദ്രധാര വർത്തമാനസമയത്തിന് കീഴടങ്ങി. അച്ഛനാണ്. ഉണർന്നുകാണും. അകത്തേയ്ക്ക് കയറിയ ചന്ദ്രധാര മലമൂത്രവിസർജ്യത്തിൽ നനഞ്ഞ് ദുർഗന്ധം പരത്തുന്ന കിടപ്പുവിരികൾ മാറ്റാനാരംഭിച്ചു. രോഷത്തോടെ ഉച്ചത്തിലുയർത്തുന്ന അച്ഛന്റെ ശബ്ദം വിശപ്പിന്റെതാണെന്ന് ചന്ദ്ര ചിരപരിചയത്തിൽ മനസ്സിലാക്കിയിരുന്നു. ബെഡ്ഡിനരികിലുള്ള ടേബിളിന്മേലുണ്ടായിരുന്ന ഗ്ലാസെടുത്ത് എറിഞ്ഞപ്പോൾ മുതുക് വേദനിച്ചെങ്കിലും ചന്ദ്രധാര അച്ഛനെ നോക്കി ചെറുതായി മന്ദഹസിച്ചു.

'വൃത്തിയാക്കിയതിനുശേഷമേ ഭക്ഷണം നൽകാൻ പറ്റൂ..'

'അച്ഛാ, ദാ ഇപ്പോ തരാലോ........' മറ്റൊരുലോകത്ത് ജീവിക്കുന്ന അയാൾ ഇവിടുത്തെ ഭാഷമനസ്സിലാകാതെ അലറുമ്പോഴും ചന്ദ്ര ശാന്തയായി വൃത്തിയാക്കൽ തുടർന്നു. അടുത്ത നിമിഷം കുഞ്ഞിന്റേതുപോലുള്ള രോദനം കേട്ട് അവർ തേങ്ങി.

നാല്

...യശോധരയുടെ മടിയിൽതലവെച്ച് മുൾക്കിടക്കയിലെന്നപോലെ കിടന്നപ്പോൾ സർവാർത്ഥസിദ്ധൻ പുലമ്പി. 'സംസ്കാരത്തിൽ നിന്ന് മാനസികവും ശാരീരികവുമായ ഭാവങ്ങൾ ഉണ്ടാകുന്നു...'

.

ചാമേടത്തി എന്നെല്ലാവരും വിളിക്കുന്ന ശ്യാമളാദേവി ഇപ്പോൾ ചുമരുകളോട് മാത്രമാണ് സംസാരിക്കുക. ചുമരിന് മുഖം തിരിഞ്ഞിരുന്ന് മണിക്കൂറുകൾ പിറുപിറുക്കും. ചുമരുകൾക്കും ഒന്നും ഓർത്തുവെക്കാൻ കഴിയാറില്ലല്ലോ. ചുമരെഴുത്തുകൾ പോലും. അത് മറ്റുള്ളവർക്ക് വായിച്ചെടുക്കാനല്ലേ പറ്റൂ. ഓർമകൾ ഉണ്ടായിരുന്നെങ്കിൽ ചുമരുകളും എന്തെല്ലാം സംസാരിക്കുമായിരുന്നു. ചാമേടത്തിയോട് ചുമരുകൾ സംസാരിക്കാറുണ്ട്, ചിലപ്പോൾ മൗനമായി. അവ്യക്തമായി

പുറത്തുവരുന്ന ശബ്ദങ്ങൾ ശ്രദ്ധിച്ചാൽ അവർ ചുമരെഴുത്തുകൾ വായിക്കുകയാണെന്ന് തോന്നും. ഓർമകളെ ചുമരിൽ പ്രതിഫലിപ്പിച്ച് വായിച്ചെടുക്കാനുള്ള ശ്രമത്തിലുമാണ്. അതിനിടയിൽ കടന്നുപോകുന്നത് സന്തോഷവും സങ്കടവും വേവലാതിയും ഉന്മാദവും ഒക്കെയായിരിക്കും.

ടൂറിസം പദ്ധതിക്കായി നാലുകെട്ട് തുല്യം ചാർത്തിക്കൊടുത്ത് വിമാനം കയറുകയായിരുന്നു മകൻ യദുകൃഷ്ണ. തീനും കുടിയും വിസർജനവും വിശ്രമവുമെല്ലാം ആകാശത്തുതന്നെയാണ്. നിലത്തിറങ്ങുന്നത് അപൂർവം.

പോയകാലപൈതൃകം മറവികൂടാതെ സംരക്ഷിക്കുകയാണ് ഞങ്ങളുടെ ലക്ഷ്യമെന്ന് പറഞ്ഞപ്പോൾ യദു തലയാട്ടി സന്തോഷമറിയിച്ചു. നിറം മങ്ങാത്ത പെയിന്റുകൾ ചാർത്തി സായ്‌വിന് രാപ്പാർക്കാൻ നാലുകെട്ടിനെ സ്റ്റഫ് ചെയ്തുവെക്കുന്ന ടൂറിസം. മാനിന്റെയും കടുവയുടെയും സ്റ്റ്ഫ് ചെയ്ത രൂപങ്ങൾ ഉമ്മറത്ത് അലങ്കാരമായപ്പോൾ സ്റ്റഫ് ചെയ്യാനാവാത്ത അമ്മയുടെ രൂപം അൽസ്ഹൈമർ സെന്ററിന് പാട്ടത്തിന് കൊടുക്കുകയായിരുന്നു. നാലുകെട്ട് പൊടിതുടച്ച് സംരക്ഷിക്കാൻ തന്നെ ആയിരങ്ങൾ ചെലവാക്കണം. റിസോർട്ടാകുമ്പോൾ കാശ് ഇങ്ങോട്ട് കിട്ടും, പക്ഷേ, ഈ പുരാവസ്തുവിനെ സംരക്ഷിക്കാൻ കാശ് അങ്ങോട്ട് കൊടുക്കണം. നാലുകെട്ടിന്റെ എഗ്രിമെന്റിന്റെ അന്ന് യദുവിന്റെ പ്രസ്താവന കേട്ട ചിലർ ഉറക്കെ ചിരിച്ചതായാണ് കേൾവി. ചില ചിരികൾ മുഖസ്തുതിക്കു പകരമാകും. ചിലത് അമ്പുകൾക്കും പൂക്കൾക്കും ഔഷധങ്ങൾക്കും പകരമാകും, വാക്കുകൾ പോലെ; സ്രോതസ്സിന്റെ പ്രകൃതമനുസരിച്ച്.

'സ്റ്റഫ് ചെയ്ത് വെക്കട്ടേ? ഒരു പുതുമയായിരിക്കും.'

'നിയമം അനുവദിക്കുന്നില്ല.' യദുവിന് നിരാശ.

'പട്ടിയെയും പൂച്ചയെയും പാറ്റയെയും വരെ സ്റ്റഫ് ചെയ്യാമെങ്കിൽ എന്തുകൊണ്ടായിക്കൂടാ? സീ, ഈജിപ്ഷ്യൻസ്. അവര് മമ്മികളുണ്ടാക്കിവെച്ചു. ലെനിൻ സ്റ്റഫ് ചെയ്യപ്പെട്ട് കമ്മ്യൂണിസ്റ്റുകളുടെ കണ്ണിന് ഹരമായില്ലേ? ദശകങ്ങളോളം!'

'ഇത് കേരളമാണ്.'

എങ്കിലും ചാമേടത്തി ഒരു സ്റ്റഫ് പോലെ നാലുകെട്ടിന്റെ കോലായിലിരുന്നു. രജിസ്ട്രേഷൻ കഴിഞ്ഞതിനു ശേഷവും അതിനവർ അനുവാദം നൽകി. അതുവരെ കാണാത്ത കാഴ്ചകൾ കണ്ട് കേൾക്കാത്ത ശബ്ദങ്ങൾ കേട്ട് അവരിരുന്നു. വീട്ടുപകരണങ്ങൾ പുനർ

നിർമിക്കാൻ അവ കയറ്റിയ ലോറി പോയതിനു പിന്നാലെ അൽസ് ഹൈമർ കെയർ സെന്ററിന്റെ വണ്ടിയും നാലുകെട്ടിനെ പിന്നിലാക്കി പുറത്തേയ്ക്കോടി.

അമ്മയ്ക്കും മകനും മറവിയായിരുന്നു. യദു മറന്നുപോയിരുന്നു, അമ്മയെ. മറ്റുള്ള ഓർമ്മകളുടെ ആഘോഷവരവുകൾക്കിടയിൽ മങ്ങിപ്പോയതാണ്. അതിലയാൾ ആശ്വാസം കണ്ടെത്തുകയും ചെയ്തു. ചാമേടത്തി യദുവിന്റെ പേരും മറന്നിരുന്നു. മറ്റു നിരവധി വർണച്ചിത്രങ്ങൾക്കൊപ്പം പൂപ്പൽ പിടിച്ച് മങ്ങിപ്പോയ ക്യാൻവാസിലെവിടെയോ നേർത്തു കിടന്നിട്ടുണ്ടാകണം. അവരുടെ കണ്ണുകൾ സന്ദർശകരിൽത്തിരയുന്നത് അതായിരിക്കണം. പിന്നീട് ചുമരിൽപ്പരതുന്നതും ആ ചിത്രത്തിന്റെ വീണ്ടെടുക്കലിന്. കുറെ മറവികൾ ചേരുമ്പോഴാണ് ഒരോർമച്ചിന്തുണ്ടാകുക.

പഴമകളെ ഓർക്കുമ്പോൾ ചുണ്ട് കോടുന്ന യദുവിന് ജ്യോത്സ്യവും ജ്യോതിഷവും ശാസ്ത്രങ്ങളായിരുന്നു. അതുകൊണ്ടാണ് ഓഹരി മൂല്യം രണ്ടക്കത്തിലേയ്ക്ക് കൂപ്പുകുത്തിയപ്പോൾ സാമ്പത്തികവിദഗ്ധരെ ഹോട്ടൽ മുറികളിലെ ചർച്ചകളിൽ തളച്ചിട്ട് ജ്യോതിഷപണ്ഡിതനെ കാണാനിറങ്ങിയത്.

'പിതൃക്കൾ അസംതൃപ്തരാണ്.'

'ഞാനും.'

'പിന്നെങ്ങനെ മുന്നോട്ടുപോകും? പ്രീതിപ്പെടുത്തണം.'

'പറഞ്ഞോളൂ, പക്ഷേ, ഓഹരിമൂല്യം രണ്ടക്കം കടക്കണം.'

'ഇപ്പോഴത്തെ കുട്ട്യോൾക്ക് വിശ്വാസം കാണില്ല. ബലികർമങ്ങളും അനുബന്ധചടങ്ങുകളും ചെയ്യണം.'

'ചെയ്തതാണല്ലോ.... ഡബ്ല്യൂ.ഡബ്ല്യൂ.ഡബ്ല്യൂ......ഓൺലൈനായി ബുക്ക്ചെയ്ത് പണമടച്ചതാണ്. അവര് വഞ്ചിക്കില്ല. കഴിഞ്ഞ ഇരുപത് വർഷമായി ഓൺലൈൻ ബലികർമം ചെയ്യുന്നവരാണ്. റേറ്റിംഗിൽ അഞ്ചു നക്ഷത്രങ്ങളാണ് അവർക്കുള്ളത്. അതും സെർച്ച് ചെയ്താണ് തീരുമാനിക്കുന്നത്.

ജ്യോത്സ്യൻ ലാപ്ടോപ്പിൽ മാറിമാറിവരുന്ന ലഗ്നങ്ങളെ നോക്കി ആജ്ഞാപിച്ചു.

'പോരാ....പോരായ്മകളുണ്ട്. കാശിയിലെ മണികർണികതന്നെയായിക്കോട്ടെ. അഡ്രസ്സ് തരാം. '

കാശിവിശ്വനാഥന്റെ തലയ്ക്കുമീതെ പറന്നിറങ്ങി. മണികർണികാഘട്ടിൽ കത്തിയെരിയുന്ന ചിതകളിൽ ലോകതത്വം നിറയുന്നത് ക

ണ്ട് അന്തിച്ചിരുന്നു. പാതിവെന്ത ശവശരീരങ്ങൾ ഗംഗയിൽ വലിച്ചെറിയുന്നത് കണ്ട് വേവലാതിപ്പെട്ടു. പരിഷ്കാരഹീനരെന്ന് ട്വീറ്റ് ചെയ്ത് സമാധാനിച്ചു. പാണ്ഡകളുടെ അകമ്പടിയോടെ ഘാട്ടിലിരുന്ന് പിതൃക്കളെയൂട്ടി സായൂജ്യമടയുമ്പോൾ ഒരുപിടി അമ്മയ്ക്കായുമുരുട്ടി വെച്ചു. അന്നം നേർത്തപാടയായി പടർന്നു. മസ്തിഷ്കകോശങ്ങൾ സ്വൈര്യവിഹാരം നടത്തി. ഒടുക്കം ശ്യാമളാദേവിയുടെ മേൽവിലാസത്തെ ഇൻബോക്സിൽ നിന്ന് സ്പാം മെസേജായി പരിവർത്തനം ചെയ്ത് മൂടൽമഞ്ഞായി നേർത്തലിയിച്ചു. പാതിവെന്ത മാംസക്കഷണങ്ങൾ മുങ്ങിപ്പൊങ്ങുന്ന സ്നാനഘട്ടിൽ യദുവും മുങ്ങിനിവർന്നു. പാതിവെന്ത ശരീരമായി അല്പം ബാക്കിയുള്ളത് നാളേയ്ക്ക് മാറ്റിവെച്ചു. റീത്തുകളാൽ അലംകൃതമായി മൊബൈൽ മോർച്ചറിയിൽ ശീതളിമയിൽ മുങ്ങി ഇലക്ട്രിക് ക്രിമറ്റോറിയത്തിന്റെ തീക്ഷ്ണതയിലമരാൻ.

അന്നദാനം ചെക്കായി പാണ്ഡയെ ഏൽപ്പിച്ചപ്പോൾ അയാൾ സംതൃപ്തിയടഞ്ഞു. ഊട്ടിന്റെ വിഡിയോ യൂ റ്റ്യൂബ് വഴി ഫേസ്ബുക്കിൽ അപ്ലോഡ് ചെയ്തറിയിക്കാം. ഒറ്റക്ലിക്ക് മാത്രം മതി. ലൈക്ക്, അൺലൈക്ക്. മറ്റൊരു ചെക്കെഴുതി പാണ്ഡയെ ഏൽപ്പിക്കുമ്പോൾ പറഞ്ഞു

'അതും എനിക്കു വേണ്ടി നിങ്ങൾ ചെയ്യണം.'

ഓർമകളിൽ നിന്ന് മുക്തി നേടിയ യദു പ്രയാണം തുടരുകയാണ്. ഓർമകളിൽ നിന്ന് മോചനം ആഗ്രഹിക്കാത്ത അമ്മ ഓർമകളെ താലോലിക്കാൻ പാടുപെട്ടുകൊണ്ട് പ്രയാണം തുടരുന്നു.

'ചാമേടത്തീ, ആരാ വന്നേന്ന് നോക്കൂ...'

അൽഫോൺസ അടുത്ത് വന്ന് പറഞ്ഞു. അവർ നിർവികാരയായി ചുമരിനെ നോക്കിയിരുന്നു.

'ഇതാ അമ്മ പറയുന്ന മോൻ.'

തിരിഞ്ഞു ഗിരിനാഥിന്റെ മുഖത്തേയ്ക്ക് നോക്കിയപ്പോൾ മുഖം അല്പമൊന്നു വിടർന്നു. യദു ഏർപ്പാടുചെയ്ത അകന്ന ബന്ധുക്കളെപ്പോലും അസ്വസ്ഥതയോടെയായിരുന്നു അവർ നേരിട്ടത്. അതുകൊണ്ട് അവരുടെ വരവും കുറഞ്ഞു. പിന്നെ ഫോൺസന്ദേശമായി സാന്നിധ്യമറിയിച്ചിരുന്നത് കുറഞ്ഞുവരികയായിരുന്നു.

ഗിരിയെ ആദ്യമായി കണ്ടതുമുതൽ മരിച്ച കണ്ണുകളിൽ പ്രകാശം വിടരുന്നുണ്ടായിരുന്നു. മുഖത്തും ദേഹത്തും ഒന്ന് തൊട്ടു. പിന്നെ ചുമരിലേയ്ക്കെന്നപോലെ നോക്കിയിരുന്നു.ഗിരി അടുത്ത് ചെന്നിരുന്നു. ചാമേടത്തി മസ്തിഷ്കത്തിലെ അജ്ഞാതമേഖലകളിൽ രണ്ടു

വാക്കുകൾ തിരഞ്ഞു. അവർ നിർവൃതിയടഞ്ഞിരുന്ന 'യദു', മോൻ' എന്നീ വാക്കുകൾ ഒളിവിലിരുന്ന് ശബ്ദമുണ്ടാക്കി. പ്രതിധ്വനിച്ച ശബ്ദങ്ങൾ വികൃതസ്വരങ്ങളായി ശ്യാമളാദേവിയിൽനിന്ന് പുറത്തേയ്ക്ക് വന്നു. താളമില്ലാതെ, വികാരമില്ലാതെ ചത്തുമലച്ച ശബ്ദങ്ങൾ.എങ്കിലും അവരുടെ ശബ്ദം പ്രകമ്പനം കൊള്ളുന്നുണ്ടായിരുന്നു. കണ്ണുകളിൽ വികാരം നാമ്പിടാൻ വിഫലശ്രമം നടത്തുന്നുണ്ടായിരുന്നു. വൈകാരികപ്രകമ്പനങ്ങളെ നിഷ്കരുണം മെരുക്കിയെടുത്ത മസ്തിഷ്ക കലകളിലെ തകർന്നടിഞ്ഞ കോശങ്ങൾ വിജയഭേരി മുഴക്കുകയായിരുന്നു അപ്പോഴും. ഗിരിയുടെ സാന്നിധ്യത്തിൽ അവർ ധ്യാനത്തിലമരുകയായിരുന്നു. ഗിരി കൈക്കുഞ്ഞായി അവരുടെ തോളിലമർന്നുകിടന്നു.

അവന്റെ പഠനരാവുകൾക്ക് കാവലായി കൂടെയിരുന്ന് പൊള്ളുന്ന നെറ്റിയെ തണുപ്പിക്കാൻ അമ്മിഞ്ഞപ്പാൽ ശീലയിൽ മുക്കിയിട്ടുകൊടുത്തു. ഉറക്കം തൂങ്ങിവീഴുന്ന ശിരസ്സിനെ കൈക്കുമ്പിളിൽ താങ്ങി മടിത്തട്ടിലുറക്കി ഉന്മേഷപ്പെടുത്തി. ഉരുട്ടിനൽകിയ ചോറുരുളയിലെ ഓരോ അന്നത്തിലും മകന്റെ പേര് എഴുതിച്ചേർത്തിരുന്നു. നിറുകയിൽ നൽകിയ വാത്സല്യചുംബനങ്ങൾ പ്രണയചുംബനങ്ങളായി അകലത്തിലെ സുന്ദരിക്ക് കൈമാറിയതും ശ്യാമളാദേവിയറിഞ്ഞു. കൈകൾക്ക് നീളം പോരെന്ന് തോന്നാൻ തുടങ്ങിയ നിമിഷങ്ങൾ അവർക്ക് ആകുലതകളാണ് സമ്മാനിച്ചിരുന്നത്. കണ്ണുകൾക്ക് കാഴ്ചപോരെന്ന് തോന്നാൻ മാത്രം കാണാമറയത്തേയ്ക്ക് അവൻ പോകുന്നത് അറിയുന്നുണ്ടായിരുന്നു. കാതുകൾ കുറയുന്നെന്നു തോന്നുന്ന തരത്തിൽ അവന്റെ ശബ്ദം പതിഞ്ഞ് രഹസ്യ ഭാഷണങ്ങളായപ്പോഴും ഉൽക്കണ്ഠ തിന്ന് വിശപ്പടക്കുകയായിരുന്നു. അവനെ തലോടുന്ന കൈകൾ അജ്ഞാതമായ മൃദുലകരത്തിൽ ഉടക്കിയപ്പോൾ പിൻവലിക്കേണ്ടിവന്നു. അധികാരക്കൈമാറ്റത്തിന്റെ നാഴികകളെ അടുത്തറിയുന്ന മുഹൂർത്തങ്ങളെ നിർവികാരതയോടെ നേരിടുകയായിരുന്നു. അവനോടൊപ്പം നടക്കാനുള്ള വേഗത കാലുകൾക്ക് നഷ്ടപ്പെടുന്നതറിഞ്ഞപ്പോൾ തളർന്നുപോയിരുന്നു, നാലുകെട്ടിന്റെ ഉമ്മറത്ത് വഴിയിലേയ്ക്ക് കണ്ണും നട്ടിരുന്നപ്പോൾ വെയിൽ നരച്ച കാഴ്ചകളെ സമ്മാനിക്കുകയായിരുന്നു. പിന്നീട് നര കാഴ്ചകളിലെങ്ങും നിറഞ്ഞ് മങ്ങിവരുന്നതുമറിയുന്നുണ്ടായിരുന്നു. കാഴ്ചകൾ ശബ്ദങ്ങൾ മാത്രമായി. ശൂന്യതയിൽ ശബ്ദങ്ങളടഞ്ഞു. ഗിരിനാഥിന്റെ ചുമലിൽ ചാഞ്ഞ് മയക്കം തുടങ്ങിയ ശ്യാമളാദേവിയെ അൽഫോൺസയുടെ സഹായത്തോടെഅ

കത്ത് കിടക്കയിലേയ്ക്ക് മാറ്റി. യദു അവിടെയിരുന്നപ്പോൾ അൽഫോൺസ പുറത്തേയ്ക്ക് നടന്നു.

'അമ്മദൈവങ്ങളുടെ നാടാണ് ഭാരതം. പിന്നെ നിനക്കെന്തിനാണ് അസ്വസ്ഥത?' അപൂർണാനന്ദ സ്വാമികൾ ഗിരിയോട് ചോദിച്ചു.

'അതും ആശയക്കുഴപ്പമുണ്ടാക്കുന്നു.'

'രൂപത്തിലല്ല, ഭാവത്തിലാണ് കാര്യം. നിനക്കതാണ് പ്രസക്തം. ചിലർക്ക് അത് രൂപത്തിലായിരിക്കും.'

ഗിരി ആൾക്കൂട്ടങ്ങളിലും തിരയുകയായിരുന്നു, പ്രതിഷ്ഠയ്ക്ക് ചേർന്നൊരു ഭാവം. ശ്യാമളാദേവിയിൽ ആ ഭാവം കണ്ട് ഗിരി അതിശയിച്ചു. ആ അതിശയത്തിന് അസാധാരണമായ പ്രതികരണമുണ്ടായിരുന്നു. പിന്നീട് പ്രതിഷ്ഠാകർമങ്ങൾ ആരംഭിക്കുകയായിരുന്നു. തുടർന്ന് പൂജയിലൂടെ ആചാരങ്ങളിലൂടെ പ്രാർത്ഥനയിലൂടെ ആവാഹനവും കുടിയിരുത്തലും. ശൂന്യമായ മുറി പ്രതിഷ്ഠയുള്ള കോവിലായി ഗിരിനാഥിന് തോന്നിത്തുടങ്ങി. പ്രതിഷ്ഠ ഭക്തനെയും കാത്തിരിക്കുന്നതവനറിഞ്ഞു. വൈകുന്നേരങ്ങൾ സ്ഥിരം സന്ദർശനമായി. തന്നെയാണ് പ്രതിഷ്ഠ കാത്തിരിക്കുന്നതെന്നവൻ സങ്കൽപ്പിച്ചു. അവൻ മറവിയിലേയ്ക്ക് താഴുമ്പോൾ അവരെ ഓർമകളിലേയ്ക്ക് ഉണർത്താനാണ് അവൻ ശ്രമിച്ചത്. നീരുകെട്ടി വീർത്ത മുഖത്തേയ്ക്ക് നോക്കിയിരിക്കെ ഉയർന്ന വിങ്ങലുകൾ അവനെ അസ്വസ്ഥനാക്കി. നീരുവന്ന കാലുകൾ അവൻ പതുക്കെ ഉഴിഞ്ഞു.

'ഗിരി സാർ, ഇൻജക്ഷൻ കൊടുക്കാനുണ്ട്.'

അൽഫോൺസ നഴ്സ് ശ്രുതിയോടൊപ്പമെത്തി പറഞ്ഞു. അവൻ എഴുന്നേറ്റ് മാറിനിന്നപ്പോൾ ശ്രുതി ജീവരക്തമൊഴുകുന്ന രക്തക്കുഴലുകൾക്കായി ആ വീർത്ത കൈകൾ പരിശോധിച്ചു. ജീവരക്തത്തിൽ നിന്നും കവിഞ്ഞൊഴുകിയ നീരൊഴുക്ക് കൈകളെയാകെ ശ്വാസം മുട്ടിക്കുന്നുണ്ടായിരുന്നു. അടയുകയാണ് ജീവരക്തക്കുഴൽ. ഏറെ നേരത്തെ പരിശ്രമത്തിനുശേഷം ഉണർത്തിയെടുത്ത രക്തവാഹിനിയിലേയ്ക്ക് ദ്രവൗഷധത്തെ ശ്രമപ്പെട്ട് തള്ളിയിറക്കി നഴ്സ് ശ്രുതി പുറത്തേയ്ക്കിറങ്ങി.

'അൽഫോൺസ, അമ്മയ്ക്ക് നല്ല ചികിത്സ നൽകാൻ ശ്രമിച്ചൂടേ? ഞാൻ സഹായിക്കാം.'

'ഗിരി, അൽസ്ഹൈമർ രോഗികളുടെ സ്ഥിതി അറിയാഞ്ഞിട്ടാണ്. ജീവച്ഛവമായി ഇങ്ങനെ കിടത്താനാണോ ചികിത്സ?'

'എങ്കിലും എത്തിക്സ്...'

അവർ ചിരിച്ചു. 'വൃക്കരോഗമാണ്. ഡയാലിസിസ് ആണ് ചെയ്യേണ്ടത്. പക്ഷേ എന്തിന്, ഏതു പ്രതീക്ഷയിൽ?'

'പിന്നെ മരണത്തിനെറിഞ്ഞുകൊടുക്കുക?'

'എറിഞ്ഞുകൊടുക്കുകയാണോയെന്നറിയില്ല.'

'ഞാൻ എഴുതിത്തരാം. എനിക്കുവേണമമ്മയെ.'

'ഗിരിക്ക് അറിയാഞ്ഞിട്ടല്ല ഇങ്ങനെ പറയുന്നത്. നിയമപരമായി എന്തധികാരമാണുള്ളത്? അധികാരപ്പെട്ടവരുമായി ഈ സ്ഥാപനത്തിന് ഒരു കരാർ നിലവിലുണ്ട്. അതനുസരിച്ചേ കാര്യങ്ങൾ ചെയ്യാൻ പറ്റൂ.'

'ചികിത്സിക്കപ്പെടാനുള്ള ഒരു വ്യക്തിയുടെ അവകാശം.'

'ഉണ്ടാവേണ്ടതാണ്.പക്ഷേ എങ്ങനെ? രോഗിക്ക് വേണ്ടി ആര് സംസാരിക്കും? കരാർ കടലാസുകളോ?'

'കടലാസുകളും അച്ചടിരേഖകളും സംസാരിക്കുന്നതിനാണ് മൂല്യവും വിലയും. അതുമാത്രം സംസാരിക്കാൻ തുടങ്ങിയിട്ട് വർഷങ്ങളായിരിക്കുന്നു. രേഖകൾ സംസാരിക്കുന്ന വിചിത്ര ലോകം. അക്ഷരങ്ങൾക്ക് കൂച്ചുവിലങ്ങിട്ട് ചിലർ കയ്യിൽപ്പിടിച്ച് നടക്കുന്നു. അവർ തീരുമാനിക്കും രേഖകളുടെ സംസാരസമയവും ഭാഷയും പ്രയോഗവും.' ഗിരിനാഥ് മൗനത്തിലുറഞ്ഞു. അൽഫോൺസ അൽസ്ഹൈമർ കെയർ സെന്ററിന്റെ രോഗചിത്രത്തിലെ ഒരക്ഷരമായി ഉഴറിനടന്നു. കൈകാലുകളിലും വായിലും ചങ്ങലപ്പൂട്ടുമായി അവൾ അക്ഷരങ്ങൾക്കനുസരിച്ച് ചലിച്ചു. സംസാരിച്ചു, ഉണ്ടു, കുടിച്ചു, ഉറങ്ങി.

*** *** ***

'ഗിരീ, അമ്മ പോയി.'

ചന്ദ്രയുടെ ഫോൺ വന്നപ്പോൾ ഗിരി പത്രാധിപർ ഏൽപ്പിച്ച ദൗത്യത്തിന്റെ ഭാഗമായി കിലോമീറ്ററുകളകലെയായിരുന്നു. ടാക്സി പിടിച്ച് തിരിക്കുമ്പോൾ ഗിരി ഒന്ന് തേങ്ങാൻ ശ്രമിച്ചു. വറ്റിവരണ്ട നദി പോലെ അവൻ ഉണങ്ങിവരണ്ട് പരാജിതനായി. പൊതുശ്മശാനത്തിലെ ഇലക്ട്രിക് ക്രിമറ്റോറിയത്തിനുമുന്നിൽ കെയർ സെന്ററിന്റെ കുശിനിക്കാരൻ വറീതും കാവൽക്കാരിലൊരാളായ സോമനും. അല്പം മാറി ചന്ദ്ര നിൽക്കുന്നു.

'സോറി ഗിരീ, നിനക്ക് വേണ്ടി കാക്കാൻ അവർക്ക് സമയമില്ലായിരുന്നു. നിനക്ക് പകരം ഞാൻ കണ്ടല്ലോ.'

പകരം കാണുക, പകരം കേൾക്കുക, പകരം ജീവിക്കുക, പകരം

ആസ്വദിക്കുക. ഒരുനിമിഷം ഗിരിക്ക് ഒരു തമാശയായാണ് അനുഭവപ്പെട്ടത്. എല്ലാവരും പകരക്കാർ തന്നെ. മറ്റാരുടെയോ പകരക്കാർ. ഇങ്ങനെ വരുമ്പോൾ പകരക്കാരല്ലാത്തവരായാരുണ്ട്.

'ഞാനും ഒരു പകരക്കാരൻ തന്നെ.' ഗിരി അത്രയും പറഞ്ഞു.

'സർ, ഞങ്ങൾ മടങ്ങുന്നു. ബില്ലടച്ച് റസീറ്റ് കൈപ്പറ്റിയാൽ ഞങ്ങളുടെ ഡ്യൂട്ടി കഴിഞ്ഞു. ചാമേടത്തിയായതു കൊണ്ട് കയറ്റിവെക്കുന്നതുവരെ നിന്നു.' അവർ ഇറങ്ങി വണ്ടിയിൽകയറി മറഞ്ഞപ്പോൾ കരിഞ്ഞ മണം മന്ത്രം പോലെ പിറുപിറുത്തുകൊണ്ടിരുന്നു.

'നിങ്ങൾ.....' ക്രിമറ്റോറിയം ജീവനക്കാരൻ പതിവില്ലാത്ത രീതി കണ്ട് ചിരിച്ചു.

'എന്റെ അമ്മയാണ്.' അവിശ്വസനീയതയോടെ അയാൾ നോക്കി, പറഞ്ഞത് സാധൂകരിക്കാനെന്നപോലെ.

'അൽസ്ഹൈമർ സെന്ററിൽ നിന്നു വരുന്നവർ റസീറ്റ് കിട്ടിയാൽ സ്ഥലം വിടും.'

'ഒരു പിടി ചാരം തരണം.'

'അത് ബാധ്യതയാവില്ലെ?'

'ചിലർക്ക് എല്ലാം ബാധ്യതയാണ്. ഒരുപിടി ചാരം പോലും.'

ക്രിമറ്റോറിയം വലിച്ചുതുറന്ന് ഒരുപിടി ചാരം വാരി അയാൾ ശീലക്കിഴിയിലിട്ടു. അതും വാങ്ങിയിറങ്ങുമ്പോൾ ചന്ദ്രയും പിറകെയിറങ്ങി.

ഭാരതപ്പുഴയിൽ ചിതാഭസ്മക്കെട്ട് തുറന്നു വിടുമ്പോൾ ഗിരി ശാന്തനായിരുന്നു. ആഴമില്ലാത്ത നദിയിൽ മുങ്ങി നിവരുമ്പോൾ നാവാമുകുന്ദന്റെ കടവിലെ കൽപ്പടവിലിരുന്ന് ചന്ദ്ര സൂക്ഷിച്ച് നോക്കുകയായിരുന്നു. പടവിനരികിലായി കാത്തിരിക്കുന്ന പരികർമിക്കടുത്ത് ചെന്ന് ബലിച്ചോറുരുള നാക്കിലയിൽ സമർപ്പിച്ചു. നാക്കിലയോടെ വീണ്ടും മുങ്ങിനിവർന്നപ്പോൾ മനസ്സ് വിങ്ങി, അകാരണമായി ഭാരം തോന്നി അവിടത്തന്നെ നിന്നു.

'ഗിരീ. എന്തു പറ്റി? വാ, കയറി വാ...'

അക്ഷമനായി നിൽക്കുന്ന പരികർമിക്കുനേരെ ചന്ദ്ര കണ്ണുകളയച്ചു. ബാഗുതുറന്ന് ചന്ദ്ര വെച്ചുനീട്ടിയ നോട്ടുകൾ വാങ്ങി പരികർമിയെ ഏൽപ്പിച്ച് ഈറനോടെ കൽപ്പടവിൽ തന്നെയിരുന്നു. ഭാരതപ്പുഴയുടെ ഒഴുക്കും അരയാലിന്നിലയും അക്ഷരശ്ലോകമത്സരം നടത്തുന്നതിനിടെ ചന്ദ്ര ചോദിച്ചു.

'ഗിരീ, നിനക്കറിയോ, എങ്ങനെയാ ചാമമ്മ മരിച്ചതെന്ന്?'

ഗിരി ചോദ്യഭാവത്തിൽ നോക്കിയപ്പോൾ ചന്ദ്ര സമ്മതിച്ചു.

'കിഡ്നി രോഗം തന്നെ. പക്ഷേ, അവരുടെ ഒരു കിഡ്നി എടുത്ത് മാറ്റിയിരുന്നു.'

'ആര്? എവിടുന്ന്?' ഉദ്വേഗം ശബ്ദമായി പരിണമിച്ചു.

'ഇവിടെ സെന്ററിൽ വെച്ച് ആരുമറിയാതെ കിഡ്നി ഓപ്പറേറ്റ് ചെയ്തെടുത്ത് വിറ്റതാണ്.'

'ആരുപറഞ്ഞു?'

'അൽഫോൺസ.'

തലകുനിച്ചിരുന്ന ഗിരി പിന്നേയും കേട്ടു.

'അൽഫോൺസ രഹസ്യമായി പറഞ്ഞതാണ്. ഇവിടുത്തെ ബിസിനസ്സിന്റെ മറ്റൊരു രീതി.'

വിഗ്രഹമില്ലാത്ത ശ്രീകോവിൽ അനാഥമായിക്കിടന്നു. ഒരാൾക്ക് എത്ര തവണ അനാഥനാകാം? സനാഥനാകുന്നത്രയും തവണ. പൂജാരി മുട്ടിൽ മുഖം പൂഴ്ത്തിയിരുന്നു. ഭരണകൂടം അലസതയ്ക്ക് ഇടവേള നൽകിയുണർന്നു. പോലീസും പോലീസ് നായും മണം പിടിച്ച് നടന്നു. വിഗ്രഹം ഉരുക്കിയൊഴുക്കി മറ്റെന്തൊക്കെയോ ആക്കി മാറ്റിയിരിക്കുന്നു. വീണ്ടും അലസതയ്ക്ക് കാവലിരിക്കാൻ അവർ ഒരുങ്ങി.

അഞ്ച്

...പിന്നീടൊരിക്കൽ കൗതുകപൂർവം നോക്കുന്ന പ്രിയതമയെ അവഗണിച്ച് സർവാർത്ഥസിദ്ധൻ തുടർന്നു. 'ശാരീരികവും മാനസികവുമായ ഭാവങ്ങളിൽ നിന്ന് പഞ്ചേന്ദ്രിയങ്ങളും മനസ്സുമുണ്ടാകുന്നു...'

അപ്പോയ്ൻമെന്റ് ലെറ്ററുമായി ചന്ദ്ര കാത്തിരിക്കുകയായിരുന്നു.

'ഗിരീ, ഫോറൻസിക് അനലിസ്റ്റ്. ഇനി എന്റെ മേഖല അതാണെന്നു തോന്നുന്നു. ഇതും വേണ്ടെന്നു വെച്ചാലോ?'

'ചന്ദ്ര, അച്ഛന്റെ പെൻഷനും സമ്പാദ്യവും. എന്നും അത് മതിയോ? വിഢ്ഢിത്തം ആവർത്തിക്കരുത്.'

'അച്ഛൻ....'

'ഇത്രയും സ്നേഹിക്കുന്ന അച്ഛന്റെ പേരിൽ ഇങ്ങനെ നഷ്ടങ്ങൾ വരുത്തുന്നത് ശരിയല്ല, അച്ഛൻ ഇഷ്ടപ്പെടില്ല. അച്ഛനെ അൽസ്ഹൈമർ സെന്ററിലേയ്ക്ക് മാറ്റിക്കൂടെ?'

'നീ മുൻപേ ആഗ്രഹിച്ചത് ഈ സന്ദർഭത്തിൽ പ്രയോഗിക്കുന്നു.'

അല്പനേരം അവർ മൗനത്തിലിരുന്നു.

'എനിക്ക് ടോയിലെറ്റ് ട്രെയിനിംഗ് തന്ന അച്ഛൻ ഇപ്പോൾ ടോയിലെറ്റ് ട്രെയിനിംഗ് എല്ലാം മറന്നു പോയിരിക്കുന്നു. എവിടെയും എപ്പോഴും വിസർജനം ആകാം എന്ന നിലയിലേയ്ക്ക് എത്തിയപ്പോൾ ഞാൻ രഹസ്യമായി വേദനിച്ചു. ഞാനിപ്പോൾ നിന്റെ മകനാണെന്ന് ഏതോ ഒരു ബോധനിമിഷത്തിൽ അച്ഛൻ പറഞ്ഞപ്പോൾ ഞാൻ ശരിക്കും ഉടഞ്ഞുപോയി ഗിരീ. അതൊരപേക്ഷയാണെന്നെനിക്കറിയാമായിരുന്നു, ഞാനിന്ന് നിന്റെ കൈക്കുഞ്ഞാണ്. നിന്നെ ഞാൻ നോക്കിയതുപോലെ എനിക്ക് നിന്നിൽനിന്ന് പ്രതീക്ഷിക്കാമോ എന്ന് ചോദിക്കാതെ ചോദിക്കുകയായിരുന്നില്ലേ അച്ഛൻ? അച്ഛന്റെ അമ്മയുമാകുന്ന ദിവസങ്ങൾ. അച്ഛനെന്ന എന്റെ കുഞ്ഞ്, അമ്മയെന്ന എന്റെ കുഞ്ഞ്. രക്ഷിതാക്കളുടെ രക്ഷിതാക്കളാകുന്ന ദിവസങ്ങൾ .. വേദനയുടെ നിമിഷങ്ങൾ.'

'നിന്നെ വീണ്ടും ഇങ്ങനെ വേദനിപ്പിക്കണമെന്ന് ഞാനാഗ്രഹിച്ചിട്ടില്ല. സത്യം.' ഗിരിനാഥ് ക്ഷമായാചന പോലെ പറഞ്ഞു.

'അച്ഛനെ അൽസ്ഹൈമർ സെന്ററിലാക്കണമെന്നു പറയാൻ നീ മുൻപെ തന്നെ ആഗ്രഹിച്ചിരുന്നു. സന്ദർഭം കിട്ടിയപ്പോൾ അത് തുറന്ന് പറഞ്ഞെന്നു മാത്രം.'

'അറിയില്ല ചന്ദ്രാ...ഞാനറിയാത്ത പലതും എനിക്കുണ്ട്, എന്നിലുണ്ട്.'

'നീ അച്ഛനെ അകറ്റാൻ ശ്രമിക്കുന്നു; നിന്റെ പ്രണയത്തിന്റെ ഗൂഢാലോചന.' വിവർണമായ മുഖത്ത് വീണ്ടും ചിത്രമെഴുതാനാഞ്ഞപ്പോൾ ഗിരി ചോദിച്ചു.

'എന്തു കൊണ്ട് അച്ഛനെന്നു വിളിക്കുന്നു?'

'അച്ഛനായതുകൊണ്ട്.'

'എന്തേ മകളെന്നു വിളിക്കാത്തത്?'

'അറിയാത്തതുകൊണ്ട്.'

'പിന്നെയെന്തിനീ സാഹസം? മകളാണെന്നറിയില്ല, അച്ഛനാണെന്നറിയില്ല, ജീവിതമാണെന്നുതന്നെയറിയില്ല. ജീവച്ഛവം.'

'അറിയാത്തവരൊന്നും അർഹിക്കുന്നില്ല?'

'അർഹതയെപ്പറ്റിയല്ല ഞാൻ പറഞ്ഞത്. നൽകുന്നത് സ്വീകരിക്കാനും ആസ്വദിക്കാനും അനുഭവിക്കാനും ആവാത്തവർക്ക്, അറിയാത്തവർക്ക് എന്തു പ്രയോജനം? കണ്ണില്ലാത്തവർക്ക് കണ്ണടയെന്തിന്?'

'വൈകല്യം മറച്ചുപിടിക്കാനെങ്കിലും...'

'വൈകല്യം അറിയുന്നത് കാഴ്ചക്കാരനോ അന്ധനോ?'

'കാഴ്ചക്കാരനെങ്കിലും........'

'ഇവിടെ കാഴ്ചക്കാരാര്? ഈ ഞാൻ മാത്രം. ഇനി എന്നെ എന്തു ബോധ്യപ്പെടുത്താനാണ്?' മന്ദഹാസത്തെ നേരിട്ടുകൊണ്ട് ഗിരിനാഥ് തുടർന്നു.

'നിന്റെ മന്ദഹാസത്തിന് വലിയ പ്രഹരശക്തിയുണ്ട്. പലപ്പോഴും അട്ടഹാസത്തെക്കാൾ പ്രഹരശക്തി.'

'നിന്റെ സ്നേഹത്തിനും ഒരു പ്രഹരശക്തിയുണ്ട്.'

'നീ എന്നെ പ്രണയിക്കേണ്ട ചന്ദ്ര.. എങ്കിലും ഈ ആത്മപീഡ അവസാനിപ്പിച്ചുകൂടെ?'

'ആത്മപീഡ?'

'അതെ. സാക്രിഫൈസ്. പ്രതികാരബുദ്ധി ചന്ദ്രയ്ക്ക് ചേർന്നതല്ല.'

'പ്രതികാരം? '

'നീ സമ്മതിക്കില്ലെന്നറിയാം. ആരോടെന്നറിയാത്ത പക. നീ ഇഞ്ചിഞ്ചായി ഹോമിക്കുന്നു, നിന്റെ ജീവിതം. ഓർമകളുടെ സങ്കീർണതയുടെ ഉച്ഛിഷ്ടമാണ് പ്രതികാരം.'

'വളർത്തിയവരെ സംരക്ഷിക്കുന്നതോ സാക്രിഫൈസ്?'

'വളർത്തിയതെന്തിന്? ഹവിസ്സുക്കളാകാനോ?'

'ഞാനും തീരുമാനിച്ചുകൊണ്ടിരിക്കുകയായിരുന്നു. ഒരു മാറ്റത്തെക്കുറിച്ച്.'

'നല്ലത് എന്ന് പറഞ്ഞ് പ്രകോപിപ്പിക്കുന്നില്ല. ഒരു കാര്യം തീർച്ചയാണ്. അതുകൊണ്ട് ഗുണങ്ങളേയുണ്ടാകൂ.'

'എന്തായാലും തിങ്കളാഴ്ച ജോലിക്ക് ജോയിൻ ചെയ്യാം. അതിനുള്ളിൽ തീരുമാനിക്കണം. അല്ല. ഗിരീ, ഞാൻ തീരുമാനിച്ചുകഴിഞ്ഞു. അത് പ്രഖ്യാപിക്കാനെന്റെ ലജ്ജ അനുവദിക്കാത്തതാണ്. എനിക്കും വിരസത തോന്നിത്തുടങ്ങിയിരുന്നു, ഞാൻ നിന്റെ നിർബന്ധത്തിന് കാത്തിരിക്കുകയായിരുന്നു. നീ വാശി പിടിക്കുമെന്നു കരുതി. അതാണ് ഗിരീ നിന്റെ നന്മ. എന്റെ തീരുമാനങ്ങളെ, വിശ്വാസങ്ങളെ, ആഗ്രഹങ്ങളെ വാശികൊണ്ട് അവഹേളിക്കാതിരിക്കുന്ന നന്മ.'

ഗിരി ചിരിക്കാൻ ശ്രമിച്ചു.

**   **   **   **

'എന്തേ, ഇന്ന് ടീച്ചറെ ചായയുമായി പുറത്തേയ്ക്ക് കണ്ടില്ല?' വൈകുന്നേരത്തെ പതിവു സന്ദർശനത്തിനിടയിൽ ഗിരി ചോദി

ച്ചു.

'നിന്റെ പേരെന്താണ്?'

പത്തു മിനുട്ടാവില്ല വീണ്ടും ചോദ്യം ഉണ്ടാകും.

'നിന്റെ പേരെന്താണ്'

ഇതെത്രാമത്തെ ചോദ്യമാണ്? ആദ്യമൊക്കെ എണ്ണിനോക്കാൻ ശ്രമിക്കുമായിരുന്നു. പിന്നെ അതങ്ങു നിർത്തി. അവർ ചോദിച്ചുകൊണ്ടിരിക്കട്ടെ, എനിക്ക് എന്റെ പേർ പറഞ്ഞുകൊണ്ടിരിക്കാമല്ലോ. അങ്ങനെയാണ് തീരുമാനിച്ചത്. ചോദ്യം കേൾക്കാതിരിക്കാനിപ്പോഴാവുന്നില്ല. ഒരു പേരിലെന്തിരിക്കുന്നുഎന്ന് ഷേക്സ്പിയർ ചോദിച്ചത് അന്വർത്ഥമാകുന്നത് അവർ പേരുകൾ മറക്കുമ്പോഴാണ്, സ്വന്തം മക്കളുടെത് പോലും. കുട്ടികളുടെതുപോലുള്ള കൗതുകം, ഓരോ കാഴ്ചയിലും എല്ലാം പുതിയതായി കാണുന്നതുപോലുള്ള കണ്ണുകളിലെ തിളക്കം. അല്പം മുൻപ് കണ്ടതാണെങ്കിൽപോലും എത്രയോ വർഷങ്ങൾക്ക് ശേഷം കാണുന്നതുപോലുള്ള ഊഷ്മളമായ സ്വീകരണ ആശംസാ വചസ്സുകൾ.

'എത്രകാലമായി കണ്ടിട്ട്...!' അത് എന്റെ എല്ലാ നിരാശകളെയും കെടുത്തിക്കളയുമായിരുന്നു. അവരുടെ മറവി നമ്മുടെ ഓരോ കൂടിക്കാഴ്ചയും പുതുമയുള്ളതാക്കി, ആഘോഷപരതയുടേതായി എന്നു തോന്നാൻ തുടങ്ങി. നാം ആദ്യമായി കാണുകയാണല്ലോ! അത് ഒരു മറവി രോഗിയുടെ ഓർമപ്പിശക് കാരണമാണെന്ന ബോധം എന്നിലുണരാത്തിടത്തോളം.

ശ്യാമളാദേവിയുടെ മരണത്തോടെ അയാൾ കൂടുതൽ ശ്രദ്ധാലുവാകുകയായിരുന്നു, ഓരോരുത്തരുടേയും കാര്യത്തിലും. ഒരു കുടുംബത്തെ കിട്ടുന്നതുവരെ അതിനുള്ള തത്രപ്പാട്,പിന്നീട് അത് സംരക്ഷിക്കാനുള്ള തത്രപ്പാട്, ആശങ്കകൾ. അൽഫോൺസ പതിവുപോലെ ഉല്ലാസവതിയായി മുന്നിൽ എത്തിയിരുന്നു. ടീച്ചറെക്കുറിച്ച് ചോദിച്ചപ്പോൾ മുഖം ഇരുണ്ടു.

'നല്ല സുഖമില്ല. അല്പം കൂടുതൽ അസ്വസ്ഥത കാണിച്ചു. ഇപ്പോൾ സെഡേഷനിലാണ്.'

'എന്തുപറ്റി?'

മറുപടിക്ക് കാത്തുനിൽക്കാതെ അയാൾ ടീച്ചറുടെ മുറിയിലേയ്ക്ക് കയറി.

'വൃദ്ധയായ കുഞ്ഞ്.' ഗിരി അങ്ങനെ മന്ത്രിച്ചു. ക്ഷീണം നിറഞ്ഞ മുഖം, കീഴ്ചുണ്ട് വീർത്തുവന്നിരിക്കുന്നു.

'ഇതെന്തുപറ്റി?' ഗിരി ഉത്സുകനായി.

'ഗിരി, പതുക്കെ.'

'എന്താ കാര്യം?' ടീച്ചർ ഉണരുന്നത് ഭയന്നാണെന്നുകരുതി അയാൾ ശബ്ദം കുറച്ചു.

'പിന്നെപ്പറയാം.' അൽഫോൺസ തിരിഞ്ഞുനടന്ന് തന്റെ ജോലികളിൽ മുഴുകി. ഗിരിനാഥ് ടീച്ചറുടെയടുത്ത് ബെഡ്ഡിലിരുന്നു. ഉയർന്ന് താഴുന്ന നെഞ്ചിൻകൂട് ജീവന്റെ സാന്നിധ്യമുറപ്പിച്ചു.

'ശ്വസിക്കുന്ന ശവശരീരങ്ങളാണോ അൽസ്ഹൈമർ രോഗികൾ?'

വിഷാദത്തിന്റെ ഏറ്റവും താഴ്ന്ന അനുപാതത്തിൽ വ്യക്തിത്വവും അസ്തിത്വവും മറന്ന് മരണത്തിന്റെ നിശ്ചലതയിൽ തുടരുക. അവരുടെ ഉയരം പോലും ചുരുങ്ങിപ്പോകുന്നു, ആ വിഷാദഘട്ടത്തിൽ. മറവി വെറും ഇരുട്ടാണ്, ഓർമകൾ വെളിച്ചവും. രണ്ടു സ്മൃതികൾക്കിടയിലുള്ള ദൂരമാണ് ജീവിതം. സ്മൃതി ചിലപ്പോൾ വിഷമാണ്, വിഷകന്യകയാണ്, നരഭോജികൂടിയാണ്.

സ്മൃതിയാണ് ജീവിതം. അതിൽ നവരസങ്ങളുണ്ട്. മദമോഹ മാത്സര്യങ്ങളുണ്ട്. ഒരു കാലത്ത് കുട്ടികൾക്ക് ആരാധനതോന്നുന്നത്ര ഓർമശക്തിയുണ്ടായിരുന്നു ടീച്ചർക്ക്. അൽഫോൺസ പറഞ്ഞിട്ടുണ്ട്. അൽഫോൺസയ്ക്ക് ഓരോ രോഗിയുടെ ചരിത്രവും ഹൃദിസ്ഥമാണ്. അവൾക്ക് എല്ലാം അറിയാം. എല്ലായിടത്തും ഓടിയെത്തുകയും ചെയ്യും. ക്വിസ് മത്സരങ്ങളിലെ സ്ഥിരം ചോദ്യകർത്താവ് ടീച്ചറായിരിക്കും. അധ്യാപകർക്കുള്ള ഓർമ്മശക്തി-ക്വിസ് മത്സരങ്ങളിൽ പലതവണ ഒന്നാംസ്ഥാനം നേടിയിട്ടുണ്ടത്രെ. ആ ഓർമച്ചിത്രങ്ങളൊക്കെ എവിടെയാവും ഒളിഞ്ഞിരിക്കുന്നുണ്ടാവുക? ഏത് അഗാധതയിലായിരിക്കും മുങ്ങിത്താഴ്ന്നിരിക്കുക? ഈ നാഡീകോശങ്ങളെ എങ്ങനെ ഉത്തേജിപ്പിച്ചാലാണ് ഓർമകളുണരുക? കൊക്കൂണിൽനിന്ന് പറന്നുയരുന്ന ചിത്രശലഭങ്ങളായി അവ പറന്നുയർന്നെങ്കിൽ എന്ന് അയാൾ വെറുതെ ഓർത്തു. പ്രണയവുമായി ജീവിതമാരംഭിച്ച ശ്യാമളാദേവിടീച്ചർക്ക് എവിടെയായിരുന്നു കണക്കുകൾ തെറ്റിയതെന്ന് അൽഫോൺസയ്ക്കും മനസ്സിലാക്കാൻ കഴിഞ്ഞിട്ടില്ല. ടീച്ചറെ മറന്നുകൊണ്ട് ടീച്ചറോട് എല്ലാം മറക്കാൻ പറഞ്ഞുകൊണ്ട് ആ യുവാവ് പുതിയ സങ്കേതങ്ങളിലേയ്ക്ക്തിരിഞ്ഞുനടന്നുപോയത്രെ, ഒരിക്കലും മറക്കാനാകാത്ത ഓർമകളെ നൽകിക്കൊണ്ട്. അതിൽനിന്നായിരിക്കണം ടീച്ചർ ഊർജമുൾക്കൊണ്ട് ജീവിച്ചത്. മറക്കുന്നതിലും ഭേദം ജനിക്കാതിരിക്കലാണെന്ന് ടീച്ചർ പറഞ്ഞിരുന്നോ എന്നറിയില്ല. പക്ഷേ മറക്കാനാവില്ലെന്ന്

ടീച്ചർ ജീവിച്ചുകാണിച്ചു; മറ്റൊരു പുരുഷനെത്തേടാതെ, ചിന്തിക്കാതെ. ജീവിതം ടീച്ചറെ തോൽപ്പിക്കുകയായിരുന്നോ അതൊ സഹിക്കുകയായിരുന്നോ? വാർധക്യത്തിന് ഓർമകളുടെ വേട്ടയാടൽ താങ്ങാനാവാത്തതായിരിക്കും. ഓർമകളുടെ ക്രൂരമായ, തീക്ഷ്ണമായ വേട്ടയാടലാണോ മറവിയുടെ ലോകത്തേയ്ക്ക് കൊണ്ടെത്തിച്ചത്? ഒരുപാട് ഓർമിക്കാനാഗ്രഹിക്കുന്നവർ ഒത്തിരി മറക്കേണ്ടിയും വരുന്നു. ഗിരിനാഥ് ടീച്ചറുടെ മുറിയിൽ നിന്ന് പുറത്ത് കടന്നു.

അടുക്കളക്കാരൻ വറീതിന്റെ മൂളിപ്പാട്ട് ഉയർന്നു കേൾക്കാം. അടുക്കള വലുതാണ്. മുപ്പതോളം അന്തേവാസികൾക്ക് വെച്ചുവിളമ്പുന്നത് വറീതാണ്. കെയർസെന്ററിനപ്പുറത്ത് ഏതെങ്കിലും ലോകം അയാൾക്കായി കാത്തിരിക്കുന്നുണ്ടെന്ന് ഒരിക്കലും തോന്നിയിട്ടില്ലാത്ത തരത്തിലാണ് പെരുമാറ്റം. ഓർമകൾ മങ്ങിയവർക്കിടയിൽ ഭക്ഷണത്തിന്റെ ഓർമകളുമായി അവർക്കിടയിൽ. ഓർമകൾ നഷ്ടപ്പെട്ടവരുടെ ഓർമകളായി ജീവിക്കുക. ഓർമിപ്പിക്കാനായി ഒരു കൂട്ടർ. പക്ഷേ, എന്തൊക്കെ ഓർമിപ്പിക്കാനാണിവർക്ക് പറ്റുക? ദൈനംദിന കാര്യങ്ങളല്ലാതെ മറ്റെന്ത്? അല്ലെങ്കിലും ഒരാൾക്ക് സുന്ദരവും സുഗമവുമായി ജീവിച്ചുപോകാൻ ഇത്രയുമധികം ഓർമകളുടെ ആവശ്യങ്ങളുണ്ടോ? ദൈനംദിന കാര്യങ്ങളിലൊഴികെയുള്ള ഓർമകളുടെ അലോസരപ്പെടുത്തലില്ലാത്ത പ്രയാണമല്ലേ ഏറ്റവും സുന്ദരമായിരിക്കുക? വറീതിന് ഓർമകളുടെ ഭാണ്ഡക്കെട്ടുണ്ടെന്നറിയാം. ആർക്കാണതില്ലാത്തത്? പക്ഷേ അയാളത് എവിടെയൊ ഉപേക്ഷിച്ച മട്ടാണ്. ജീവിതത്തിലെ ഒരൊറ്റ നിമിഷത്തിലും ആയാസം പ്രകടിപ്പിക്കുന്നത് കണ്ടിട്ടില്ല. കഴിഞ്ഞ ജീവിതകാലത്തിന്റെ ഓർമകളുടെ ഭാരത്തിൽ കിതയ്ക്കുന്നതു കേട്ടിട്ടുമില്ല.

ദൈവവിളി കേട്ട് പുരോഹിതനാകാൻ ഇറങ്ങിപ്പുറപ്പെട്ട വർഗീസ്കുഞ്ഞ് കുശിനിക്കാരനായ കഥകൾ അധികമാർക്കുമറിയില്ല. വറീതിന് തന്നെയറിയുമോ എന്നും വ്യക്തമല്ല. ബാംഗ്ലൂരിൽ സെമിനാരിയിൽ ദൈവശാസ്ത്രം പഠിക്കുമ്പോൾ ഹോസ്റ്റലിൽ നിന്ന് മതിലു ചാടി സിനിമയ്ക്ക് പോയിടത്തുനിന്നും തുടങ്ങുന്നു കുശിനിക്കാരന്റെ യാത്ര. അതും ദൈവവിളിയായിരുന്നെന്ന് ഇപ്പോഴും അയാൾ പറയും. പുരോഹിതരുടെ മുറികളിലെ പെട്ടിയിൽ മിന്നിമറയുന്ന നിറമുള്ള നിഴൽച്ചിത്രങ്ങളിൽ നിന്ന് പടർന്ന പ്രതിവിപ്ലവം സെമിനാരി പഠനത്തിന്റെ അന്ത്യത്തിൽ കലാശിച്ചു. സിനിമാക്കൊട്ടകയിൽച്ചെന്ന് സിനിമ കാണുന്നത് പാപവും അരമനയിലിരുന്ന് കാണുന്നത് വിനോദവുമാകുന്നതെങ്ങനെയെന്ന് എത്ര ചിന്തിച്ചിട്ടും മനസ്സിലാക്കാൻ വറീതിന്

കഴിഞ്ഞിരുന്നില്ല, വറീതിനറിയുന്നവർക്കും അറിയില്ലായിരുന്നു. ചിന്ത കൾക്ക് വഴങ്ങാത്തത് ചോദ്യങ്ങളായി ഛർദിക്കുക വർഗീസിന്റെ ശീലമായിരുന്നു. ചോദ്യങ്ങൾക്ക് തട്ടലും മുട്ടലും നടത്തി അഴകുവരുത്തുന്ന സുന്ദരവിദ്യ അറിവില്ലാത്തത് അയാളുടെ കടുത്ത കുറ്റങ്ങളിലൊന്നായിരുന്നു. ധിക്കാരത്തിന് ഒരു പര്യായം കൂടി ഉണ്ടായതായി പിതാക്കന്മാർ അഭിപ്രായപ്പെട്ടപ്പോൾ അഭിമാനത്തോടെ ഞെളിഞ്ഞു നിൽക്കാൻ വർഗീസിനായി. തുടർന്നുള്ള യാത്രകളിൽ വർത്തമാനത്തിലൂടെ ജീവിക്കാൻ തുടങ്ങിയ വർഗീസ്, വറീതായി മാറി.

'ഇന്നലെകൾ മരിച്ചതാകുന്നു, അത് ചീഞ്ഞഴുകിയേക്കാം. നാളെകൾ ജനിക്കാനിരിക്കുന്ന സങ്കല്പങ്ങളാണ്. ആയതിനാൽ ഇന്നാണ് യാഥാർത്ഥ്യം.'

എന്ന് വറീത് പറയുന്നത് കേട്ടിട്ടുണ്ട്. ജീവിക്കാൻ പകൽ മാത്രം മതിയെന്ന് വിശ്വസിക്കുന്നവരുടെ മൂഢതത്വശാസ്ത്രത്തിൽ അയാളും വഴുതിവീണു രമിച്ചിരിക്കും. വറീതിനെ കണ്ടവർ ഒരിക്കലും കേൾക്കാതിരിക്കാനിടയില്ലാത്ത വചനമാണത്. അടുക്കളയിലേയ്ക്ക് ചെല്ലുമ്പോൾ വൈകുന്നേരത്തെ പതിവു പാല് ഗ്ലാസുകളിലേയ്ക്ക് പകരുകയാണ് വറീത്.

'നല്ല സമയം. അല്ലേ വറീതു ചേട്ടാ..?'

'സമയം എപ്പോഴും നല്ലതാണ് സാറേ. അതിനെ നോക്കിക്കാണുന്നവർക്കാണ് കുഴപ്പം. അതിനെന്തിന് സമയത്തെ പഴിക്കണം?'

'ഫിലോസഫർ'

'അല്ല സാറേ. ഒന്നാം ക്ലാസുകാരൻ. ഇപ്പറഞ്ഞത് ബാലപാഠം.'

സംസാരത്തിനിടയിൽ വറീത് ആത്മഗതം നടത്തുന്നുമുണ്ട്. 'ഇത്രയും വേണ്ട.' ഒഴിച്ചുവെച്ച പാലിൽ ചില ഗ്ലാസിൽ നിന്ന് ഓരോ കവിളായി എടുത്ത് കുടിച്ച് അളവ് കണക്കാക്കുന്നു.

'ദാ നോക്ക് സാർ. ഒരു ഗ്ലാസ് പാൽ-200 മില്ലി. അതാണ് വൈകുന്നേരത്തെ കണക്ക്. വറീതിന് പ്രത്യേകിച്ച് പാലില്ല. അപ്പോ എന്തു ചെയ്യും? ഓരോരുത്തരും വറീതിന് തരും ഓരോ കവിൾ. ഒരാൾക്കും ഓർമയില്ല. എത്ര കൊടുത്താലും കുറഞ്ഞുപോയെന്ന് പരാതിയില്ല. ഇവറ്റകൾക്കറിയൂല സാറേ, ഒരു ഗ്ലാസും മുക്കാൽ ഗ്ലാസും തമ്മിലുള്ള വ്യത്യാസമെന്താന്ന്. സാറിനറിയോ, കുറേക്കൊല്ലംമുൻപ് കോട്ടയത്ത് ഒരു ഹോസ്റ്റലിൽ കുശിനിക്കാരനായിരുന്നു. നല്ല പെടക്കുന്ന പിള്ളാറ്. അതുങ്ങള് പാല് കിട്ടിയാല്, ചായ കിട്ടിയാല് ചാഞ്ഞും ചെരിഞ്ഞും നോക്കും. എന്നിട്ട് പരാതി പറയും വറീത് കട്ടുകുടിച്ചൂന്ന്.

ചിക്കനൊരല്പം കുറഞ്ഞാപ്പറയും വറീത് കട്ടുതിന്നൂന്ന്. ഇവിടെ നോക്ക് ഇറച്ചിക്കഷണം പേരിനിട്ടാമതി. ബാക്കി വറീത് തിന്നും. ഇതുങ്ങളുടെ പ്ലേറ്റീന്നെടുത്ത് തിന്നാലും ഒന്നും പറയാനാവൂല സാറെ. അതാ വ്യത്യാസം. ഞാൻ വിട്ടു കോട്ടയത്തൂന്ന്. ഒറ്റക്കൊല്ലം മാത്രം നിന്നു. കട്ടുതീനി വിളിയാ സഹിക്കാമ്പറ്റാത്തെ....വെപ്പുകാരന് തിന്നാമ്പറ്റൂലാന്ന് പറഞ്ഞാ എവടത്തെ ന്യായം? ഈടെയാകുമ്പം പരമസുഖം. കണ്ടറഞ്ഞ് നിന്നാമതി. ഒര്ത്തിയുണ്ട്, അൽഫോൺസ. ഒരെല്ല് കൂടുതലാ. ക്രിസ്ത്യാനിയാന്നുള്ള പരിചയം പോലും കാണിക്കൂല. ഓള് കണക്ക് പറയും. പക്ഷേ ഓളാരാ വറീതിനെപ്പഠിപ്പിക്കാൻ?'

'വറീതേട്ടാ, ബുദ്ധിയില്ലാത്തോരാണെന്നു കരുതി എച്ചിൽ കൊടുക്കുന്നത് ശരിയാണോ?'

'ദാ ഇപ്പം നന്നായേ. ഇതുങ്ങളെല്ലാം കെട്ടി കുട്ട്യോളും ആയോരല്ലേ? കെട്ടിക്കഴിഞ്ഞാ ആദ്യത്തെച്ചടങ്ങെന്താ? പരസ്പരം എച്ചില് കുടിപ്പിക്കലാ. പിന്നെ വറീത് കുടിച്ചാ മാത്രം എങ്ങനെയാ കുടിക്കാൻ പറ്റാത്ത എച്ചിലാകലാ?'

'വ്യത്യാസമില്ലേ വറീത് ചേട്ടാ?'

'ഓ...എന്നാ വ്യത്യാസം? വറീതും എന്നും പല്ലുതേയ്ക്കും. വായ് കുലുക്കിയുഴിയും. അല്ലേലും ഇതൊക്കെ അറിഞ്ഞാലല്ലേ കുഴപ്പമുള്ളൂ. സാറെന്നാ ഹോട്ടലീപ്പോയാ അടുക്കളേപ്പോയി നോക്കീട്ടാ ചായേം ചോറും തിന്നണത്? ഒരു വിശ്വാസം. അല്ലേല് ഇതൊന്നും അറിയില്ലാന്ന് നടിക്കല. ഇവറ്റകൾക്ക് ഒന്നും അറിയൂല സാറേ. ചെലര് കുടിക്കും, തിന്നും. ചെലര് വാരിയെറിയും. പുറത്ത് കളയും. അറയണ്ടേ സാറെ, ഇത് തിന്നാനുള്ളതാന്ന്. കുട്ട്യളാ സാറേ ഇതെല്ലം .മുഴുത്ത കുട്ട്യള്.'

'എന്നാലും വറീത് ചേട്ടാ..'

'ഹോ, ഒരെന്നാലൂല്യ. ഇതൊക്കെയാ ഒരു ഹരം. ഹരം ഇല്ലെങ്കീപ്പോയില്ലേ...ഇവർക്കിപ്പം ഹരം ഉണ്ടോ? ഇല്ല.'

പാൽ നിറച്ച ഗ്ലാസുകളും പലഹാരങ്ങളും തീന്മേശയിൽ നിരത്തുമ്പോഴും സ്വന്തം വായയെ ഓർക്കാതിരിക്കാൻ വറീത് ചേട്ടന് കഴിയുന്നുണ്ടായിരുന്നില്ല.

വൈകുന്നേരങ്ങളിൽ ഒരു നടത്തമുണ്ട്, പുറത്തേയ്ക്ക്. തീരെ ആരോഗ്യം ക്ഷയിച്ചിട്ടില്ലാത്തവരെയും അക്രമണസ്വഭാവം പ്രകടിപ്പിക്കാത്തവരെയും കൂട്ടി പുറത്തേയ്ക്ക് നടക്കും. അരമണിക്കൂർ നേരത്തിനുള്ളിലുള്ള കാഴ്ചകൾ ചിലരെ രസിപ്പിക്കും, ചിലർക്ക് അസ്വസ്ഥ

തകൾ പകരും. മറ്റുചിലർ ഇതൊന്നും കാണാത്തതുപോലെ യാന്ത്രികമായി നടക്കുന്നുണ്ടാകും. എങ്കിലും ഓരോ ഉദ്ദീപനവും അവരെ പ്രതികരിക്കാൻ പ്രേരിപ്പിക്കുമെന്നും ഓർമകളുടെ ചെറുസ്ഫുരണമെങ്കിലും ഉണ്ടാക്കിയേക്കുമെന്നും പ്രത്യാശിച്ചു. ആരോഗ്യകാരണങ്ങളുമുണ്ട് നടത്തത്തിൽ. ചില കാഴ്ചകൾക്ക്, ശബ്ദങ്ങൾക്ക് മനസ്സിന്റെ അടിത്തട്ടിലുറങ്ങിക്കിടക്കുന്ന ഓർമകളെപ്പോലും ഉണർത്താൻ കഴിഞ്ഞേക്കും. ജീവിതത്തിന് എപ്പോഴും അർത്ഥം മാത്രം കണ്ടെത്താൻ ശ്രമിക്കുന്നവർക്ക് അൽസ്ഹൈമർ രോഗികളിൽ നിന്ന് ഒരു പാട് പഠിക്കാനുണ്ടെന്ന് തോന്നിയിട്ടുണ്ട്. കാറ്റിൽ കൊഴിഞ്ഞുവീഴുന്ന ഇലകളെ നോക്കി എത്ര കൗതുകത്തോടെയാണ് അവർ ഇരിക്കുന്നത്. ചിലപ്പോൾ വർണപ്പൂക്കളെ നോക്കി, എന്നും കാണുന്നതാണെങ്കിൽക്കൂടി കൗതുകം വിടർന്ന കണ്ണുകളോടെ കണ്ണിമയ്ക്കാതെ നോക്കിയിരിക്കുന്നത് കാണാം. തെരുവിലലയുന്ന പട്ടികളെപ്പോലും എത്ര ഉന്മേഷത്തോടെയാണ് ചില സമയങ്ങളിൽ അവർ നിരീക്ഷിക്കുന്നത്! ജീവിതത്തിൽ നിന്ന് എങ്ങനെ സന്തോഷം കണ്ടെത്തണം എന്ന് ചിലപ്പോഴെങ്കിലും ഇവരിൽനിന്ന് പഠിക്കണമെന്ന് തോന്നിപ്പോകാറുണ്ട്.

നടക്കാനിറങ്ങിയപ്പോൾ അൽഫോൺസ അല്പം അകലം പാലിച്ചതായിക്കണ്ടു. സാധാരണയായി അവൾ എന്നും ചുറ്റിപ്പറ്റി നടന്ന് സംസാരിക്കാൻ വെമ്പുന്നതാണ് അനുഭവം.

ടീച്ചറെത്തന്നെ നിരീക്ഷിച്ചുകൊണ്ട് നടന്നു. ടീച്ചർ വളരെ അവശയാണ്. പതുക്കെ വേദനയോടെ നടക്കുന്നു. ഏതോ സിനിമയുടെ പോസ്റ്ററിൽ നോക്കി അവർ കുറേ നേരം നിന്നു. പിന്നെ സാവധാനം തിരിഞ്ഞുനിന്നു. കുനിഞ്ഞൊരുകല്ലെടുത്ത് അതിനുനേരെ എറിഞ്ഞു. തീരെ ശക്തിയില്ലാതെ ദുർബലമായ ഏറ്. നടന്ന് അടുത്തുചെന്നു.

'എന്താ ടീച്ചറേ, ആരെയാ എറിഞ്ഞത്?'

ടീച്ചറുടെ പ്രതികരണം അപ്രതീക്ഷിതമായിരുന്നു. നിലത്തുനിന്ന് ഒരുപിടി ചരലുവാരി ഗിരിനാഥിന്റെ തലയിലും മുഖത്തുമായി കുടഞ്ഞു. നഴ്സ് ശ്രുതി ഓടിവന്ന് വിളിച്ചു.

'ടീച്ചറേ, ഇത് ഗിരി സാറല്ലേ?'

ടീച്ചറുടെ കണ്ണിൽനിന്നു പൊടിഞ്ഞുവരുന്ന ജലകണങ്ങൾ നോക്കിക്കൊണ്ട് ഗിരി മണ്ണ് തുടയ്ക്കാൻ ശ്രമിച്ചു. ടീച്ചർ കരയുകയാണ്. പക്ഷേ, പുറത്തേയ്ക്ക് വരുന്നത് ഏതോ വികൃതസ്വരമാണ്.

കുട്ടികൾ ക്രിക്കറ്റ് കളിക്കുന്നതും നോക്കി അല്പനേരം നിന്നു. ജോണേട്ടൻ ഉത്സാഹത്തോടെ കൈകളുയർത്തി ആരവമുയർത്തി. ര

ഞ്ജിട്രോഫിക്ക് കളിച്ചിട്ടുള്ളയാളാണ്. പത്തിരുപത് വർഷമായി മറവി രോഗത്തിന്റെ ആലസ്യത്തിൽ. അയാളുടെ ശബ്ദം ആരെങ്കിലും കേൾക്കുന്നത് ടി.വി.യിൽ ക്രിക്കറ്റ് മാച്ച് കാണുമ്പോഴാണ്. ജോണേട്ടൻ റൺവേട്ടക്കാരനു സമാന്തരമായി അങ്ങോട്ടുമിങ്ങോട്ടുമോടി. അൽഫോൺസയും ഗീതയും കയ്യടിച്ചു പ്രോത്സാഹിപ്പിച്ചു. ജോണേട്ടൻ ഇല്ലാത്ത ബാറ്റുയർത്തി അഭിവാദ്യം ചെയ്തു.

'അൽഫോൺസ, എന്താ ടീച്ചർക്ക് പറ്റിയത്?'

'പ്രണയനൈരാശ്യം ആദ്യം, പിന്നെ എല്ലാർക്കും പറ്റുന്നതൊക്കെ. അവസാനം അൽസ്ഹൈമറും. പിന്നീടുള്ളതൊക്കെ പറ്റൽ തന്നെ.' പതിവിൽക്കവിഞ്ഞ വിഷാദം ആ വാക്കുകളിൽ വായിച്ചെടുക്കാൻ ഗിരിക്ക് കഴിഞ്ഞു.

'അത് ടീച്ചർക്ക് മാത്രമല്ലല്ലോ.'

'അതെനിക്കറിയില്ല. എല്ലാവരുടെയും കണക്കുകൾ എന്റെ പക്കലില്ല.'

'അൽഫോൺസ വളരെ അപ്സെറ്റാണ് ഇന്ന്. എന്താ കാര്യം?'

'എന്താണ് അറിയേണ്ടത്? അൽഫോൺസയ്ക്ക് പറ്റിയതോ ടീച്ചർക്ക് പറ്റിയതോ?'

പകച്ചുനിന്നുപോയി. അപരിചിതമായ ശബ്ദം. ചിലരങ്ങനെയാണ് നിനച്ചിരിക്കാതെ അപരിചിതരായി മാറും. സംസാരിക്കും, പെരുമാറും. ക്രിക്കറ്റ് ആരവങ്ങളുടെ അകമ്പടിയിൽ വിവസ്ത്രനായി, അപമാനിതനായി തലതാഴ്ത്തി നിന്നു.

'രണ്ടുമറിയണം. അൽഫോൺസയെയും ടീച്ചറേയും.'

'രണ്ടിലും പൊള്ളലേൽപ്പിക്കുന്ന വെയിൽച്ചൂടേറ്റിട്ടുണ്ട്. അൽഫോൺസയ്ക്ക് മറവി രോഗം ബാധിക്കാത്തതാണ് പ്രശ്നം. അതായിരിക്കില്ല എന്ന് ചിലപ്പോൾ തോന്നാറുണ്ട്. ഓർമരോഗമുള്ളതുകൊണ്ട് അതുമല്ല. ഓർമകളെ കൈകാര്യം ചെയ്യുന്നതിലുള്ള പാകപ്പിഴ, അനാവശ്യമായവയെ ആവർത്തിച്ച് ചെയ്ത് വീര്യം കൂട്ടുന്നത്. ചിലപ്പോൾ ഞാൻ ആഗ്രഹിച്ചിട്ടുണ്ട് ഗിരി, മറവിരോഗം ബാധിച്ചെങ്കിലെന്ന്...'

'ഇവരുടെ കൂടെ ജീവിക്കുമ്പോഴും? ആരെങ്കിലും വേണ്ടേ ഇവരെയൊക്കെ ഓർമിപ്പിക്കാൻ?' ഗിരിനാഥിന്റെ സ്വരത്തിൽ അഭിനന്ദനമുണ്ടായിരുന്നു.

'വറീതിന് ടീച്ചറുടെ ശരീരം വേണമായിരുന്നു.'

ഗിരിനാഥ് നിലത്തിരുന്നുപോയി. ബാറ്റ്സ്മാനടിച്ച പന്ത് തലയ്ക്ക്

മുകളിലൂടെ പറന്നുചെന്ന് റോഡിനപ്പുറത്തുള്ള ചവറ്റുകൂനയിൽ പതിച്ചു. ബാറ്റ്സ്മാൻ ക്രീസിൽ കുത്തിയിരുന്ന് വിശ്രമിക്കാനാരംഭിച്ചു. ബൗളർ അമ്പയറുമായി കുശലം പറഞ്ഞുതുടങ്ങി. അമ്പയറുടെ ചലനങ്ങളിൽ ഗാംഭീര്യത്തിന്റെ മേമ്പൊടി. ജോണേട്ടൻ കൈ രണ്ടുമുയർത്തി ചിഹ്നങ്ങളിൽ ജീവിക്കുകയാണ്. ഇന്നുകളുടെ തത്വശാസ്ത്രവുമായി ജീവിക്കുന്ന വറീതിനെയോർത്ത് ഗിരിനാഥ് ചരൽ വാരി ഞെരിച്ചു. പിന്നീടത് സ്വന്തം തലയിലൂടെ വിടർത്തിയിട്ടു.

'ഇതാണ് അൽഫോൺസയ്ക്ക് പറ്റിക്കൊണ്ടിരിക്കുന്നത്. ഗിരി കേട്ടതല്ലേയുള്ളൂ, ഞാൻ മാസങ്ങളായി കാണാതെ കണ്ടുകൊണ്ടിരിക്കുകയാണ്.'

എഴുന്നേറ്റ് നിലത്ത് കാലുറപ്പിക്കാൻ ശ്രമിക്കുന്ന ഗിരിയോട് അൽഫോൺസ തുടർന്നു.

'കുറെ മാസങ്ങൾക്ക് മുൻപാണ് ആദ്യമായി ഞാനും മനുഷ്യനായതിന് ഇതുപോലെ സ്വയം ശപിച്ചത്. ടീച്ചറുടെ റൂമിനകത്ത് ഒച്ചകേട്ട് ചെന്നു നോക്കിയതാണ്. വാതിൽ അകത്തു നിന്നടച്ചിരുന്നു. ശക്തമായി പലതവണ തട്ടിയപ്പോൾ വറീത് വാതിൽ തുറന്ന് പുറത്തിറങ്ങി. ടീച്ചർ നിസ്സഹായയായി കട്ടിലിൽ കിടക്കുകയായിരുന്നു. പ്രായം മറന്ന് അന്നാദ്യമായി അയാളെ പേരുവിളിച്ചു.'

'ഓ, എന്നാത്തിനാ ഇതുങ്ങളിങ്ങനെ നടക്കുന്നേ...? ആർക്കും നഷ്ടമില്ല. ഈ ഇട്ടാവട്ടത്തിൽ നമ്മളും ജീവിതമൊടുങ്ങുകല്യോ. എന്തെങ്കിലും വേണ്ടേ ഒരു ഹരം?'

'അതിന് വറീതിന് ഓർമകൾ വേണ്ടല്ലോ?'

'വേണ്ട. ഓർമകൾക്ക് വേണ്ടിയല്ല. ഇന്നേയ്ക്ക് വേണ്ടി. ഓർമിക്കാനാണെങ്കിൽ വറീതിന് ഒരുപാട് കാണും'

'ഞാൻ റിപ്പോർട്ട് ചെയ്യും.'

'എന്തിനാ കൊച്ചേ, ഒള്ള ജോലി കളയണത്? ദാ ടീച്ചറോട് ചോദിക്ക്. എന്തെങ്കിലും പരാതിയുണ്ടോന്ന്. ഒന്നു കരഞ്ഞതുപോലുമില്ലല്ലോ?'

'ഫ.' അങ്ങനെയൊരു ശബ്ദമുണ്ടാക്കാനേ കഴിഞ്ഞുള്ളൂ. അതിനുമീതെ ഞരക്കങ്ങൾ ഉയരുന്നുണ്ടായിരുന്നു. ഈ ഞരക്കങ്ങൾ തന്നെ പരാതികൾക്കപ്പുറമാണ്.

'ഇപ്പഴേ ഇത്ര ശക്തിയിലാട്ടി പല്ല് തെറിപ്പിച്ചുകളയണ്ട. കെട്ടിയതുപോലുമില്ലല്ലോ.'

ടീച്ചറും അന്ധാളിപ്പിലായിരുന്നു. അത് പ്രകടിപ്പിക്കാനാകാതെ ഞരങ്ങിക്കൊണ്ടിരുന്നു, ശരീരം ശക്തമായി പ്രതികരിച്ചു. ചുവന്ന ക

ണ്ണീര് ബെഡ്ഷീറ്റിൽ നനഞ്ഞ് കട്ടിലിന്ന് താഴേയ്ക്കിറ്റി വീഴുന്നുണ്ടായിരുന്നു.

'എനിക്കറിയില്ല ഗിരീ, എന്തായിരിക്കും അവരുടെ മാനസികാവസ്ഥയെന്ന്. ഊഹിക്കാൻ ശ്രമിച്ചുനോക്കി. കുറേശപിച്ചു അയാളെ. നല്ലതിനായി മാത്രം പ്രാർത്ഥിക്കണമെന്നാണ് അമ്മച്ചി പഠിപ്പിച്ചിട്ടുള്ളത്. പക്ഷേ അന്ന് പ്രാർത്ഥിച്ചത് അതു മാത്രമായിരുന്നു. അയാൾ പാമ്പുകടിച്ച് ചാകണേന്ന്. ഇല്ല ഒരു പഴുതാരപോലും അയാളെ കടിച്ചു കാണില്ല.'

'റിപ്പോർട്ട് ചെയ്തില്ലേ?'

'ചെയ്തു. ആദ്യം കർത്താവിനോട്. പിന്നെ ട്രസ്റ്റ് സെക്രട്ടറിയോട്. അന്വേഷിക്കട്ടെ എന്നു മാത്രം പറഞ്ഞു. കൂട്ടത്തിലൊരു ചോദ്യവും. ആർക്കും നഷ്ടമില്ലാത്ത കാര്യല്ലേ അൽഫോൺസേന്ന്..പിന്നെ വറീതിനെ കാണാതിരുന്നാൽ ഞാൻ ടീച്ചറുടെയടുത്തേയ്ക്ക് ഓടും. പരമാവധി ടീച്ചറെ മറ്റുള്ളവർക്കൊപ്പം നടത്താൻ ശ്രമിച്ചു. അമ്മച്ചിയുടെ പ്രായത്തിലുള്ള ടീച്ചറെ മകളെപ്പോലെ സംരക്ഷിക്കാൻ. എന്നിട്ടും അയാൾ അവസരങ്ങളുണ്ടാക്കി. യേശുദാസിനെ കാണിച്ചുതരാം എന്നു പറഞ്ഞാണ് അയാൾ ടീച്ചറുടെ അടുത്ത് കൂടുക. അയാളുടെ പോക്കറ്റിൽ എപ്പോഴും യേശുദാസിന്റെ ഫോട്ടോയുണ്ടാകും. അതു കാണിച്ചാണ് ടീച്ചറോട് സംസാരിക്കുക. യേശുദാസ് വന്നിട്ടുണ്ട്, റൂമിലിരിക്കുന്നുണ്ട് എന്നൊക്കെ പറഞ്ഞാണ് ഇന്ന് റൂമിലേയ്ക്ക് കൂട്ടിക്കൊണ്ടുപോയതത്രേ.'

'ടീച്ചർക്ക് ഇത്രയും പ്രായായില്ലേ?'

'ഞാനും ഒരിക്കൽ ചോദിച്ചിരുന്നു അയാളോടീ ചോദ്യം. എനിക്കും പ്രായായില്ലേന്നാ ആ പിശാച് ചോദിച്ചത്. ഈയടുത്ത ദിവസങ്ങളിലായി ടീച്ചർ വല്ലാതെ അസ്വസ്ഥത പ്രകടിപ്പിക്കാൻ തുടങ്ങിയിരുന്നു. നിലവിളിക്കാനൊക്കെത്തുടങ്ങി. ഇന്നയാൾ വാശിതീർക്കാൻ വല്ലാതെ ഉപദ്രവിച്ചു.' അൽഫോൺസ കൈകൾ കൂട്ടിപ്പിടിച്ച് പ്രാർത്ഥിക്കുന്നതു പോലെ പറഞ്ഞുനിർത്തി.

ഗിരിനാഥ് ചെറുതായി വരികയായിരുന്നു. പുൽക്കൊടിയെക്കാൾ ചെറുതായി ഉറുമ്പുകൾക്കൊപ്പം അവൻ നടന്നു. ആരവങ്ങളിൽ ചെവിയടഞ്ഞു. ഉയർന്ന പൊടിപടലങ്ങളിൽ മുങ്ങിനനഞ്ഞു. കണ്ണുകളിൽ രക്തം കനത്ത കണ്ണീർ പൊടിഞ്ഞു. ഭീമൻ കാലുകൾ തലയ്ക്ക് മീതെ പായുന്നത് പേടിയോടെ നോക്കിനിന്നു. ഏതുനിമിഷവും പതിക്കാവുന്ന ഭീകരകാൽപ്പാദങ്ങളിൽനിന്ന് രക്ഷനേടാനായി തലയിൽ ഇ

രുകൈകളും പൊത്തി തലങ്ങും വിലങ്ങും പാഞ്ഞു. എവിടെപ്പോയൊളിക്കണമെന്നറിയാതെ ഉഴറി മുന്നിൽവന്നെത്തിനിൽക്കുന്ന ടീച്ചറുടെ കാലുകളിലേയ്ക്ക് കമിഴ്ന്നു വീണു, ഏങ്ങിയേങ്ങിക്കരഞ്ഞു.

'ഗിരി സാർ... ഗിരീ...'

വിളികൾ അയാളുടെ കർണപുടങ്ങളിൽപതിച്ച് നാഡികളിലേയ്ക്ക് പ്രവേശിച്ചെങ്കിലും വഴിതെറ്റിയലഞ്ഞു. പക്ഷേ, കാഴ്ചനാഡികൾക്ക് വഴിതെറ്റിയിരുന്നില്ല, തനിക്കു ചുറ്റുമുള്ള ആൾവലയത്തെ അത് കാട്ടിക്കൊടുത്തു.

'ഗിരീ.....'ചന്ദ്രയുടെ ശബ്ദമാണ്. ഉണർന്നു, ഉയർന്നു, പതുക്കെ എഴുന്നേറ്റു.

'വാ വീട്ടിലേയ്ക്ക് പോകാം. ചായയിട്ടുതരുന്നുണ്ട് എല്ലാർക്കും.'

ഗൗരിടീച്ചർ പറഞ്ഞതുകേട്ട് ഗിരിനാഥ് കണ്ണുകൾ തുടയ്ക്കാൻ മിനക്കെട്ടില്ല. കെയർ സെന്ററിലേയ്ക്ക് കയറുമ്പോൾ അന്തേവാസികൾ പതിവിലധികം ഉന്മേഷവാന്മാരാണെന്ന് ഗിരിക്ക് തോന്നി. പലരുടെയും മുഖത്ത് വിടർന്ന ചിരിയുണ്ട്, എന്തിനെന്നുപോലുമറിയാത്ത ചിരി. സന്തോഷസൂചകമായ ശബ്ദങ്ങളുണ്ട്.

'ഇവർ ഐൻസ്റ്റീന്റെ ആപേക്ഷികതാസിദ്ധാന്തം പഠിച്ചവർ, സമയം പോലും ആപേക്ഷികമെന്നറിഞ്ഞവർ.' ഗിരിനാഥ് പിറുപിറുത്തു.

***   *** ***

ചന്ദ്രധാര അച്ഛന്റെ കൈ പിടിച്ചുനടത്തുന്നുണ്ടായിരുന്നു. ഗിരി അടുത്ത് ചെന്നു.

'നിനക്കെന്തു പറ്റി ഗിരീ...?'

സ്വയം സൃഷ്ടിച്ച പ്രതിസന്ധികളുടെ തടവുകാരനായി കഴിഞ്ഞുകൂടുകയാണെന്നയാൾക്ക് തോന്നി. ഈ പ്രതിസന്ധികൾ ആത്മാഭിമാനിക്ക് ഒഴിവാക്കാനാവില്ല എന്നയാൾ ആശ്വാസം കണ്ടെത്താനും പഠിച്ചിരുന്നു. അല്ലെങ്കിൽ സ്വന്തം വ്യക്തിത്വത്തിന്റെ മാറ്റുരച്ചുനോക്കാനുള്ള അവസരം പോലുമുണ്ടാവില്ല. ഇതൊരു പുനഃപരിശോധനയോ കുറ്റബോധമോ അല്ല, ആത്മപരിശോധന പോലുമോ അല്ല.

'പലപ്പോഴും നാം വിഡ്ഢിയുടെ, കോമാളിയുടെ വേഷം കെട്ടിയാടുകയാണ്. അഥവാ അതിന് നിർബന്ധിതരാകുകയാണ്. ഒഴിഞ്ഞുമാറാനാകാത്ത ഒരു നിയോഗം പോലെ. താല്പര്യമില്ലെങ്കിലും നിർബന്ധിതരാകുന്നു. അറിയില്ല എപ്പോഴാണ് കോമാളിയുടെ തൊപ്പി തലയിൽ വീഴുന്നതെന്ന്. പിന്നീട് എടുത്ത് മാറ്റാനാകാതെ ആദ്യം ജാള്യ

തയോടെ, പിന്നീട് പഴകിയതിന്റെ സുഖത്തോടെ.'

ചന്ദ്രയുടെ ചോദ്യത്തിനാണ് മറുപടി നൽകുന്നതെന്ന് ഗിരിനാഥി നു പോലും അറിയില്ലായിരുന്നു.

ചന്ദ്ര, ഗിരിനാഥിനെ യാഥാർത്ഥ്യത്തിലേയ്ക്ക് തിരിച്ചു വിളിച്ചു.

'നമുക്ക് അൽസ്ഹൈമർ സെന്ററിന്റെ രീതികളെക്കുറിച്ചറിയണം.'

'സെക്രട്ടറിയെ കണ്ടു സംസാരിക്കാം.' ഗിരിയ്ക്ക് ആഹ്ലാദം.

സെക്രട്ടറിയുടെ വാചാലതയിൽ അവർ തൃപ്തരായി.

'എങ്ങനെയാണ് ഫീസ് നിശ്ചയിക്കുക?'

'ഞങ്ങൾ പല ഘടകങ്ങളുടെ അടിസ്ഥാനത്തിലാണ് അത് നിർ ണയിക്കുക. മറ്റനുബന്ധരോഗങ്ങളുണ്ടോ എന്നറിയണം. ഷുഗർ, ബ്ല ഡ്പ്രഷർ, തുടങ്ങിയവ സാധാരണനിലയിലായിരിക്കണം. ഇനി നോ ക്കുന്നത് ഇവയ്ക്ക് ചികിത്സ നൽകാൻ നിങ്ങളാഗ്രഹിക്കുന്നുണ്ടോ ന്നാണ്. വെറും താമസവും വസ്ത്രവും ഭക്ഷണവും പ്രാഥമിക ശു ശ്രൂഷയും മാത്രമാണെങ്കിൽ നിരക്ക് കുറയും. പിന്നെ രോഗിയുടെ പ്രായം. പ്രായം കുറവാണെങ്കിൽ നിരക്ക് കൂടും. ഈ നിരക്കുകളൊ ക്കെ ഓരോ വർഷവും പുതുക്കി നിശ്ചയിക്കുകയും ചെയ്യും. ഇതി നു പുറമെ ഒരു പാക്കേജായി ഞങ്ങളെ ഏൽപ്പിക്കാം. മരണം വരെ എന്നാണ് വ്യവസ്ഥ. വേണമെങ്കിൽ ചിതാഭസ്മം എത്തിച്ചുതരികയും ചെയ്യും. ബലികർമം വരെ എന്നുള്ള വ്യവസ്ഥാ പാക്കേജുമുണ്ട്. അ തിലാണെങ്കിൽ വയസ്സ് കൂടിയവർക്ക് കുറഞ്ഞ തുക. പ്രായക്കുറവനു സരിച്ച് കൂടുതൽക്കാലം സംരക്ഷിക്കണമല്ലോ. അപ്പോ തുക കൂടും. വ്യവസ്ഥകൾ പാലിച്ച് കരാറിൽ ഒപ്പിട്ടുകഴിഞ്ഞാൽ തുക അഡ്വാൻ സ് അടക്കണം.'

മറുപടിയിലുള്ള സംതൃപ്തികൊണ്ടല്ല, അങ്ങനെയൊരു സാഹച ര്യം അത്യാവശ്യമായിരുന്നതുകൊണ്ട് അവർ അവയെ അംഗീകരിച്ചു. അന്വേഷണങ്ങൾ വെറും ഔപചാരികത മാത്രമായിരുന്നു. സെക്രട്ട റി പറഞ്ഞ ഒട്ടുമിക്ക കാര്യങ്ങളും അവർ നേരത്തെ മനസ്സിലാക്കിയി രുന്നു.

'ഗിരീ, ഞാൻ അച്ഛനെ ഉപേക്ഷിക്കുകയല്ല കേട്ടോ, ഒരു താത്ക്കാ ലിക അറേഞ്ച്മെന്റ് മാത്രം.'

'എല്ലാം താത്ക്കാലികമാണ്, സമയം ആപേക്ഷികമാകുമ്പോൾ. താ ത്ക്കാലിക അറേഞ്ച്മെന്റ് മിനുട്ടുകളിലേയ്ക്കായി മാത്രമാകാം, മണി ക്കൂറുകളിലേയ്ക്കാവാം. അതുപോലെത്തന്നെ അത് മാസങ്ങളിലേയ് ക്കും വർഷങ്ങളിലേയ്ക്കും നീളാം.'

ഗിരിനാഥിന്റെ നിഗമനങ്ങളിൽ ജാള്യതപ്പെട്ടതുപോലെ ചന്ദ്ര സാവധാനം പറഞ്ഞു.

'ഇതുകൂടിപ്പറയൂ ഗിരീ, ജീവിതം തന്നെ ഒരു താത്ക്കാലിക അറേഞ്ച്മെന്റാണെന്ന്, മരണം വരെയുള്ള താത്ക്കാലിക അറേഞ്ച്മെന്റ്.'

ആറ്

...പള്ളിയറയിലെ പൂമെത്തയിൽ യശോധര അസ്വസ്ഥത പൂണ്ടപ്പോൾ രാജകുമാരൻ അരുളിച്ചെയ്തു. 'പ്രാപഞ്ചിക വിഷയങ്ങളോടു പഞ്ചേന്ദ്രിയങ്ങളും മനസ്സും ബന്ധപ്പെടുമ്പോൾ സ്പർശമുണ്ടാകുന്നു...'

'മോളേ, നീ ഓനെ കാക്കണ്ട. ഓൻ തലതിരിഞ്ഞ് പോയി.' ഉമ്മ സലാലയോട് പറഞ്ഞു.

'ഉമ്മ ബേജാറാകണ്ട. തിരിഞ്ഞ തല നേരെയാക്കാമ്പറ്റോന്ന് നോക്കാലോ.'

മൈസൂരിൽ ചേരിയിലെ കുടിലിലിരുന്ന് അങ്ങനെ പറഞ്ഞപ്പോൾ അവൾക്ക് പ്രതീക്ഷയുണ്ടായിരുന്നു. സാഹിത്യം ജീവിതഗന്ധിയാണ്. മനുഷ്യഗന്ധിയാണ്. താൻ പഠിച്ചതു മുഴുവൻജവാദിന്റെ മുന്നിൽ വിളമ്പണം. അവൻ മനുഷ്യരെ അറിയാൻ പഠിക്കും. ഇല്ലെങ്കിൽപ്പിന്നെ ഈ സാഹിത്യപഠനം തന്നെ ഉപേക്ഷിക്കും എന്ന് പ്രതിജ്ഞ ചെയ്യാനും അവൾ തയ്യാറായി.

മദ്രാസിലെ ഫ്ളാറ്റിൽ പോലീസെത്തിയപ്പോഴാണ് അവൾ ശരിക്കും ഞെട്ടിയത്. നശീകരണത്തിന്റെ, ഉന്മൂലനത്തിന്റെ വിഷക്കായ കൈയിലും തലയിലുമേന്തിനടക്കുന്ന മാനവവിരുദ്ധനായിക്കഴിഞ്ഞ ജവാദിന്റെ ജീവിതം പുസ്തകമായി വായിക്കുന്നത് അന്നായിരുന്നു. അതുവരെ വായിച്ചത് അവന്റെ വാക്കുകളായിരുന്നു. അവന്റെ കണ്ണുകളായിരുന്നു. രണ്ടുദിവസം മുൻപ് അവൻ ഫ്ളാറ്റിലെത്തിയപ്പോൾ അവൾ കൈകളുയർത്തി പ്രാർഥിച്ചു.

'ഒടുക്കം നീയവനെ എനിക്കായി വിട്ടുതന്നു. ഇനി അവന്റെ സൂക്തങ്ങളിൽ ജീവിതം നിറയ്ക്കുന്നത് ഞാനായിരിക്കും. അവന്റെ സിരകളിൽ ഉന്മാദമായി നിറയുന്നത് മാനവസ്നേഹമായിരിക്കും. അവന്റെ വ്രതനിഷ്ഠ സഹിഷ്ണുതയായിരിക്കും.'

'മനുഷ്യസമൂഹത്തെ വിമലീകരിക്കാത്ത സാഹിത്യം ചവറാണ്.'

എന്നു പറഞ്ഞ സലാല ഒരു പരിവർത്തന പ്രക്രിയയുടെ പ്രാരംഭം കുറിക്കുകയായിരുന്നു.

'ജവാദ്, നിന്റെ ഗവേഷണങ്ങളും കണ്ടെത്തലുകളും രോഗശമനത്തിന്റെ വഴിയിലേയ്ക്ക് തിരിയട്ടെ. മാനവശാസ്ത്രജ്ഞനായി ലോകം വാഴ്ത്തട്ടെ.'

'എന്റെ വാഴ്ത്തപ്പെടൽ ഇവിടെയല്ല. പരലോകത്താണ്. വിശാലമായതിനുവേണ്ടി ഇത് ഞാനുപേക്ഷിക്കും. പൊന്നിനു വേണ്ടി വെള്ളി ത്യജിക്കണം. നിങ്ങൾ വിഡ്ഢികളാണ്. ഒറ്റുകാരാണ്. മനുഷ്യരുടെ ഒറ്റുകാർ.'

'എന്തിന്റെ ഒറ്റുകാരാണ്?'

'ഇസ്ലാമിന്റെ.'

'എങ്കിൽ നീ പടച്ചവന്റെ ഒറ്റുകാരനാണ്. മനുഷ്യരുടെ ഒറ്റുകാരനാണ്.'

'നിനക്ക് ഭ്രാന്താണ്. കാല്പനിക ഭ്രാന്ത്.'

'ആ ലഹരി എന്നെ ഉണർത്തും. എന്നെ ജീവിപ്പിക്കും. എന്നെ മാത്രമല്ല ഹൃദയമുള്ളവരെയെല്ലാം. പക്ഷേ നിന്റെയീ ലഹരിയുണ്ടല്ലോ അത് നാശത്തിനുള്ളതാണ്. തളർച്ചയ്ക്കും മരണത്തിനുമുള്ളതാണ്.'

'മരണത്തെ ഭയക്കുന്നില്ല.'

'മരണത്തെ ഭയക്കുന്നില്ലെന്നു പറയുന്ന നീ മനുഷ്യനെ ഭയക്കുന്നു. ആ പറച്ചിൽതന്നെ കപടമാണ്. അന്യമതവിശ്വാസികളെ ഭയക്കുന്നു. എന്തിന്? അതിന്റെയർഥം നീ മരണത്തിന്റെ സൂചനകളെപ്പോലും ഭയക്കുന്നു എന്നാണ്. മനുഷ്യനെപ്പേടിക്കുന്നവന് മോക്ഷമില്ലെന്നറിയുക.'

ഒറ്റരാത്രിയിൽ സംസാരിച്ചതൊക്കെ പരസ്പരം മനസ്സിലാകാത്ത കാര്യങ്ങളായിരുന്നു. സലാല അറിയുകയായിരുന്നു, അകലത്തിന്റെ അസ്പൃശ്യത. അവൻ വേട്ടമൃഗമായപ്പോഴേക്കും വേട്ടയാടപ്പെടുകയാണെന്നും കൂടിയറിഞ്ഞു. ഇരുണ്ട യാമങ്ങളിലെപ്പോഴോ അയാൾ ഉണർന്നിറങ്ങിയത് മറ്റൊരു അജ്ഞാതയാത്രയിലേയ്ക്കായിരുന്നു.

തന്റെ മൊബൈൽ ഫോണിൽ നിന്ന് ജവാദ് സിം കാർഡ് എടുത്തകാര്യം സലാല ഉണർന്നപ്പോൾത്തന്നെ അറിഞ്ഞെങ്കിലും ലഘുലേഖകളും പെൻഡ്രൈവുകളും ഫ്രിഡ്ജിനടിയിൽ ഒളിച്ചുവെച്ചിരുന്നതറിയാൻ പോലീസ് കയറിയിറങ്ങേണ്ടിവന്നു. മസ്തിഷ്കത്തിലെ അനന്തകോടി ന്യൂറോണുകളിൽ ജീർണത ബാധിച്ചവയും രോഗഗ്രസ്തമായവയുമുണ്ടെന്നും മനസ്സിലാക്കാൻ വൈകി. അത് വ്യക്തിവൈ

കല്യങ്ങളായും സ്വഭാവവൈകൃതങ്ങളായും വിസർജ്യങ്ങളായി സമൂഹത്തിൽ ദുർഗന്ധം പരത്തും എന്നറിയാൻ വൈകി. അറിവ് വൈകിയെത്തുന്നതും ചിലപ്പോൾ കുറ്റകരമാണ്.

'ഞാൻ അവനെ പ്രണയിച്ചിരുന്നു. ഫോണിൽ സംസാരിച്ചിരുന്നു. ലഘുലേഖകളും ഡ്രൈവുകളും എന്റെ അറിവോടെ സൂക്ഷിച്ചതല്ല. എനിക്കറിയാം, തെളിവുകളാണ് മുഖ്യം. തെളിവുകൾക്ക് മുന്നിൽ ഞാൻ കുറ്റവാളിയാണെങ്കിൽ, അവനു പാഠമാകാനല്ല അവന്റെ പാത തെരഞ്ഞെടുക്കാൻ പോകുന്നവർക്കുള്ള മുന്നറിയിപ്പായി ശിക്ഷ ഏറ്റെടുക്കാം. വിശുദ്ധഗ്രന്ഥത്തിൽ നിന്നും വിശുദ്ധബലിദാനത്തിൽ നിന്നും ഒന്നും പഠിക്കാത്തവൻ എന്റെ ബലിദാനത്തിൽ നിന്നൊന്നും പഠിക്കില്ല എന്നെനിക്കറിയാം.' സലാല നിയമ സംരക്ഷകരോടായി പ്രസംഗിച്ചു.

അച്ചടിക്കപ്പെട്ട അക്ഷരക്കൂട്ടങ്ങളാണ് നിയമസംഹിതകളെന്ന് ഒരിക്കൽക്കൂടി സ്ഥിരീകരിക്കപ്പെടുമ്പോൾ സലാല ജയിലിലെ ഏകാന്ത സെല്ലിൽ പുസ്തകങ്ങളുടെ ലോകത്ത് ജീവിതമാരംഭിച്ചു. സാഹിത്യമല്ല. ജനിറ്റിക് എഞ്ചിനീയറിംഗ്.

'അവൻ തന്ന സൂചന ശരിയാണെങ്കിൽ അവന്റെ കണ്ടെത്തലിന്നുള്ള മറുമരുന്നായിരിക്കും ഞാനവന് നൽകാൻ പോകുന്ന പ്രണയസമ്മാനം.' സലാല സ്വയം ഓർമിപ്പിച്ചുകൊണ്ടേയിരുന്നു.

ജയിലിനകത്ത് മൊസാദിന്റെ ചോദ്യം ചെയ്യലിൽ അവൾ പറഞ്ഞു.

'അവൻ കുറ്റകൃത്യങ്ങൾക്കുള്ള മുന്നൊരുക്കത്തിലാണ്. കഴിയുമെങ്കിൽ കുറ്റം ചെയ്യുന്നതിനുമുൻപ് അത് തടയുക. അവന്റെ പാപത്തിന്റെ ഗൗരവം കുറയട്ടെ. നിങ്ങളും സ്വയം ചോദിക്കേണ്ട ഒരു ചോദ്യമുണ്ട്. ഭയക്കുന്നതാരെ? നിങ്ങളെത്തന്നെയോ നിങ്ങളുടെ നിഴലുകളെയോ? അക്രമികൾ പ്രത്യാക്രമണത്തെ പ്രതീക്ഷിക്കണം. അക്രമിക്കപ്പെടുന്നവന്റെ അവകാശമാണ് പ്രത്യാക്രമണം. കീഴടങ്ങൽ ഉപായവും.' സലാലയെ വിട്ടുനൽകാനുള്ള കത്തിന് ഭാരത്സർക്കാർ ഇങ്ങനെ മറുപടി നൽകി.

'നിയമം അനുശാസിക്കുന്നില്ല.'

ഉമ്മ, രാഷ്ട്രതന്ത്രവും സാഹിത്യവും ജനിതകശാസ്ത്രവുമൊന്നും അറിയാതെ മൈസൂരിന്റെ ചേരിയിൽത്തന്നെ കഴിഞ്ഞുകൂടി. ഗർഭം ധരിച്ചപ്പോഴും വല്യ പ്രതീക്ഷകളില്ലായിരുന്നു. ചന്ദനത്തിരി ഉരുട്ടിയെടുക്കുമ്പോൾ അതിൽനിന്ന് സുഗന്ധം തന്നെയുണ്ടാകുമെന്ന് അവർക്കുറപ്പുണ്ടായിരുന്നു. അതിന്റെ ആസ്വാദകർ മറ്റാരെങ്കിലുമായിരിക്കുമെന്നും. ഏകകോശം ബഹുകോശമായും സഹസ്രകോശമായും വിഭ

ജിച്ച് വളരുമ്പോൾ അതിൽ എന്തെങ്കിലും എഴുതപ്പെടുമെന്നറിയാമെങ്കിലും എഴുതപ്പെടുന്നതെന്തെന്ന്, ചേർക്കപ്പെടുന്ന ചേരുവ എന്തെന്ന് അവർക്ക് അറിയില്ലായിരുന്നു. അറിയുന്നവർ തന്നെ അതിന്റെ ചേരുവകകളിൽ മാറ്റം വരുത്താനറിയാത്തവരുമായിരുന്നു. ഗർഭം ധരിക്കലിനും പേറിനുമൊക്കെയേറെ നല്ലത് ചന്ദനത്തിരിയുരുട്ടലാണെന്ന് അവർ അന്നേ മനസ്സിലാക്കിയിരുന്നു. ഉമ്മ ഒരുകാര്യം കൂടി ശ്രദ്ധിച്ചു, എന്നും ബഹളവും അടിപിടിയുമൊക്കെയുണ്ടായിരുന്ന തന്റെ ചേരി ഇപ്പോൾ ശാന്തമാണ്. രഹസ്യപ്പോലീസിന്റെ കണ്ണുകൾ ആ ഉമ്മയുടെ ദൃഷ്ടിയിൽപ്പെടാത്തത്രയും സൂക്ഷ്മങ്ങളായിരുന്നു. അന്താരാഷ്ട്രകുറ്റാന്വേഷണ ഏജൻസികളുടെ കമ്പ്യൂട്ടർ ഡിസ്കുകളിൽ തന്റെ പേരും ചേരിയും രേഖപ്പെടുത്തപ്പെട്ടവിവരവും ആ ഉമ്മയ്ക്ക് അജ്ഞാതമായിരുന്നു. വിശാലമായ വിനിമയ സംവിധാനങ്ങളിലൂടെഅവ കൈമാറ്റം ചെയ്യപ്പെടുന്നതറിയാതെ ചർച്ചചെയ്യപ്പെടുന്നതറിയാതെ ചന്ദനത്തിരി ഉരുട്ടിക്കൊണ്ടേയിരുന്നു. അതായിരുന്നു അവരുടെ അറിവ്. അന്നത്തിനായുള്ള അറിവ്. അത് മാത്രമായിരുന്നു വേണ്ടതും. അതുമാത്രമായിരുന്നു പരമമായ അറിവും.

ഏഴ്

...മകൻ രാഹുലന്റെ മൃദുവായ കൈകൾ പതുക്കെ തലോടിക്കൊണ്ട് കപിലവസ്തുവിലെ യുവരാജാവ് പിറുപിറുത്തു. 'സ്പർശം വേദനയ്ക്ക് കാരണമാകുന്നു...'

പിറകിൽ ഗസൽസന്ധ്യ. ഗുലാം അലിയുടെ ഗസൽ പരന്നൊഴുകുന്നു. മുന്നിൽ കടലമ്മ ഇളകിയാടി. ഉയർന്നുപൊങ്ങി. തീരത്തെ മാളങ്ങളിലേയ്ക്ക് ഓടിക്കയറാൻ ശ്രമിച്ച ഞണ്ടുകളെ ചിലരൊക്കെ ചേർന്ന് പിടിച്ച് കൈകാലുകൾ വലിച്ച് മുറിച്ച് കൊന്നിട്ടു, വെറുതെ. ഗിരിനാഥ് നിശ്ശബ്ദ സാക്ഷിയായിരുന്നു. പിന്നീടെപ്പോഴോ തിരിഞ്ഞുനോക്കിയപ്പോൾ പിറകിലെ പുരുഷാരം ശൂന്യമായിരുന്നു. ആരുമില്ല. അയാൾ മാത്രം. ഏകാകിയായി. മുന്നിൽ കടൽ പിന്നിൽ ഇരുട്ടിന്റെ കടൽ. ഗിരിനാഥ് റൂമിലേയ്ക്ക് നടന്നു. അത് വീടുതന്നെയായിരുന്നു, പക്ഷേ, ഒരിക്കലും അയാൾ അതിനെ അങ്ങനെ വിളിച്ചിരുന്നില്ല. കുറേ മുറികളുണ്ടായാൽ വീടാകില്ലല്ലോ. അതാണയാളുടെ ന്യായം.

ഒരു വാടകവീട് എടുത്തതാണ്. വെള്ളച്ചുമര്. ഇടുങ്ങിയ വാതിലു

കൾ. കറുത്ത ജനൽപ്പാളികൾ. ജനൽപ്പാളികൾ തിരശ്ശീലകൊണ്ട് മൂടിയിരിക്കുന്നു. കറുത്ത് ഇരുണ്ട പുറംകാഴ്ചകളെ മറച്ചുപിടിച്ച് ഒന്നും കാട്ടാതെ കാണിക്കാതെ. അയാൾക്കിഷ്ടം പുറംതിരിഞ്ഞുനിൽക്കാനാണ്. അപ്പോഴാണ് അയാൾ തന്നെത്താൻ കാണുന്നത്. ലോകത്തെ കാണുന്നത്. അല്ലെങ്കിൽ അയാൾ തന്നെ മാത്രം കാണുന്നു, മനുഷ്യരാണ് കൂടുതൽ, മൃഗങ്ങൾ കുറവും, കാന്തമാണ് കുറവ്, കാന്തികവസ്തുക്കൾ കൂടുതലും. കാന്തത്തിന്റെ സ്വാധീനത്തിൽ സാന്നിധ്യത്തിൽ അത് കാന്തികമാകുന്നു. വീടിന്റെ ഏകാന്ത സ്വകാര്യതയിൽ നിന്ന് ഇരുട്ടിന്റെ മറപിടിച്ച് ജനലിലൂടെ അവൻ പുറത്തേയ്ക്ക് ഒളിഞ്ഞു നോക്കിയിരുന്നു. ആളുകളുടെ ഇളകിയാട്ടങ്ങൾ കണ്ട് ലജ്ജിച്ചു. ജുഗുപ്സമെങ്കിലും ഇക്കിളിപ്പെടുത്തുന്ന കാഴ്ചകളിലേയ്ക്ക് ആർത്തിയോടെ നോക്കി. എങ്കിലും അവന് ഭയമായിരുന്നു. ജനൽപ്പാളികളുടെ സംരക്ഷണത്തിൽനിന്ന് പുറത്തുകടക്കാൻ. ജനൽച്ചില്ലുകളുടെ തിരശ്ശീല മാറ്റാൻ. വാതായനങ്ങൾ തുറന്നുവെച്ചത് കാറ്റ് ഉള്ളിലേയ്ക്ക് വരാനായിരുന്നു. പക്ഷേ കാറ്റ് പുറത്തേയ്ക്കാണ് ചലിച്ചത്. വാതിൽ മലർക്കെതുറന്നത് അവന് പുറത്തുകടക്കാനായിരുന്നു. പക്ഷേ പലരും ഉള്ളിലേയ്ക്ക് വരികയാണ് ചെയ്തത്. അങ്ങനെ ഉച്ഛ്വാസവായു നഷ്ടപ്പെട്ടു. ചലനം നഷ്ടപ്പെട്ടു. അവൻ മറ്റാരോ ആയിമാറി.

ഒരുനാൾ തിരശ്ശീല നീക്കി വെളിച്ചം കണ്ടു. കാഴ്ചകൾ കണ്ട് കണ്ണിമയ്ക്കാതെ ജനലിനരികിൽത്തന്നെ കൗതുകം പൂണ്ട് ഏകനായിരുന്നു... വീടിനടുത്തുള്ള വെളിപ്രദേശത്ത് അഞ്ചെട്ടുതെങ്ങുകൾ മാത്രം. വൈകുന്നേരങ്ങളിൽ കുട്ടികളും യുവാക്കളും ക്രിക്കറ്റ് കളിക്കുന്നത് ഇവിടെയാണ്. വസ്ത്രങ്ങൾ ഉണക്കാനായി കെട്ടിയിടുന്ന കയർ അവർ അലങ്കോലപ്പെടുത്തിയിട്ടുണ്ടാകും. ഓരോ ദിവസവും അവളത് വീണ്ടും കെട്ടിത്തുടങ്ങും. തെങ്ങിന്റെ ചുവട്ടിൽനിന്നും അല്പം ഉയരത്തിൽ ചുറ്റും വളർന്നുവന്ന വേരിൻകൂട്ടിൽ ചവിട്ടി ഒരുപടികയറി ഒരഭ്യാസിയെപ്പൊലെ തെങ്ങിൽ മുന്നോട്ടാഞ്ഞ് നിന്ന് കയറിന്റെ അറ്റം മുറുക്കിക്കെട്ടും. താഴെയിറങ്ങിനോക്കി, ഉയരം കൂടിപ്പോയാൽ ആറിയിടാനെത്തില്ല. വീണ്ടും വേരുകൾക്ക് മുകളിൽക്കയറി കയർ അഴിച്ചുകെട്ടും. ചിലപ്പോഴെങ്കിലും ഗിരി അത് കണ്ടിട്ടുള്ളതാണ്. പേരറിയാത്ത യുവതിയെ. കാഴ്ചകളിലേയ്ക്ക് അയാൾ സ്വയം തുറന്നിടാൻ തുടങ്ങിയതങ്ങനെയായിരുന്നു. ഇല്ല അവിടെ അയലുകളെ അലങ്കോലപ്പെടുത്തിയിട്ട് കുട്ടികൾ ക്രിക്കറ്റ് കളി തുടങ്ങിയിരിക്കുന്നു. അപ്പോൾ നിരാശ നാമ്പിടുന്നതും അറിയുന്നുണ്ടായിരുന്നു. അയാളുടെ തലയ്

ക്ക് മീതെ, മേൽക്കൂരയ്ക്ക് മുകളിലൂടെ ഒരു പക്ഷി പറന്നുവന്ന് മുന്നിലിരുന്ന് കാഴ്ചകളെ മറച്ചു. അയാൾ അല്പം ചെരിഞ്ഞിരുന്ന് കാഴ്ചകളെ ശരിപ്പെടുത്താൻ ശ്രമിച്ചു. അല്പസമയത്തിനകം ഒരു പശു പറന്നുവന്ന് മുന്നിലിരുന്നു. അതും തലക്ക് മീതെതന്നെ. അടുത്ത ഊഴം പട്ടിയുടേതായിരുന്നു. പിന്നെ, പൂച്ച, കുറുക്കൻ, കാട്ടുപോത്ത്, കോഴി, മുന്നിലിരിക്കുന്നവർ അയാളുടെ കാഴ്ചകളെ മറച്ചു. ചാഞ്ഞും ചെരിഞ്ഞുമിരിക്കുന്നതുകൊണ്ടും ഫലമില്ലാതായി അയാൾ പിൻവാങ്ങി. മറയ്ക്കപ്പെട്ട കാഴ്ചകൾക്ക് നേരെ കണ്ണടച്ചു.

ഉത്തരം കിട്ടാത്ത നിരവധി ചോദ്യങ്ങൾ. പലപ്പോഴും മനസ്സിൽ തെളിഞ്ഞുവരും. അങ്ങനെ ചോദ്യങ്ങൾക്കെല്ലാം ഉത്തരം കിട്ടാതെ വന്നു തുടങ്ങിയാൽ ചോദ്യങ്ങളും പിന്നീട് ഉണ്ടാകാതെ വരും. ശനിയാഴ്ചകൾക്ക് നീളം കൂടിത്തുടങ്ങിയതെപ്പോൾ മുതൽക്കാണ്? ഞായറാഴ്ചകളുടെ ആസ്വാദ്യതകളുടെപശ്ചാത്തലത്തിലോ? അതോ വിരസതകളുടെ നിമിഷങ്ങളിലോ? അല്പാല്പമായി തിരക്കുകളുടെ തെരുവുകളിലേയ്ക്ക് ഇറങ്ങിച്ചെല്ലാൻ തുടങ്ങി. ദിവസങ്ങൾ തെരുവീഥികളാണ്. ചിലത് തിരക്കുള്ളവ, ചിലത് ശാന്തവും നിശ്ശബ്ദവും. ചിലത് ചടുല താളങ്ങളാൽ നിർഭരം.

ഡോ: ഗോവിന്ദിന്റെ അടുത്ത് പോയിരുന്നു, അൽസ്ഹൈമർ രോഗത്തെക്കുറിച്ച് കൂടുതൽ അറിയാൻ. ഫീച്ചർ തയ്യാറാക്കുമ്പോൾ വിശദമായി എഴുതണം. അയാൾ ഒരു കിറുക്കനാണോയെന്ന് ചിലപ്പോഴൊക്കെ തോന്നാൻ തുടങ്ങിയിരുന്നു. സമ്മതത്തോടെയുള്ള പോക്കറ്റടിയാണ് ചികിത്സ. 'നിങ്ങളുടെ പോക്കറ്റടിക്കാൻ സമ്മതിക്കുകയാണെങ്കിൽ രോഗം ഭേദമാക്കിത്തരാൻ ഞാൻ ശ്രമിക്കാം.' ഡോക്ടർ പറയുന്നതായി ആ കണ്ണുകളിൽ അയാൾ വായിച്ചു.

'ഡോ.ഗോവിന്ദ്, അംനേസ്യ ബാധിച്ചവരുടെ മാനസിക നില എന്താണ്?'

'അംനേസ്യ, ബൗദ്ധിക ആകുലതകളും പ്രശ്നങ്ങളും സൃഷ്ടിക്കും. ചിന്തകൾ അസ്വസ്ഥതകളുടെ വഴിമരുന്നാണല്ലോ. അങ്ങനെയെങ്കിൽ ചിന്താരാഹിത്യം സ്വാസ്ഥ്യത്തിന്റേതാണ്. ധ്യാനത്തിലൂടെ ചിന്തകളെ വരുതിയിലാക്കുന്നതിനെപ്പറ്റി ആധുനിക മന:ശാസ്ത്രവും ഉദ്ഘോഷിക്കുന്നുണ്ട്. സ്ഥിതപ്രജ്ഞത എന്നത് ചിന്തകൾ അഥവാ മനസ്സ് ശാന്തമായിരിക്കുന്ന ഒരു നിലയാണ്, അവിടെ മന:ശാന്തിയാണ് സുലഭമായിട്ടുള്ളത്. ഓർമകൾ സമയത്തിന്റെ കണക്കുപുസ്തകങ്ങളാണ്. ഓർമകളാണ് മനുഷ്യന്റെ എല്ലാ അഹങ്കാരത്തിനും കാരണം എന്ന്

പലപ്പോഴും തോന്നിയിട്ടുണ്ട് ഇവരെ കാണുമ്പോൾ.'

'ആ നിലയ്ക്ക് നോക്കുമ്പോൾ ഓർമശക്തി നശിച്ചവർ ആന്തരിക സ്വാസ്ഥ്യം അനുഭവിക്കുന്നു എന്നാണോ?'

'എന്ന് സാമാന്യവത്ക്കരിച്ച് പറയാൻ കഴിയില്ല. എങ്കിലും മനോ വ്യാപാരങ്ങൾ നിലയ്ക്കുമ്പോൾ കിട്ടുന്ന ഒരു തരം ശാന്തത മിക്കവ രിലും കാണാറില്ലേ? പിന്നെയുണ്ടാകുന്ന നൈമിഷികമായ പൊട്ടിത്തെ റികളും പ്രതികരണങ്ങളും. അത് ശാരീരികമായ അസ്വസ്ഥതകളു ടെ തത്സമയ പ്രതികരണമല്ലേ? തികച്ചും നിഷ്കളങ്കവും നിർവ്യാജ വുമായത്. അവർ ഒരിക്കലും ക്രിറ്റിക്കലായി സംസാരിക്കുന്നത് കണ്ടി ട്ടില്ല.'

'അപ്പോൾ അവരിലെ വിഷാദഭാവമോ?'

'മറവിരോഗികളെ വിഷാദ ലക്ഷണമായി പരിഗണിക്കപ്പെട്ടുപോ രുന്നത് ഭാവത്തെയാണോ? പകരം അവരുടെ ഏറ്റവും കുറഞ്ഞ ക്രി യാത്മകതയെയല്ലേ. ചലന രാഹിത്യത്തെയല്ലേ? അതിന്റെയർത്ഥം അ വർ വിഷാദം എന്ന് നാം വിവക്ഷിക്കുമ്പോഴും ശാന്തതയിലാണ് തുട രുന്നത് എന്നാണ്.'

'പക്ഷേ അവരുടെ ഉത്ക്കണ്ഠയെക്കുറിച്ചോ?'

'ശാരീരികമായ ലക്ഷണങ്ങളുടെ അടിസ്ഥാനത്തിലല്ലെ? പിന്നെ രോഗത്തിന്റെ ആരംഭാവസ്ഥയിൽ കാണപ്പെടുന്ന ഉത്ക്കണ്ഠയും വി ഷാദവും ഒക്കെ അതിന്റെ ശരിയായ അർത്ഥത്തിൽത്തന്നെയായിരി ക്കും. സമ്പൂർണ രോഗിയാകുമ്പോഴേയ്ക്കും പൂർണസ്വാസ്ഥ്യത്തിലെ ത്തിച്ചേരുകയായിരിക്കും എന്ന് വിശ്വസിക്കാനാണ് എനിക്കിഷ്ടം.'

ആകെക്കൂടി ആശയക്കുഴപ്പമായിരുന്നു ആ ഇന്റർവ്യൂവിന്റെ ഫലം. ശൂന്യമായ ഡയറിത്താളുകൾ, ആരെയോ കാത്തിരിക്കുകയായിരുന്നു. മഷി വീഴ്ചകൊണ്ട് വികലമാവാൻ. അയാൾ കുനുകുനെ അക്ഷരപ്പൂ ക്കൾ വരച്ചപ്പോൾ ഡയറി പരിതപിച്ചു. 'വേണ്ടായിരുന്നു.' ആ കാത്തി രിപ്പ് ശൂന്യതയായിരുന്നു, സുന്ദരം, സുകരം. പിന്നീട് അക്ഷരങ്ങൾ ക്കിടയിൽ ശൂന്യതതേടി കണ്ണുകൾ ഉഴറാൻ തുടങ്ങി.

ഭാഷകൾ അന്യമാകുന്നോ? അമൂർത്തമായ ആശയങ്ങൾക്കുമു ന്നിൽ അനിർവചനീയമായ, ക്രോഡീകരിക്കാനാവാത്ത വിങ്ങലിന്നുമു ന്നിൽ ഭാഷയും ഭയചകിതമാകുന്നു. ആത്മനിന്ദ, അസ്വസ്ഥത, ആശ ങ്ക, മടുപ്പ്, വെറുപ്പ്, അതിനിടയിൽ ഒരു കീറ് ശാന്തിയുടെ കിരണം. പി ന്നെ വീണ്ടും ഇരുട്ട്. എന്തിനീയാത്ര? മനസ്സ് എന്തേ ഇങ്ങനെ ശൂന്യമാ കുന്നു? ഓർമകൾ പോലും ചേക്കേറാൻ മടികാണിക്കുന്നതെന്തേ? മന

സ്സ് നഷ്ടപ്പെടുകയാണോ? ഓർമകൾ മങ്ങുകയാണോ? പുത്തൻ ചിന്തകളും ആശയങ്ങളും പൊട്ടിമുളയ്ക്കാത്തതെന്തുകൊണ്ട്? പാറയിൽവീഴുന്ന വിത്തുകൾ പോലെ ഒക്കെ കരിഞ്ഞുണങ്ങിപ്പോകുന്നു. ശബ്ദത്തിന്റെ പ്രതിധ്വനികേൾക്കുന്നില്ല. ഭ്രൂണങ്ങളുടെ ശവപ്പറമ്പായി മാറുകയാണോ മനസ്സ്? ചുടലപ്പറമ്പിലെ പുകയാണോ ഉയർന്ന് പൊങ്ങുന്നത്? അവ്യക്തമായി, കാരണമറിയാതെ, ഉറവിടമറിയാതെ അവസാനമറിയാതെ. അശാന്തിയുടെ ചുടലപ്പറമ്പ്. അശാന്തിയുടെ പുകപടലം. പരസ്പരബന്ധമില്ലാത്ത പരസ്പര വിശ്വാസമില്ലാത്ത... വേഗത കൊണ്ട് മത്സരിക്കുന്ന മിന്നൽപിണർ പോലെ മുഖം കാട്ടി. പിന്നെ അപ്രത്യക്ഷമാകുന്ന ജലപ്പരപ്പിലേയ്ക്കുയർന്നു ചാടി, ആഴക്കടലിലേയ്ക്കൂളിയിട്ടു മറയുന്ന മത്സ്യഭീമരെപ്പോലെ ചില ഓർമച്ചിന്തുകൾ.

'എന്റെയുള്ളിൽ എനിക്കുതന്നെ പിടിതരാതെ എനിക്കുനേരെ മുഖം തിരിഞ്ഞിരിക്കുന്ന ഞാനറിയാത്ത എന്നെയറിയിക്കാത്ത ഒരു ഞാനുണ്ട്. ഞാൻ ആ ഞാനോട് ചോദിച്ചു. ആരാണു നീ? ഞാൻ ഒന്നും പറഞ്ഞില്ല. ഒന്നു ചിരിച്ചു. പരിഹാസച്ചിരി, പിന്നെ കൊലച്ചിരി, ഉയരെ ഉച്ചത്തിൽ ഞാൻ ചെവികൾ പൊത്തി. ഓർമകളോട് എന്നും കലഹിച്ചുകൊണ്ടാണ് ജീവിക്കുന്നത്. യൗവനയുക്തയെപ്പോലെ മുന്നിൽ വരാതെ, വാതിൽപ്പടിയിലെവിടെയോ മറഞ്ഞ്, വാതായനത്തിലൂടെ ഇടയ്ക്കൊന്ന് മുഖം കാട്ടി വീണ്ടും കലഹിക്കുകയണ് ഞാൻ. ഇവനെ വിടെയൊളിക്കുന്നു? എന്തിന്?' അയാൾ ഡയറിയിൽക്കുറിച്ചിട്ടു.

'മനസ്സ് പെൻഡുലം പോലെ ചിന്തയുടെയും അസ്വസ്ഥതയുടെയും ഏറ്റക്കുറച്ചിലുകളിൽ ഉലയുന്നതെന്തേ? പാരമ്യതകളിൽനിന്ന് ഏറ്റക്കുറച്ചിലുകളിലൂടെ ഇല്ലായ്മയിലേയ്ക്ക്, അവിടെനിന്ന് വീണ്ടും ഏറ്റക്കുറച്ചിലിൽനിന്ന് പാരമ്യതയിലേയ്ക്ക്.. ജീവിതത്തെയും ജീവനെയും സ്നേഹിക്കാൻ ഭയപ്പെടുകയാണോ അതോ മറന്നുപോകുകയാണോ? ധ്യാനസദൃശമായ എന്റെ മനസ്സിൽ സംഘർഷത്തിന്റെ ഷെല്ലുകൾ വർഷിച്ചതെന്തിന്? നിശ്ശബ്ദമായിരുന്നു മനസ്സ്. അനിർവചനീയമായ അനുഭൂതിയുടെ ലഹരിപിടിച്ച് സ്വയമലിയുന്ന നിശ്ശബ്ദത, അവിടെ ബോംബറുകളുടെ, മിസൈലുകളുടെ അലർച്ചകൾ നിലവിളികൾ, പിന്നെ ഞരക്കങ്ങൾ നിറച്ചതെന്തിന്? ആര്? എന്തിന്? നിലാവിന്റെ കുളിർമയിൽ ഉഷ്ണക്കാറ്റ് തീക്കാറ്റ്, മരുക്കാറ്റ്.... ആരൂതിവിട്ടു? മുല്ലപ്പൂ സൗരഭ്യമായിരുന്നു. അവിടെ കത്തുന്ന ചീയുന്ന മാംസഗന്ധം പടർത്തിയതെന്തിന്? ശൂന്യത നിറവിന്റെ ഒരു പര്യായമോ, നാനാർത്ഥമോ ആണ്. ശൂന്യതയുടെ നിറവ് എന്നു പറയാറുള്ളതുപോലെ നിറ

വ് ചിലതിനെ ശൂന്യമാക്കുകയും ചെയ്യും. ഹെയ്സൻ ബർഗിന്റെ അൺ സെർട്ടനിറ്റി പ്രിൻസിപ്പിൾ പോലെ നിങ്ങൾക്ക് ഒരേസമയം കൃഷ്ണ നും കംസനുമാവുക സാധ്യമല്ല. ഗബ്രിയൽ മാലാഖയും ലൂസിഫർ ച്ചെകുത്താനുമാകാനാവില്ല. നിമിഷാർധങ്ങളുടെ വ്യത്യാസമെങ്കിലു മുണ്ടാകും.'

'ജൈവികതയുടെ സങ്കീർണതകളിലെ ആദിയും അന്തവുമാ ണ് ഓർമകൾ, വൈരുധ്യങ്ങളുടെ ചവറ്റുകൊട്ടയും. സങ്കീർത്തനങ്ങ ളുടെ ചിലമ്പിച്ച നാദമാണത് ചിലപ്പോൾ. സ്വത്വബോധത്തിന്റെ അവ സാനത്തെ ശ്വാസമാണ് മറവി. അയാൾ വിഴുപ്പുഭാണ്ഡമെടുത്ത് ആ ജീവിയുടെ പുറത്തുവെച്ച് ഒച്ചയെടുത്തു. വാർദ്ധക്യം എനിക്കെന്നും ഇഷ്ടമായിരുന്നു. ചെറുപ്പത്തിൽ ആദരവോടെ നോക്കിക്കണ്ടിരുന്നു. തൂവെള്ളനിറമുള്ള താടിയും മുടിയും പ്രത്യേകിച്ച് ഒന്നും ചെയ്യാനി ല്ലാതെ പതുക്കെ നടന്നു നീങ്ങുന്ന രൂപം. ധാരാളം കഥകളറിയാവു ന്ന, എല്ലാവരും അഭിപ്രായങ്ങളാരായുന്ന, എല്ലാവരും ആദരിക്കുന്ന ഒരു കാലം. പക്ഷേ, വാർദ്ധക്യത്തിന്റെ വയ്യായ്കകൾ, അവശതകൾ, ഒറ്റപ്പെടൽ, അവഗണന... ഒന്നും അറിഞ്ഞിരുന്നില്ല. ചവിട്ടിത്തേയ്ക്കു കയാണല്ലോ മനുഷ്യർ. അതിലെന്താണിത്ര ആഹ്ലാദം. ആഹ്ലാദിക്കാ നുള്ള വഴികൾ ഓരോരുത്തർക്കും ഓരോന്ന്. പലതവണ ജീവനെടു ക്കാൻ ശ്രമിച്ചതാണ്, പക്ഷേ നിങ്ങൾ അരിയിട്ടുവാഴിച്ച ദൈവം അതി നുസമ്മതിച്ചില്ല.

എനിക്ക് വെറുപ്പിനോളം തന്നെ ഇഷ്ടമാണ് സ്നേഹത്തെയും. ഉ റങ്ങാൻ താരാട്ടുപാടിത്തരുമായിരുന്നു അമ്മ, കഥപറഞ്ഞുതരുമായി രുന്നു അച്ഛൻ, പിന്നീട് ഉറക്കം വരാത്ത രാത്രികളിൽ സ്വയം താരാട്ടു പാടിയുറക്കാൻ ശ്രമിച്ചു. പക്ഷേ, താരാട്ടിന് ഈണവും കഥയ്ക്ക് 'ഥ'യും ഉണ്ടായിരുന്നില്ല. ശിശിരകാലത്തെ കൊടുംതണുപ്പിനെ എനി ക്കെന്തിഷ്ടമാണെന്നോ. സ്വപ്നങ്ങളുടെ മോഹങ്ങളുടെ, ഓർമപ്പത്ര ങ്ങളെ കത്തിച്ച് തീകായാൻ....എന്തു സുഖമാണെന്നോ. ചാരം നെറ്റി യിൽ പൂശി വിരിഞ്ഞ നെഞ്ചിൽ പൂശി വീണ്ടും കാത്തിരിക്കാൻ ശിശി രകാലത്തെ...കൂട്ടിവെച്ച ഓർമപ്പത്രങ്ങളുമായി.'

'വളർന്നു എന്നാണ് ഞാൻ കരുതിയിരുന്നത്, പക്ഷേ വളർന്നിട്ടി ല്ലായിരുന്നു. ഉണർന്നു എന്നാണ് ധരിച്ചത്, പക്ഷേ മയക്കത്തിൽ, അ തോ ഉറക്കത്തിൽത്തന്നെയായിരുന്നു. ഏകാന്തതയുടെ ചങ്ങലയിൽ കുറേക്കാലം കഴിയുമ്പോൾ ഒരു സുപ്രഭാതത്തിൽ വാക്കുകൾ കാ ണാനില്ല., സംസാരിക്കാനാവുന്നില്ല. സ്ഫുടതയില്ല, അർത്ഥമില്ല, പു

ലമ്പൽ മാത്രം. ഇത് ഭാഷതന്നെ, ആദിമമനുഷ്യന്റെ ഭാഷ. ഇരുളേ, നീയെന്നെ പുണരൂ എന്നു ഞാൻ കേണപ്പോൾ അവരെന്നെ ഇരുളൻ, അന്തർമുഖൻ, ദുർമുഖൻ എന്നൊക്കെ വിളിച്ചു. ദു:ഖങ്ങളേ നിങ്ങളെന്നെ മൂടുക നിങ്ങളെന്നെ വിഴുങ്ങുക എന്നു വിളിച്ചുപറഞ്ഞപ്പോൾ അവരെന്നെ കളിയാക്കി. അശുഭാപ്തിവിശ്വാസി, ദു:ഖകാമുകൻ, നിരാശാകാമുകൻ എന്നൊക്കെ വിളിച്ചു. പിന്നീട് ഇരുൾ അവരെ പുണരാൻ ചെന്നപ്പോൾ കുതറിമാറാൻ ശ്രമിച്ചിട്ടും കീഴടങ്ങിയപ്പോൾ ദു:ഖങ്ങളവരെ വ്യാഘ്രമുഖത്താൽ വിഴുങ്ങിയപ്പോൾ... അവർ സ്വയം പരിഹസിച്ചില്ല. ചിരിച്ചില്ല, അവർക്കതിനാവുമായിരുന്നില്ല.'

ഗിരിനാഥ് മുറിയിലിരുന്ന് ഡയറി അടച്ചുവെക്കുമ്പോൾ തന്റെ ക്ലിനിക്കിൽ ആഹ്ലാദത്തിനു മേമ്പൊടിയായി ഡോ: ഗോവിന്ദ് വിസ്കിയെടുത്ത് മോന്തി. വെളുത്തു തുടുത്ത തുടകളിൽ തലങ്ങും വിലങ്ങും കീറിമുറിച്ചു നോക്കി രസിച്ചു. പിന്നീട് മുറിവുകളിൽ ശസ്ത്രക്രിയാനൂലുപയോഗിച്ച് തുന്നിച്ചേർക്കാൻ ശ്രമമാരംഭിച്ചു.

എട്ട്

...ബിംബിസാര സന്നിധിയിൽ തപ:ക്ലേശത്തിൽ ബോധിസത്വൻ ഇങ്ങനെ ഉരുവിട്ടു. 'സ്പർശഫലമായുള്ള ഇഷ്ടാനിഷ്ടങ്ങളിൽ നിന്ന് തൃഷ്ണ ഉണ്ടാകുന്നു. ഇഷ്ടമല്ലാത്തതും ഇഷ്ടം നൽകാത്തതുമായതിനെയൊക്കെ ഉപേക്ഷിച്ച് ഇഷ്ടം നൽകുന്നതെന്നു തോന്നുന്നതിനെ സ്വായത്തമാക്കാനുള്ള അതിയായ ആഗ്രഹമാകുന്നു തൃഷ്ണ.'

'ചന്ദ്രാ, ഇന്നല്ലേ ടൗൺഹാളിൽ ഗ്രിഗറി സാറിന്റെ ചിത്രപ്രദർശനം? നിനക്ക് താല്പര്യമില്ലേ അതൊന്ന് കാണാൻ?' കയറി വന്നപ്പോൾത്തന്നെ ഗിരിനാഥ് ചോദിച്ചു. ചന്ദ്രധാരയെ കാണാൻ വന്നതിന് അതാണ് കാരണം എന്ന് ധരിച്ചോട്ടെ.

'ചിലതൊക്കെ കണ്ടതാണ്. എങ്കിലും പോകണം. അത് ഒരാവശ്യമാണ്. എന്റേതല്ല. മറ്റ് പലരുടേതും. ഒരു അൽസ്ഹൈമർ രോഗി ഇത്രയും മനോഹരമായി ചിത്രങ്ങൾ വരയ്ക്കുമെന്നത് ലോകം അറിയണം. വൈദ്യശാസ്ത്രവുമറിയണം.'

'അയാൾ മുൻപ് വരയ്ക്കുമായിരുന്നു എന്ന് പറയുന്നത് കേട്ടു?'

'അതെ, വരയ്ക്കാറുണ്ടായിരുന്നു. ചിത്രരചന കുറച്ചൊക്കെ പഠി

ച്ചിട്ടുണ്ടായിരുന്നു. പക്ഷേ, ഒരു പ്രൊഫഷണലായിരുന്നില്ല. സിസ്റ്റർ സൂസൻ ജോർജിന്റെ ആശയമായിരുന്നു അത്. ചുമരിൽ കോറിയിട്ട നഖച്ചിത്രങ്ങളിൽ, തിന്നാൻ കൊടുത്ത ചോറ് തളികയിൽ പരത്തിയിട്ട് വിരലുകളാൽ വരച്ച് നേരം കളയുമ്പോൾ മറ്റ് നഴ്സുമാർ ഒച്ചയെടുത്തു. സൂസൻ ജോർജ് അത് നോക്കിയിരിക്കുമായിരുന്നു. ശൂന്യതയിൽ വരയ്ക്കുകയും മായ്ക്കുകയും ചെയ്തിരുന്ന ഗ്രിഗറിയെ നോക്കി പിറുപിറുക്കുന്നവരുടെ കൂട്ടത്തിൽ സൂസൻ ജോർജ് ഉണ്ടായിരുന്നില്ല. മൂത്രവും മലവും ചേർത്ത് ടോയ്ലെറ്റിന്റെ ചുമരിൽ വരച്ച രേഖകൾ കണ്ട് തൂപ്പുകാരി പരാതി പറഞ്ഞപ്പോഴും കാവൽക്കാരൻ കയ്യൂക്ക് കാണിച്ചപ്പോഴും വിലക്കിയത് സൂസനായിരുന്നു.'

'അവൾക്ക് ഒരു കാമുകനുണ്ടായിരുന്നത്രേ, ചിത്രകാരൻ.'

'ഗിരീ, നീ എന്നുമുതൽക്കാണ് പരദൂഷണവും ആരംഭിച്ചത്? ഒളിഞ്ഞുനോട്ടവും ആരംഭിച്ചത്.'

'നിന്നെ കണ്ടതുമുതൽ എന്നുപറയട്ടെ?'

'ദാ, വീണ്ടും പരദൂഷണം....'

'നീ എനിക്ക് അന്യയാണെന്ന് തോന്നാൻ തുടങ്ങിയിട്ടില്ല. ആ ചിത്രകാരൻ കാലുമാറിയതാണത്രെ.'

'അത് അയാളുടെ നഷ്ടം, സൂസൻ തിരിച്ചറിഞ്ഞത് ചിത്രകലയെയാണ്. പിന്നീട് ഒരിക്കൽ ഗ്രിഗറിസാറിന്റെ ശല്യം അവസാനിപ്പിക്കാനായിരിക്കണം കുറച്ച് പെയിന്റും ബ്രഷും വാങ്ങിയിട്ടാണ് സൂസൻ വന്നത്. അതങ്ങനെയായിരിക്കില്ല. അവൾ തിരിച്ചറിഞ്ഞ ചിത്രകാരനെ ജീവിതത്തിലേയ്ക്ക്, ഓർമയിലേയ്ക്ക് തിരിച്ചുവിളിക്കാനുള്ള ബോധപൂർവമായ ശ്രമമായിരുന്നു. ഫോൺ ചെയ്ത് ഗ്രിഗറിസാറിന്റെ മക്കളോട് അന്വേഷിച്ചിരുന്നു. അച്ഛൻ ചിത്രകലാഭ്രാന്തനായിരുന്നെന്ന് അവരാണ് പറഞ്ഞത്. ചില പ്രകൃതിദൃശ്യങ്ങൾ വരച്ച് വീട്ടിന്റെ പഴകിയ ചുമരിൽ തൂക്കിയിരുന്നത് അവരിലൊരാൾ അലസമായി ഓർമിച്ചെടുത്തു. അതും സൂസന്റെ ഗവേഷണത്തിലെ വളർച്ചയായിരുന്നു. അവർ അയാളിലെ ചിത്രകലയെ വളർത്തുകയായിരുന്നു; ഒപ്പം ഓർമകളെ ജീവിപ്പിക്കുകയും'

'ചന്ദ്രാ, നീ ഓർക്കുന്നില്ലേ, നമ്മളൊരിക്കൽ സെന്ററിൽച്ചെല്ലുമ്പോൾ ബ്രഷും കൈയിൽ പിടിച്ച് ചിന്താമഗ്നനായിരിക്കുന്ന ഗ്രിഗറിസാറിനെ? നീ അടുത്ത് ചെല്ലാൻ ശ്രമിച്ചപ്പോൾ സൂസൻ വിലക്കിയത്?'

'ഉം...ഓർമയിൽ നിന്ന് നിറക്കൂടുകൾ ഇളക്കിയെടുക്കാൻ ശ്രമിക്കുന്നതുപോലെ. രാവിലെ മുതൽ അതേ ഇരിപ്പാണെന്ന് നഴ്സുമാർ പറ

ഞ്ഞപ്പോൾ അല്പം വിഷമം തോന്നാതിരുന്നില്ല. പെട്ടെന്ന് കേട്ട അലർച്ച ഇപ്പോഴും മനസ്സിൽ നടുക്കമുണ്ടാക്കുന്നു. പെയിന്റും ബ്രഷും വലിച്ചെറിഞ്ഞ് നിലത്തുവീണ് അലറിവിളിച്ചത്. ഓർമച്ചിത്രങ്ങളെ ചേർത്തുവെക്കാൻ പറ്റാതെ നടുങ്ങിയപ്പോൾ എന്തായിരിക്കും ആ മനസ്സിൽ ഉണ്ടായിരുന്നിരിക്കുക?'

'തകർന്നടിഞ്ഞ പളുങ്ക്പാത്രങ്ങൾ ചേർത്തുവെക്കാനുള്ള ശ്രമം പരാജയപ്പെട്ട കുട്ടി? സൂക്ഷ്മതയോടെ ഉയർത്തിവെച്ച ചീട്ടുകൊട്ടാരം ഇളങ്കാറ്റിൽ തകർന്നു വീണാൽ.... ഇല്ല അതിനൊന്നും ഇത്രയും തീവ്രതയുണ്ടാകില്ല. കയ്യിലുണ്ടായിരുന്ന ഒരേയൊരു കണ്ണാടി അല്ലെങ്കിൽ ഒരേയൊരു കണ്ണട നിലത്തുവീണ് തകർന്നപ്പോൾ അത് ചേർത്ത് വെച്ച് പരാജയപ്പെടുമ്പോൾ........ഇങ്ങനെയാണോ അലറിവിളിക്കുക? ഇല്ല ചന്ദ്രാ, അതിന് സമാനതകളില്ല. ആ നിലവിളിക്ക് സമാനതകളില്ല. പക്ഷേ, എന്റെ ഓർമകളിലെവിടെയോ ആ നിലവിളി ഉണ്ടായിരുന്നെന്ന് എനിക്ക് പിന്നീട് പലപ്പോഴും തോന്നിയിട്ടുണ്ട്. ഒരുതരം അപസ്മാരബാധ....?' ഗിരി പലതും പൂരിപ്പിക്കാൻ ശ്രമിച്ചു.

'സൂസൻ പഴി മുഴുവൻ കേട്ട ദിവസമായിരുന്നു അത്. എല്ലാവരും അവളെ പരിഹസിച്ചു, കുറ്റം പറഞ്ഞു. പരാജയപ്രണയത്തെ ഓർമിപ്പിക്കാൻ കുത്തുവാക്കുകളുപയോഗിച്ച് തളർന്നപ്പോഴാണ് ചിലർ നിർത്തിയത്.'

'ചന്ദ്രാ, തടവിലാക്കപ്പെട്ട് കെട്ടുപോയ ഊർജത്തിന്റെ വിടുതലല്ലേ നിലവിളി? കെട്ടഴിച്ചുവിടൽ? പിന്നെന്തിനാണ് ആളുകൾ കരച്ചിലിനെ വെറുക്കുന്നത്? കേൾക്കുന്നവർക്ക് അലോസരമായതുകൊണ്ടോ??'

'അറിയില്ല. പക്ഷേ, എനിക്കും നിലവിളി കേൾക്കുന്നത് ഇഷ്ടമല്ല. അത് നടുക്കമുണ്ടാക്കുകയും ചെയ്യും.'

ചിത്രപ്രദർശന ഹാളിലെ ആളൊഴിഞ്ഞ മൂലയിൽ സൂസൻ ജോർജ് നിൽക്കുന്നുണ്ടായിരുന്നു. 'ദ കളർഫുൾ നൈറ്റിംഗെൽ' എന്ന ചിത്രത്തിനുമുന്നിൽ...... പറഞ്ഞുകേട്ടിട്ടുണ്ട് ആ കലാസൃഷ്ടിയുടെ നിർമിതിയെപ്പറ്റി.

അന്ന്, സിസ്റ്റർ സൂസൻ മേശപ്പുറത്ത് കൈകളിൽ തലവെച്ച് മയങ്ങുകയായിരുന്നു. ഗ്രിഗറി പെയിന്റും ബ്രഷുമായി നടക്കുമ്പോൾ കണ്ടത് വെളുത്ത് തിളങ്ങുന്ന കേൻവാസ്. മിനുട്ടുകൾകൊണ്ട് അതിൽ വരച്ചുചേർക്കപ്പെട്ട അമൂർത്തമായ നിറക്കൂട്ടുകൾ നനവായി പടർന്ന് ശരീരത്തിൽ തണുപ്പ് വ്യാപിച്ചപ്പോഴാണ് അവർ ഉണർന്നത്. പെട്ടെന്ന് ഞെട്ടിയെഴുന്നേറ്റ് നിവർന്നിരുന്നപ്പോൾ ബ്രഷും പെയിന്റും തട്ടി

ത്തൂവി.... ഗൗണിനു മുകളിലൂടെ ഒഴുകിപ്പടർന്നപ്പോൾ ഗ്രിഗറിസാറിന്റെ പെയിന്റിംഗിൽ ദൈവത്തിന്റെയും സമയത്തിന്റെയും കൈയൊപ്പുകൂടിയായി. ഗൗണിന്റെ പിറകിലേയ്ക്ക് കൈചൂണ്ടി ആർത്തലച്ച് ചിരിച്ച അരുണിമയ്ക്ക് നേരെ അയാൾ കയ്യിൽ കിട്ടിയതൊക്കെ വലിച്ചെറിഞ്ഞു. പിന്നെ കസേരയിൽ ചെന്ന് തലയും പൂഴ്ത്തിയിരുന്നു. ജാള്യതയും കോപവും ആകാംക്ഷക്ക് വഴിമാറിയപ്പോൾ സിസ്റ്റർ സൂസൻ ആൾക്കണ്ണാടിക്ക് മുന്നിൽച്ചെന്ന് പുറം തിരിഞ്ഞുനോക്കി. നിറച്ചാർത്ത് മാത്രം കണ്ടു. കോട്ടഴിച്ച് ഹാംഗറിൽ തൂക്കിനോക്കിയപ്പോൾ അവർ അറിയാതെ പറഞ്ഞു പോയി.

'കളർഫുൾ നൈറ്റിംഗേൽ'.

ഹാംഗറിൽ തൂക്കിയ ക്യാൻവാസ് കോട്ടുമായി വിടർന്ന ചിരിയോടെ ഗ്രിഗറിസാറിന്റെ മുന്നിൽച്ചെന്ന് നിന്ന് തട്ടിവിളിച്ചു. തലയുയർത്തി നോക്കിയപ്പോൾ കണ്ട കൊളാഷ് അയാളിൽ ഉണർത്തിയ ഉന്മേഷം കൺകോണിലെ വിഷാദപ്പടർപ്പിൽ മങ്ങിപ്പോകുന്നത് കാണാമായിരുന്നു. പിന്നീട് അർഥമറിയാതുള്ള ചിരിയിൽ അയാൾ കണ്ണുമടച്ച് കസേരയിലേയ്ക്ക് ചാഞ്ഞ് കിടന്നു.

അതങ്ങനെയാണ്. ഗ്രിഗറിസാറിന്റെ എല്ലാ ചിത്രങ്ങളുടെയും പേരിട്ടത് സൂസൻ ജോർജാണ്.

വൂണ്ടഡ് ഗൗൺ

മെമ്മറീസ്

ഫെയിഡിംഗ് സ്മൈൽ.....

അങ്ങനെ പലതും. പേരറിയാത്ത, പേരിടാനറിയാത്ത ഗ്രിഗറിസാർ ക്യാൻവാസുകൾ നിറച്ചപ്പോൾ അതിന് നാമകരണം ചെയ്ത് സിസ്റ്റർ സംതൃപ്തയായി. എന്നാൽ പേരിടാൻ പോലുമാകാത്ത ആത്മബന്ധത്തിൽ അവർ നീറുന്നുണ്ടായിരുന്നു. വേദനയുടെ കാരണത്തിന് ഒരു പേരിടാനാകാതെ അവർ ഉഴലുന്നത് മറ്റാരും അറിഞ്ഞില്ല.

സൂസൻ ചിന്തയുടെ ലോകത്ത് തന്നെയാണ്.

'സിസ്റ്റർ അതിരു കടക്കുന്നു...' അരുണിമ ഒരിക്കൽ കുറ്റപ്പെടുത്തി.

'എല്ലാ അതിരുകൾക്കുമപ്പുറത്ത് പുതിയൊരു അതിരുണ്ടാകും. ആരും ഒരിക്കലും എല്ലാ അതിരുകളും കടക്കുന്നില്ല. അവസാനമാണെങ്കിൽ സ്വാതന്ത്ര്യത്തിന്റെ അതിരുകളുമുണ്ടാകും....'പറഞ്ഞുകഴിഞ്ഞപ്പോൾ അത്ഭുതം തോന്നിയിരുന്നു, ഇപ്പറഞ്ഞതൊക്കെ താൻ തന്നെയോ. ആവേശം കൂടിയതേയുള്ളൂ.

'സ്വാതന്ത്ര്യത്തിന്റെ അതിരുകൾ...?!!'

'അതെ, അതുകടന്നാൽപ്പിന്നെ വീണ്ടും നിയന്ത്രണങ്ങളുടെ വിലങ്ങുകളിലേയ്ക്ക്.....അതും ചാക്രികമാണ്...'

എപ്പോഴായിരുന്നു ഇങ്ങനെയൊക്കെ പറയേണ്ടിവന്നത്? അന്നു തന്നെയാണെന്നു തോന്നുന്നു....

ബ്രഷുമായി ഇരിക്കുന്ന ഗ്രിഗറിയുടെ മുന്നിൽ കൈപ്പത്തികൾ നീട്ടിപ്പിടിച്ചിരുന്നുകൊടുത്തു. ഏതോ ഓർമകളിലൂടെ ഗ്രിഗറി പുനർജീവിക്കാൻ തുടങ്ങുകയായിരുന്നു. വിരലുകളിലെ ഓരോ നഖത്തിലായി അയാൾ വൃത്തിയായി ചായം പൂശിക്കൊടുത്തു; കയ്യിൽ പോളിഷ് ഇടുന്ന സൂക്ഷ്മതയോടെ. പത്തു കൈവിരൽ നഖങ്ങളും പൂർത്തിയായിക്കഴിഞ്ഞപ്പോൾ അയാൾ അസ്വസ്ഥനായി. പുതിയ നഖങ്ങൾ തേടി കണ്ണുകൾ വിറകൊണ്ടു. കൗതുകം തോന്നി, ആ അന്വേഷണത്തെ നിരാശപ്പെടുത്തരുതെന്നു അൽപ്പം കുസൃതി തോന്നിയതെന്തുകൊണ്ടാണെന്നിപ്പോഴുമറിയില്ല. ഒരു പക്ഷേ, മനോവേദനകളെ മറക്കാൻ ശ്രമിക്കുന്നതിന്റെ ഭാഗമായി ചെയ്തതായിരിക്കാം. എതിരെയുള്ള കസേരയിലിരുന്ന് സോക്സ് അഴിച്ചുമാറ്റി സാരി അല്പമുയർത്തി കാൽപ്പാദങ്ങൾ ദൃശ്യമാക്കിക്കൊടുത്തു. പുതിയ കളിപ്പാട്ടം കിട്ടിയ കുട്ടിയുടെ നിഷ്കളങ്കസന്തോഷത്തോടെ അയാൾ നിലത്ത് പടിഞ്ഞിരുന്നു. ചായക്കുപ്പികളിൽ നിന്ന് നിറങ്ങളിൽ മുക്കിയ ബ്രഷ് പലതവണ ഉയർത്തുകയും താഴ്ത്തുകയും ചെയ്തിട്ടുണ്ടാവണം. കണ്ണുകൾ അടച്ച് കസേരയിൽ ചാരിക്കിടന്നു. നഖങ്ങളിൽ ചായങ്ങൾ പൂശിയ ബ്രഷ് കാൽപാദങ്ങളിൽ ഇഴഞ്ഞുനടക്കുമ്പോൾ നിർവൃതിയോടെ ഇരുന്നു. നേത്രഗോളങ്ങൾ ആഴങ്ങളിലേയ്ക്കിറങ്ങിച്ചെന്നില്ലാതാവുന്നത് അറിയുന്നുണ്ടായിരുന്നു.

അരുണിമ കടന്നുവന്ന് എന്തോ വിളിച്ചുകൂവിയപ്പോൾ നഷ്ടപ്പെട്ടത് ധ്യാനനിമഗ്നമായ മിനുട്ടുകളായിരുന്നു; നിർവൃതിയായിരുന്നു. പരിസരബോധമുണ്ടാകാൻ അല്പനേരമെടുത്തു. ആ നിമിഷം എന്തുകൊണ്ടോ അരുണിമയോട് കടുത്ത വെറുപ്പും കോപവുമാണു തോന്നിയത്. പിന്നീട് അരുണിമ പറഞ്ഞത് വ്യക്തമായി കേട്ടു.

'സിസ്റ്റർ അതിരു കടക്കുന്നു.'

അരുണിമയുമായുള്ള വാഗ്വാദത്തിനൊടുവിൽ ഇറ്റുവീണ കണ്ണീർത്തുള്ളികൾ ഗ്രിഗറിസാറിന്റെ ചായച്ചിത്രത്തിൽ ചാലുകൾ വീഴ്ത്തി. നിലത്തിറ്റുവീണ കണ്ണീർത്തുള്ളിയിൽ ഒരു പൂവ് വരച്ചെടുക്കാനുള്ള ശ്രമത്തിലായിരുന്നു ചിത്രകാരൻ .

'കഴിഞ്ഞദിവസം കോട്ട് ക്യാൻവാസാക്കാൻ കൊടുത്തു. ഇപ്പോൾ ശരീരം തന്നെ ക്യാൻവാസാക്കി. നാണമില്ലേ?' അരുണിമ അരിശം കൊണ്ടു. അവൾക്കതിനൊരു ന്യായീകരണവുമുണ്ട്.

'നാണം – ലജ്ജാദേവി മനുഷ്യനുമാത്രമായി കനിഞ്ഞരുളിയ രക്ഷാകവചം. അമൂല്യവരദാനം. അത് കൈമോശം വന്നുകൂടാ.....'

'നമ്മൾതന്നെ നമ്മുടെ ശരീരത്തിൽ എത്ര തവണ ചിത്രം വരച്ചിട്ടുണ്ടാകും? ഓരോ ദിവസവും!? ചായമില്ലാതെ...അപ്പോഴൊന്നും നിനക്കും നാണം തോന്നിയിട്ടില്ലല്ലോ?'

അരുണിമ പകച്ചുപോയതായി ആ നോട്ടത്തിൽ നിന്നുതന്നെ മനസ്സിലായി.

'ഇങ്ങനെയുമുണ്ടോ ഒരു പ്രണയനൈരാശ്യം!' അങ്ങനെ പിറുപിറുത്തുകൊണ്ട് അവർ മുറിക്ക് പുറത്തേയ്ക്ക് നടന്നു. വെളുത്ത കാൽപുറവടിയിലെ വർണച്ചായങ്ങൾ നോക്കി താൻ അന്ന് എത്ര നേരമാണിരുന്നത്.

സൂസൻ അറിയാതെ കാൽപ്പാദത്തിലേയ്ക്ക് നോക്കി. ഇല്ല. പൂർണമായും മാഞ്ഞുപോയിരിക്കുന്നു. കുറെ ദിവസങ്ങൾ കുളിക്കുമ്പോൾപ്പോലും കാലു നനഞ്ഞ് ചിത്രം മാഞ്ഞുപോകാതിരിക്കാനായി പോളിത്തീൻ കവറിൽപ്പൊതിഞ്ഞ് കുളിച്ചു. ഉറക്കറയിൽ ഒരുദിവസം നേരത്തെ ഉറക്കമുണർന്ന മായയാണ് ദിവസങ്ങൾ കഴിഞ്ഞിട്ടും മായ്ച്കളയാത്ത നിറച്ചാർത്ത് കണ്ടെത്തിയത്. തുടർന്നുണ്ടായ കൂട്ടവിചാരണയ്ക്കൊടുവിൽ അവർ എല്ലാവരും ചേർന്ന് പിടിച്ചുവലിച്ച് കുളിമുറിയിൽക്കയറ്റി കാലിൽ തുരുതുരെ വെള്ളമൊഴിച്ചു. വാതിലടച്ച് അവർ പുറത്തിറങ്ങുമ്പോൾ മായ പറയുന്നത് വ്യക്തമായി കേട്ടിരുന്നു.

'പ്രാന്ത്... കാല് ക്ലീൻ ചെയ്തിട്ട് പുറത്തിറങ്ങിയാൽ മതി.'

'വേണ്ടെടീ,.... ഒരു കാര്യം ചെയ്യാം... ആ കാലുകൾ രണ്ടും മുറിച്ചെടുത്ത് സ്റ്റഫ് ചെയ്ത് പ്രദർശിപ്പിക്കാം. ഏതായാലും ചിത്രപ്രദർശനമൊരുക്കുകയല്ലേ.....കളേഴ്സ് ഓൺ ഫീറ്റ്.....നല്ല ക്യാപ്ഷനായിരിക്കും. നല്ല ചിത്രം...' അരുണിമയുടെ കമന്റും കേൾക്കാമായിരുന്നു.

അന്ന് രാത്രിയാണ് ആദ്യമായി സ്റ്റഫ് ചെയ്ത് ചായം പുരട്ടിയ കാൽപ്പാദങ്ങൾ സ്വപ്നം കണ്ടു തുടങ്ങിയത്. പിന്നീട് നിരവധി രാത്രികളിൽ...

ഗ്രിഗറിസാറിനോട് ആദ്യമായി അനുകമ്പ തോന്നിത്തുടങ്ങിയതെപ്പോഴായിരുന്നെന്ന് സൂസൻ ഒരിക്കലും ആലോചിച്ചു നോക്കിയിരുന്നില്ല. പക്ഷേ, ഈ ചിത്രപ്രദർശനഹാളിൽ ഇങ്ങനെ നിൽക്കുമ്പോൾ

അത് ഒട്ടും ആയാസപ്പെടാതെതന്നെ ഓർമകളുടെ ഉപരിതലത്തിലേയ്ക്ക് കയറിവരുന്നുണ്ട്. അന്ന് തൂപ്പുകാരിയുടെ ഉച്ചത്തിലുള്ള ശാപവാക്കുകൾ കേട്ടാണ് അങ്ങോട്ടേയ്ക്ക് ഓടിച്ചെന്നത്. കക്കൂസിന് വെളിയിൽ നിന്ന് അവർ ഒച്ചവെച്ച് എന്തൊക്കെയോ പറയുന്നു. ദുർഗന്ധം പുറത്തേയ്ക്കും വരുന്നുണ്ട്. ഒന്ന് ചെവിക്കും മറ്റേത് മൂക്കിനും. ചെന്നെത്തിനോക്കിയപ്പോൾ ആദ്യം തോന്നിയത് അറപ്പാണ്. വെളുത്ത ചുമരിൽ നിറയെ മലവും മൂത്രവും ചേർത്ത് വരച്ചിട്ടിരിക്കുന്നു.

'ആരുടെ പണിയാണ്?'

'ഗ്രിഗറി....'പിന്നെ ഏതോ ചീത്തപദപ്രയോഗംകൂടി ചേർത്തു.

'ഇത് രോഗമൊന്നുമല്ല. ഓർമക്കുറവുമല്ല.' അവർ നിന്നു കലിതുള്ളി. കയ്യിലെ ബക്കറ്റ് നിറയെ വെള്ളവുമായി അടുത്ത റൂമിലേയ്ക്ക് കുതിച്ചു. പിറകെ ഓടിയെത്തിയപ്പോഴേയ്ക്ക് അത് ഗ്രിഗറിസാറിന്റെ തലവഴി ഒഴിച്ചിരുന്നു. അയാൾ വെപ്രാളപ്പെട്ട് ചുരുണ്ട് കൂടിയിരുന്നു.

'ഇതെന്ത് പ്രാന്താ ഈ കാണിച്ചത്? ഓർമയില്ലാത്തയാൾ എന്തെങ്കിലും തമാശ കാണിച്ചെന്നുവെച്ച്.....'

'ഇയാൾക്കാ പ്രാന്ത്. ഇവിടെയല്ല ചികിത്സിക്കേണ്ടത്. പ്രാന്താശുപത്രീലാ...'അവർ തീരെ മയം കാണിച്ചില്ല. ബഹളം കേട്ട് മറ്റുള്ളവർ ഓടിയെത്തി. ഉച്ചത്തിൽ വിലക്കിയില്ലായിരുന്നെങ്കിൽ വറീതിന്റെ കൈകൂടി ആ ദേഹത്ത് പതിയുമായിരുന്നു.

'കഴിഞ്ഞ ദിവസവും ഇങ്ങനെത്തന്നെയുണ്ടായിരുന്നു. ഇത് സ്ഥിരമായാൽ എന്നെക്കൊണ്ട് പറ്റില്ല....'

എന്തായാലും പിന്നീട് അങ്ങനെയൊരു പരാതി ഉണ്ടായിക്കണ്ടില്ല.

'സൂസൻ സിസ്റ്റർ, എങ്ങനെയുണ്ട് എക്സിബിഷൻ?'ചന്ദ്ര അടുത്തെത്തിച്ചോദിച്ചു.

'ധാരാളം ആളുകൾ വന്നു. ചിലതൊക്കെ വിറ്റുപോയി....'

' ഗിരീ, നല്ല ന്യൂസ് കവറേജ് കൊടുക്കണം. ഫ്രണ്ട്സിനോടൊക്കെ പറഞ്ഞ്......'ചന്ദ്ര പറഞ്ഞത് കേട്ട് അയാൾ തലയാട്ടി.

'ഇന്നത്തെ എക്സിബിഷൻ നടക്കുന്ന കാര്യം നന്നായിത്തന്നെ മിക്കപത്രങ്ങളിലും കൊടുത്തിട്ടുണ്ട്.'

'എവിടെ, സാറെവിടെ?'

ഒരു മൂലയ്ക്ക് കസേരയിലിരുന്ന് ഉറക്കം തൂങ്ങുന്ന ഗ്രിഗറിസാറിനെ സൂസൻ കാട്ടിക്കൊടുത്തു. അവർ ഹാളിലൂടെ ചിത്രങ്ങളും നോക്കി നടന്നു. എല്ലാം തന്നെ അമൂർത്തമായ ചിത്രങ്ങൾ, പ്രതിഭയുടെ കയ്യൊപ്പ് പതിഞ്ഞത്. ചിത്രങ്ങൾ നിഗൂഢങ്ങളായിരുന്നു, വൃത്തങ്ങ

ളും രേഖകളും നിറഞ്ഞ് അമൂർത്തമായവ.

മനസ്സിന്റെ അബോധമണ്ഡലം കൈവിരലുകളെ അസാധാരണമായി ചലിപ്പിച്ചപ്പോൾ ഉണ്ടാക്കപ്പെട്ടവ. രാത്രിയായപ്പോൾ ബാക്കിവന്ന ചിത്രങ്ങൾ സെന്ററിന്റെ വണ്ടിയിൽ കയറ്റിവെക്കാൻ സഹായിച്ചതിനു ശേഷമാണ് അവർ മടങ്ങിയത്. വീൽച്ചെയറിലിരുന്നുറങ്ങിയ ഗ്രിഗറി സാറിനെ നേരത്തെതന്നെ സെന്ററിലേയ്ക്ക് കൊണ്ടുവിട്ടിരുന്നു.

തിരിച്ചുനടക്കുന്നതിനിടയിൽ മൗനത്തെ അതിജീവിക്കാൻ ഗിരിനാഥ് ശ്രമമാരംഭിച്ചു.

'ചന്ദ്രാ, നീ ദാലിയുടെ പെർസിസ്റ്റൻസ് ഓഫ് മെമ്മറി എന്ന ചിത്രം കണ്ടിട്ടില്ലേ? ഭ്രൂണം പോലുള്ള ഒരു തല നിലത്തുകിടക്കുന്നു. പശ്ചാത്തലത്തിൽ രണ്ടു ചെറിയപാറകൾ. ഒന്നു വെളിച്ചത്തിലും മറ്റേത് നിഴലിലും. നാലു വാച്ചുകളാണ് ചിത്രത്തിലുള്ളത്, സമയത്തിന്റെ പ്രതീകങ്ങൾ. അതിൽ മൂന്നെണ്ണവും വെണ്ണകൊണ്ടുണ്ടാക്കിയതുപോലെ ഉരുകിത്തുടങ്ങിയിരിക്കുന്നു. രൂപാന്തരം സംഭവിച്ചിട്ടില്ലാത്ത നാലാമത്തെ ക്ലോക്ക് - ഓറഞ്ചുനിറത്തിലുള്ളത് - ഒരു ഡെസ്ക് പോലുള്ളതിലാണുള്ളത്. ഉറുമ്പുകൾ അതീവ താല്പര്യത്തോടെ ഈ ക്ലോക്കിൽ നിരീക്ഷണം നടത്തുന്നു. അതോ അരിച്ച് തിന്നാൻ വൃഥാവ്യായാമം നടത്തുകയോ? എല്ലാ സമയബോധവും നഷ്ടപ്പെട്ടിരിക്കുന്നു, അതുപോലെ അൽസ്ഹൈമർ രോഗികളുടെതും. എനിക്ക് തോന്നിയിട്ടുള്ളത്, അദ്ദേഹം വരച്ചുകാണിച്ചത് അൽസ്ഹൈമർ രോഗികളുടെ ലോകമാണെന്നാണ്. സമയവും കാലവും എന്നും മനുഷ്യന് അളവറ്റ ഉൽക്കണ്ഠകളെയാണ് നൽകാറുള്ളത്. ഇവർ ഓർമിപ്പിക്കുന്നത് സാൽവദോർച്ചിത്രങ്ങളെപ്പോലെ സമയത്തിന്റെ അപ്രസക്തിയെപ്പറ്റിയാണ്. സമയനിഷ്ഠയുടെ അസ്വീകാര്യതയെയാണ്.'

'സൂസന്റെ ആർട്ട്തെറപ്പി എന്ന് പലരും കളിയാക്കാൻ തുടങ്ങിയിട്ടുണ്ട്..'

'പക്ഷേ, അവർ തിരിച്ചറിയാൻ തുടങ്ങിയിട്ടുണ്ട്, അത് തെറപ്പിയുടെ ഫലം ചെയ്യുന്നു എന്ന്. കല മനുഷ്യനെ എന്നും ഉത്തേജിപ്പിക്കാറുണ്ട്, അവന്റെ ഓർമകളെയും അതുവഴി ജീവിതാസക്തിയെയും.'

'അൽസ്ഹൈമർ രോഗത്തിന് തലച്ചോറിലെ കലയെ നിയന്ത്രിക്കുന്ന ഭാഗത്തെ തൊടാൻ ഭയമാണെന്നു തോന്നുന്നു. അതുകൊണ്ടാണോ കല അൽസ്ഹൈമർ രോഗികളുടെ ഓർമകളെ ഉണർത്താൻ സഹായിക്കുന്നത്.'

'ഇനിയും എന്തൊക്കെ അറിയാൻ ബാക്കിയുണ്ട്!'

ആ തിരിച്ചറിവിന്റെ നിമിഷത്തിൽ പതിവുപോലെ അവർ തങ്ങളുടെ ലോകത്തിലേയ്ക്ക് വേർപിരിഞ്ഞ് നടക്കാൻ തുടങ്ങിയപ്പോൾ മൗനത്തെ ഭയമില്ലാതായി.

ഒൻപത്

...ബോധിവൃക്ഷച്ചുവട്ടിൽ ബുദ്ധൻ അരുളിച്ചെയ്തു. 'തൃഷ്ണയിൽ നിന്ന് ആസക്തിയുണ്ടാകുന്നു...'

കിതപ്പോടെ മുന്നിൽ വന്നുനിന്ന അൽഫോൺസയുടെ കണ്ണുകളിലെ ഭാവം വായിച്ചെടുക്കാൻ ഗിരിനാഥ് ശ്രമിച്ചു. പറ്റുന്നില്ല. അത് പലപ്പോഴും അങ്ങനെയാണ്. അൽസ്ഹൈമർ രോഗികളെപ്പോലെ തന്നെയായിക്കൊണ്ടിരിക്കുന്നു ഇവരുടെ ശുശ്രൂഷകരും. നിസ്സഹായത, നിർവികാരത, ശൂന്യത. പക്ഷേ ശരീരം ചിലപ്പോഴൊക്കെ പ്രകടിപ്പിക്കുന്നത് നാനാർത്ഥങ്ങളും. നാനാർത്ഥപദങ്ങളെ എനിക്കെന്നും ഭയമായിരുന്നു. ഒരേ പദത്തിന് വിവിധ അർത്ഥങ്ങൾ. അത് അനർത്ഥമായി എന്നും വേട്ടയാടിക്കൊണ്ടിരുന്നു. എഴുതപ്പെടുന്ന, പറയപ്പെടുന്ന വാക്കുകൾക്ക് അർത്ഥം മാറിപ്പോയോ എന്നഭയം.. ചിരപരിചിതയെന്നു കരുതി പിറകെ ചെന്ന് തൊട്ടുവിളിച്ചപ്പോൾ മറ്റൊരുവൾ ക്രൗര്യത്തോടെ തിരിഞ്ഞുനോക്കുന്ന പ്രതീതി.

'എന്തു പറ്റി അൽഫോൺസാ?'

'ഗിരി, എന്തു പറ്റി എന്നു ചോദിക്കരുത്. ആ ചോദ്യം അത്യാഹിതങ്ങളെ ഓർമിപ്പിക്കും. ഇവിടെ ഉള്ളതിലും വലിയ അത്യാഹിതം മരണമാണ്. ചിലപ്പോൾ ഇതിലും വലിയ അത്യാഹിതം മറ്റൊന്നില്ലെന്നും തോന്നും.'

ചൂരിദാറിനു മുകളിൽ മേൽമുണ്ട് പുതച്ചുകൊണ്ട് അൽഫോൺസ തന്റെ മുറിയിലേയ്ക്ക് നടന്നു. ചോദ്യങ്ങൾക്കുള്ള മറുപടി അപൂർണമാണെങ്കിൽ അസ്വസ്ഥതകൾ ഉണ്ടായിക്കൊണ്ടേയിരിക്കും. ശ്രുതിയുടെ സാന്നിധ്യം അല്പം ആശയക്കുഴപ്പമൊഴിവാക്കി.

'അൽഫോൺസയ്ക്ക് എന്തുപറ്റി?'

'സർ, എന്തുപറ്റിയെന്ന ചോദ്യം പാടില്ലെന്ന് അൽഫോൺസ തന്നെ പറഞ്ഞിട്ടുണ്ട്.' മിഴിച്ചുനോക്കിനിന്നപ്പോൾ അവൾ പറഞ്ഞു.

'സാർ, അൽസ്ഹൈമർ ബൗദ്ധിക മേഖലകളെയാണ് ബാധിക്കാറ്. അതിന്റെ ഭാഗമായുള്ള വൈകാരികപ്രവർത്തനങ്ങളെയും. അതി

ന്റെയർത്ഥം തീർത്തും സ്വാഭാവികമായ വൈകാരിക നിലകൾക്ക് അവർ വശംവദരാകില്ല എന്നല്ല. അതെ, കാമകേന്ദ്രങ്ങളെ മറവിരോഗം പലപ്പോഴും തളർത്താറില്ല. അതിന് ഓർമകളുടെ ആവശ്യമേയില്ലല്ലോ. മറവികളാണ് കൂടുതൽ ഗുണകരമാകുകയും ചെയ്യുക.'

മിഴിച്ചുനിൽക്കുന്ന അറിവുകേടിനെ നോക്കി ശ്രുതി ചിരിച്ചു. ഇവരുടെ ചിരിയുടെ അർത്ഥം ഗ്രഹിക്കാൻ കഴിയുന്നില്ലല്ലോയെന്ന് ഗിരി വീണ്ടും ആശങ്കപ്പെട്ടു. അർത്ഥം ഗ്രഹിക്കാതെ ചിരിയെ എങ്ങനെയാണ് ആസ്വദിക്കുക? തിരിച്ച് ചിരിക്കണോ? അതിൽ ഇളിഭ്യത നിഴലിക്കണോ, പരിഹാസം ഉണ്ടാകണോ എന്നൊന്നും കണക്കാക്കാൻ പറ്റുന്നില്ലല്ലോയെന്ന് അയാൾ വെറുതെ വേവലാതിപ്പെട്ടു. വേവലാതി മുഖത്ത് പ്രത്യക്ഷപ്പെട്ടുവെന്ന് വ്യക്തം. ശ്രുതി ഒരിടവേളയ്ക്ക് ശേഷം തുടർന്നു.

'സാറ് തെറ്റിദ്ധരിക്കരുത്. ഇവിടെയെത്തിപ്പെടുന്ന ഒട്ടുമിക്ക ഓർമരോഗികളും ശാരീരിക അവശതകളിൽ തളർന്നവരാണ്. സ്വാഭാവികമായും അവരുടെ ശാരീരികപ്രവർത്തനങ്ങളും ദുർബലമായിരിക്കും. ജോൺസാറിനെപ്പോലെ മധ്യവയസ്സിൽ മറവി ബാധിക്കുന്ന ചിലർ പ്രശ്നക്കാരാകും. അവരുടെ ഉന്മാദനിമിഷങ്ങളിൽ നൈസർഗികത പുറത്തുവരും. മുഴുവൻ അടിസ്ഥാന വികാരങ്ങളും അതിന്റെ ലക്ഷണങ്ങളും. വിശന്നാൽ അവർ ഒച്ചവെക്കും, വാക്കുകൾ ഓർമയിലെത്താൻ കൂട്ടാക്കിയില്ലെങ്കിൽ. അതുപോലെത്തന്നെയാണ് ശാരീരിക ആവശ്യങ്ങളും ആവേഗങ്ങളുമെല്ലാം.'

അറിവിലൂടെ നേടിയ നിയന്ത്രണ ശീലങ്ങളും സമൂഹം കാലാകാലങ്ങളിൽ അബോധമനസ്സിൽ കൊത്തിവെച്ച വിലക്കുകളും രൂപപ്പെടുത്തുന്നതാണ് നിയന്ത്രിതമായ സാമൂഹികപെരുമാറ്റങ്ങളെന്ന് അയാൾ ഓർത്തു. ബൗദ്ധികത പിൻവാങ്ങുമ്പോൾ വിലക്കുകളുടെ ചങ്ങലയഴിയും. ബൗദ്ധികതയും യുക്തിബോധവുമില്ലാത്തവന് പ്രകൃതിയുടെ നിയമങ്ങളും ഉൾവിളിയും മാത്രമാണ് പ്രചോദനങ്ങൾ. നൂറുകണക്കിന് വർഷങ്ങളിലൂടെ തലമുറകളിലൂടെ കൈമാറ്റം ചെയ്യപ്പെടുന്ന മൂല്യബോധത്തിന്റെ, പെരുമാറ്റച്ചട്ടങ്ങളുടെ നേർത്തനൂലുകൾ ബൗദ്ധികകേന്ദ്രങ്ങളിൽ നിന്ന് ശരീരാവയവങ്ങളിലേയ്ക്ക് കടിഞ്ഞാണുകളായി നിലനിൽക്കുന്നുണ്ടാകും. അത് ഇല്ലാതാകുന്ന സമയങ്ങൾ അവയവങ്ങളുടേതാണ്. ആ നിമിഷങ്ങളെ ശരീരം ആസ്വദിക്കും, ഭ്രാന്തമായി. ശരീരമെന്ന ഭാവത്തിൽ മനസ്സെന്ന അജ്ഞാതനും.

'ഇന്ന് അൽഫോൺസിനെ ആക്രമിക്കുകയായിരുന്നു. വല്ലപ്പോഴും

ഇത് പ്രതീക്ഷിക്കുന്നതാണെങ്കിലും ചിലപ്പോൾ അപകർഷത തോന്നാൻ തുടങ്ങും. ഇട്ടെറിഞ്ഞ് പോകാൻ തോന്നും' ശ്രുതി പിന്നീട് മൗനത്തിലേയ്ക്ക് ഇറങ്ങിനടന്നു.

'ഇതിന് പരിഹാരം?'

'ഹോർമോൺറീപ്ലേസ്മെന്റ് തെറാപ്പിയൊക്കെ ശ്രമിക്കാം. അത് കൃത്യമായ രീതിയിൽചെയ്യണം. ചെലവ് വേറെയും. ശുശ്രൂഷകരുടെ തിരിച്ചറിവാണ് പ്രധാനം. ഇതൊക്കെ ജോലിയുടെ ഭാഗം. അങ്ങവഗണിച്ചേയ്ക്കണം എന്ന ഉപദേശമാണുണ്ടാവുക. ഇവരുടെ ദുരിതങ്ങളുമായി താരതമ്യപ്പെടുത്തുമ്പോൾ മറ്റെല്ലാം നിസ്സാരങ്ങളെന്നു തോന്നും. പിന്നെ കരുണയും. ഇവർക്കറിയില്ലല്ലോ അരുതായ്കകൾ എന്തൊക്കെയെന്ന്.'

ഈ സെന്ററുകൾക്ക് വെളിയിൽ സ്വയം മറവിയെ പ്രണയിക്കുന്നവരെ കാണുമ്പോൾ ഇതെത്രയോ ഭേദം. ഉദാസീനത ഞെട്ടലിനു വഴിമാറി. പിന്നെ ഞെട്ടലിൽത്തന്നെ ഒതുങ്ങിയൊടുങ്ങി. പണത്തിനോടുള്ള ആർത്തിയും ജീവിതത്തിലെ സ്വസ്ഥതയും നഷ്ടപ്പെട്ട പലരുടെയും ജീവിതം അൽസ്ഹൈമർ ബാധിച്ചവരെപ്പൊലെയാണ്. ഒന്ന് ഉന്നതമായ ചുറ്റുപാടിലാണെന്നു മാത്രം.

മറവിരോഗികളെക്കാളധികം മറവിരോഗത്തിൽ അഭിനയിച്ച് ജീവിക്കുന്ന ഓർമരോഗികളാണ് ഉള്ളതെന്ന് പലപ്പോഴും തോന്നിയിട്ടുണ്ട്. എന്തൊക്കെയാണ് അവർ ഓർക്കേണ്ടത്. മകൾ, പെങ്ങൾ, ഭാര്യ, സുഹൃത്ത്.... അങ്ങനെ ബന്ധങ്ങൾ എത്രയെണ്ണം ഓർത്തുവെക്കണം! റോഡിലിറങ്ങിയാൽ, ബസ്സിൽകയറിയാൽ ഹോട്ടലിൽ ചെന്നാൽ എന്തൊക്കെ ചെയ്യണം എന്തൊക്കെയരുത്. ഇങ്ങനെ നൂറുകൂട്ടം ഓർമകൾ. ഓർമകളെ വീട്ടിലിറക്കിവെച്ച് പുറത്തിറങ്ങുന്നവരെ പേടിച്ച് ബസ്സിലും ട്രെയിനിലും പാർക്കുകളിലും പോകാൻ വയ്യ. പാമ്പുകൾ പടം പൊഴിക്കുന്നതുപോലെ ഓരോ ടേമിലും ഓർമകൾ അഴിച്ചെറിയുന്ന ഭരണാധികാരികൾ, ഉദ്യോഗസ്ഥർ..... അവരെയൊക്കെ ഉണർത്താനായി ഓർമഫലകങ്ങളും കൊണ്ട് നടക്കുകയാണ് സ്ത്രീകൾ, പുരുഷന്മാർ, കുട്ടികൾ. റോഡുകളിലും ബസ്സുകളിലും ഓർമപ്പെടുത്തലുകളാണ്. ഓർമകളുള്ള സമൂഹമാണ് ഏറ്റവും പരിഷ്കൃതസമൂഹം. അവിടെ അടയാളപ്പെടുത്തലുകൾ വേണ്ട. ദിശാഫലകങ്ങൾ വേണ്ട. അവയൊക്കെ ഓരോരുത്തരുടേയും മസ്തിഷ്കകോശങ്ങളുടെ മർമസ്ഥലികളിൽ കുറിച്ചുവെച്ചിരിക്കും. വിധേയരായിരിക്കും. ഓർമകളില്ലാത്തവന് കുറ്റബോധമില്ല. കുറ്റബോധമില്ലാത്തവന് നിയന്ത്രണങ്ങളുടെ ഭാ

രവുമില്ല. നിയമത്തിന്റെ ചൂതുകളിയിൽ ജയപരാജയങ്ങളില്ല. അടിയേറ്റ പാടുകളും കടിയേറ്റ പാടുകളും ഓർമകളെ വ്രണപ്പെടുത്തുന്നില്ല. ചിന്തകളെ ഉദ്ദീപിപ്പിക്കില്ല. അവർ വെറുക്കുന്നത് വിപണിയിലെ ഓർമമരുന്നുകളെയാണ്. ഓർമകളെ വീടിനു വെളിയിൽ വെച്ച് അകത്തുകയറുന്നവരുണ്ട്. അവർക്ക് വെറിയന്മാരുടെ രൂപവും നിറവും മണവുമാണകത്ത്, പുറത്തിറങ്ങുമ്പോൾ പെർഫ്യൂമിന്റെ സഹായം. അവിടത്തെ കുഞ്ഞുങ്ങൾക്ക് ഉറക്കമുണ്ടാവാറില്ല. സ്ത്രീകൾക്ക് നെഞ്ചിടിപ്പ് കുറയാറില്ല. വേദനകളുടെ സഹനപർവത്തിലൂടെ ജീവിക്കുകയാണവർ. അവർ ആദർശങ്ങളെ സമൂഹത്തിലുപേക്ഷിച്ചുവരും. അവരുടെ ഓർമകൾ ഉത്തേജിപ്പിക്കപ്പെടുക ഉയർന്ന സ്റ്റേജുകളിലാണ്. ഓർക്കേണ്ടവർ ഓർക്കാത്തതും മറക്കരുതാത്തവർ മറക്കുന്നതുമാണ് സാമൂഹ്യപ്രശ്നം. അവിടെ പെൺകുട്ടികൾ ഇരുട്ടിനെ പ്രണയിക്കാൻ തുടങ്ങും. അതിനോട് സങ്കടങ്ങൾ പങ്കുവെക്കും. പിന്നീടെന്നെങ്കിലും വെള്ളയുടുപ്പണിഞ്ഞ് കഴുത്തിൽ കുഴൽമാലയിട്ടുവരുന്ന ഒരു ടെർമിനേറ്റർ മാലാഖയുടെ മുന്നിൽ അർധബോധത്തിൽ കിടക്കാൻ വിധിക്കപ്പെടും. ചെമന്ന ലാവാപ്രവാഹത്തിന്റെ പൊള്ളലിന്റെ വേദന ആത്മഹർഷമായി കൊണ്ടുനടന്ന് ജീവിക്കും. എങ്കിലും ഓർമകളില്ലാത്തവർ ആവർത്തിച്ചുകൊണ്ടേയിരിക്കും. ജയിലുകൾ ആവർത്തനങ്ങളുടെ വിരസതകളാണ്. കോടതിമുറികൾ ആവർത്തനങ്ങളുടെ ആഭാസക്കൂത്തരങ്ങാണ്. നിയമനിർമാണശാലകൾ ഓർമത്തെറ്റുകളുടെ ഉത്പാദനശൃംഖലകളാണ്..

ഓർമകളില്ലാതാകുന്ന ചില മറവിമരുന്നുകളുണ്ട്. അതിന് കടലാസിന്റെ സ്വഭാവമാണ്. ചിലതിന് ലോഹങ്ങളുടേയും. ഇപ്പോളത് കത്തുമ്പോൾ കരിഞ്ഞുനാറുന്ന പ്ലാസ്റ്റിക്കിന്റെ രൂപത്തിലും കാണാറുണ്ട്. മയക്കുമരുന്നുകൾ ഓർമകളെ മയക്കുകയാണ് തളർത്തുകയല്ല. ഇനിയുമുണ്ടൊരുകൂട്ടം. അതിനെ മാംസമെന്നു വിളിക്കും. വായ്ക്കും ആമാശയത്തിനും അധ്വാനിക്കാനുള്ള ഇറച്ചിക്കഷണമല്ല. അത് മറ്റെന്തിനോ ഉള്ളതാണ്. ഉണർവിലേയ്ക്ക് നയിക്കാനെന്നു ചിലർ, മോക്ഷത്തിലേയ്ക്കുള്ള അടുത്ത വഴിയെന്ന് മറ്റുചിലർ. സ്വർഗം ഇവിടെയെന്നു മറ്റുള്ളവരും വാഴ്ത്തുന്നു. പക്ഷേ അവയൊക്കെ നിമിഷങ്ങളിൽ പിടഞ്ഞുവീണു മരിക്കുമ്പോൾ സിരകളിലെ ഓർമപ്പന്തലിൽ വീണ്ടും അവയുടെ ലാസ്യനടനം. അതും ഓർമകളെ മറയ്ക്കും. ഓർമിക്കാനുള്ള നൂറ്റൊന്നുവഴികളും ആയിരത്തൊന്ന് കുറുക്കുവഴികളും എഴുതിച്ചേർത്തവർ മറക്കാനുള്ള വഴികൾക്ക് പിറകെ ഇരന്നു നടന്നില്ല.

തമിഴ്നാട്ടിലെ മഴയിൽക്കുതിർത്ത ഓർമകളിൽ മഴയെ ഭയപ്പാടോടെ ഓർക്കുന്ന ഗിരി സ്വന്തം കവിളത്ത് ആഴത്തിൽ മാന്തിക്കീറി. താൻ ആരാണെന്നു മറന്നുപോയ ഗിരി വേദനയിൽ ജീവിച്ചു. താൻ വേദന യാണെന്നറിഞ്ഞു. വെറും ദു:ഖമാണെന്നറിഞ്ഞു. വേദനയ്ക്കെന്തിനു ശരീരമെന്നു ചോദിച്ചു. ശരീരം വേദനയെ വർധിപ്പിക്കുകയല്ലേ

'ഗിരി സാർ എന്തായിത്?' കൈകളിൽ ബലമായി പിടിച്ചുനിർത്തു ന്ന ശ്രുതിയെ നോക്കി അയാൾ കെഞ്ചി.

'എന്തിനാണെന്നെ ഓർമകളിലേയ്ക്കുയർത്തിയത്?'

'അല്ല. യാഥാർത്ഥ്യങ്ങളിലേക്കാണുണർത്തിയത്.'

'യാഥാർത്ഥ്യങ്ങൾക്ക് ഒറ്റയ്ക്ക് നിലനിൽപ്പില്ല. അതിന് ഓർമകളു ടെ കൈത്താങ്ങ് വേണം.'

'ജീവിതം മിഥ്യയെന്ന പഴയഫിലൊസഫി.'

'അല്ല, മിഥ്യയാണ് വെറും മിഥ്യ. കാരണം അതിൽ ഓർമകൾ ഉ ണ്ടാവില്ലല്ലോ. ഓർമകളില്ലെങ്കിൽ പിന്നെന്ത് യാഥാർത്ഥ്യം? പിന്നെങ്ങ നെ മിഥ്യയാണ് യാഥാർത്ഥ്യം എന്നു പറയും?'

'ലോകത്ത് എത്ര ഫിലോസഫികളുണ്ട്?'

'എത്രമനുഷ്യരുണ്ടോ അത്രയും എണ്ണം. ഓരോരുത്തർക്കും ഓരോ ഫിലോസഫിയുണ്ട്.'

'മനസ്സിലാകാത്തവയെ ഞാൻ ഓർക്കാൻ ശ്രമിക്കാറില്ല. ഓർമകളി ലേയ്ക്ക് ക്ഷണിക്കാറുമില്ല. കടന്നുകയറുന്നവരെ ഉപദ്രവിക്കാറുമില്ല. ഫിലോസഫി എന്റെ ഓർമകളിൽ കടന്നുകയറുന്ന ശല്യക്കാരനല്ല.'

'ജോൺസാർ എവിടെയുണ്ട്?'

'സെഡേഷൻ കൊടുത്ത് ഉറക്കി.'

'നന്നായി, അതു നന്നായി.'

'പക്ഷേ എത്രനാൾ? എത്ര തവണ? ആക്രമിച്ചതിനുശേഷമാണ് അ റിയുക. എത്രവേഗമാണ് കാമം പതിയിരുന്നാക്രമിക്കുക! പ്രത്യേകി ച്ചും മറവിരോഗികളിൽ. അവരുടെ കണ്ണുകളിലുണ്ടാവില്ല, മുഖത്തെ തൊലിയിലുണ്ടാവാറില്ല, പക്ഷേ അതുണർന്നിരിക്കും. ഒരു ഗൊറില്ല യെപ്പോലെ.'

'പിന്നെ എപ്പോഴും സഹിച്ചുകൊണ്ട്?'

'മറ്റു മാർഗങ്ങളുണ്ട്. മാലാഖമാർ ചിന്തിച്ചുകൂടാത്തത്.'

'എന്താണത്? മേഴ്സി കില്ലിംഗ്?'

അൽഫോൺസ ഉന്മേഷവതിയായി കടന്നുവന്നപ്പോൾ ശ്രുതി മൗ നം പൂണ്ടു.

'ഒരു കണക്കിന് നമ്മളൊക്കെ കില്ലേഴ്സാണ്.'

'ഉറുമ്പ്, പാറ്റ, കോഴി.....' അൽഫോൺസ ലിസ്റ്റ് നീട്ടുമ്പോൾ ഗിരി ഇടപെട്ടു.

'അല്ല ആരാച്ചാർ തന്നെ. എല്ലാകുറ്റങ്ങളും ആദ്യം മനസ്സിലാണ് നടക്കുന്നത്. കൊലപാതകങ്ങളും അങ്ങനെത്തന്നെ. പിന്നെ യാഥാർത്ഥ്യങ്ങളിലേയ്ക്കുള്ള മൊഴിമാറ്റവും. അച്ഛനമ്മമാരെ കൊല്ലാത്തവർ, അധ്യാപകരെ കൊല്ലാത്തവർ സുഹൃത്തിനെ കൊല്ലാത്തവർ എത്ര പേരുണ്ട്? ദയാവധത്തിനു പോലും അപേക്ഷ നൽകി കാത്തിരിക്കാതെ എത്ര നിഷ്ഠൂരമായി....'

'ഗിരീ, എന്താ ഇങ്ങനെ?'

'നിനക്കെങ്ങനെയുണ്ട്?'

'എല്ലാം പഴയതു പോലെ....'

'ജോണേട്ടൻ.....'

'പാവം ജോണേട്ടൻ... വറീതല്ലല്ലോ. കാട്ടിൽ നിന്ന് നാട്ടിലെത്തി മനുഷ്യനായിട്ട് നമുക്ക് യുഗങ്ങളുടെ പ്രായമൊന്നുമായില്ലല്ലോ. ബെയ്സിക് ഇൻസ്റ്റിങ്റ്റ്.'

'നിനക്ക് ഇതൊക്കെ എങ്ങനെയാണ് ഇത്ര ലാഘവത്തോടെ കാണാൻ കഴിയുന്നത്?'

'അതിജീവനത്തിനുള്ള പോരാട്ടം.'

അൽഫോൻസയുടെ സാന്നിധ്യം ശ്രുതിയിൽ നേർത്തൊരു വിഷാദം പടർത്തുന്നത് ശ്രദ്ധിച്ചു. പിന്നെ അവൾ പതുക്കെ പിന്മാറുകയായിരുന്നു. ശ്രുതി സ്വയം ദയാവധത്തിന് വിധേയയാകുകയാണെന്നു തോന്നി. പിന്മാറുകയാണ് ആൾക്കൂട്ടത്തിൽ നിന്ന്, ചെറിയ ചെറിയ മത്സരങ്ങളിൽനിന്നുപോലും. ചിലരുടെ സാന്നിധ്യത്തിൽ നിന്നു ലഭിക്കുന്ന സന്തോഷത്തിൽപോലുമെന്തിന് സ്വാർത്ഥതയെന്നറിയാതെ ഗിരി കൈകളിൽ താളം പിടിച്ചു.

'മറവിരോഗികൾക്ക് ദയാവധം അനുവദിച്ചാലെന്താണ്?'

'ആര് അപേക്ഷ നൽകും? രോഗി? അതോ ബന്ധുവോ?'

'രോഗിക്ക് ദയാവധത്തെപ്പറ്റി ചിന്തിക്കാനുള്ള ബൗദ്ധികനിലവാരമില്ല. ബന്ധുക്കൾ ചെയ്യുമ്പോൾ അതിൽ രോഗിയുടെ താല്പര്യം എങ്ങനെയറിയും? പിന്നെ ശല്യമൊഴിവാക്കുകയാണെങ്കിൽ?'

'പരിഹാരമെന്ത്?'

'എല്ലാ പ്രശ്നങ്ങൾക്കും പരിഹാരം പ്രതീക്ഷിക്കരുത് ഗിരീ. അന്വേഷിക്കുകയുമരുത് എന്ന് പറയുന്നില്ല. പക്ഷേ, ചിലപ്പോഴെങ്കിലും

തോൽവി നേരിടാൻ തയ്യാറാകണം. പിന്നെയൊരു പരിഹാരം വേണ മെങ്കിൽ ഇവരെ സമൂഹത്തിന് ബാധ്യതയായി പ്രഖ്യാപിക്കണം.'

'അതിനുള്ള അവകാശം സമൂഹത്തിനുണ്ടോ? നിയമനിർമാണ സ ഭകൾക്കുണ്ടോ? ആവശ്യമില്ലാത്തതൊന്നും വേണ്ടെന്നു തീരുമാനിക്കേ ണ്ടതാര്?'

'കുടിയൊഴിപ്പിക്കലിന്റെ കാലമാണല്ലോ, ചേരികളിൽ നിന്ന്, പാത യോരങ്ങളിൽ നിന്ന്. റോഡിന് വീതി കൂട്ടാൻ, അതിവേഗ പാതകൾ നിർമിക്കാൻ, വിമാനത്താവളങ്ങൾ നിർമിക്കാൻ. ഇതിനൊക്കെ ബാ ധ്യതയാകുന്നവരെ എന്താണ് ചെയ്യാറ്? കുടിയൊഴിപ്പിക്കൽ. ഇവിടെ യും ഒരു കുടിയൊഴിപ്പിക്കൽ - ജീവിതത്തിൽ നിന്ന്!'

'കുറ്റവാളികളെയും കുറ്റങ്ങളെയും തീരുമാനിക്കുന്ന, നിർവചിക്കു ന്ന ഭരണകൂടങ്ങൾക്ക് ഇവരെയും ബാധ്യതയായി പ്രഖ്യാപിക്കാം. ക്ഷേ മസർക്കാരുകൾ ഭരണഘടനകളിലുറങ്ങുകയാണല്ലോ. വധത്തിൽപ്പോ ലും ഔദാര്യം കാണുന്ന ഔദ്ധത്യം തന്നെ അതിനുതെളിവാണ്. ആ രോടാണ് ദയ? രോഗിയോട്? ബന്ധുക്കളോട്? അതോ സമൂഹത്തോ ടോ? കഴിഞ്ഞമാസം വരെ മദ്യപിച്ച് വണ്ടിയോടിക്കുന്നത് കുറ്റകരമാ യിരുന്നു. ഇപ്പോളത് രക്തത്തിൽ 5 ശതമാനത്തിൽക്കൂടുതൽആൽ ക്കഹോളുണ്ടെങ്കിൽ മാത്രം എന്നായി. ഇന്നലെവരെ ശിക്ഷിക്കപ്പെട്ട വർ എന്തപരാധികൾ? ആരാണ് പരിധി നിശ്ചയിക്കുന്നത്? കുറ്റങ്ങ ളുടെ പരിധി നിശ്ചയിക്കുന്ന മാനദണ്ഡമെന്താണ്? ദാരിദ്ര്യമനുഭവി ക്കുന്നവൻ ആത്മഹത്യക്ക് ശ്രമിച്ചപ്പോൾ കേസെടുത്ത് ജയിലിലാക്കു മ്പോൾ അവന് ദയനൽകാനും കൂട്ടാക്കുന്നില്ലല്ലോ എന്റെ നാട്...' ഗി രി പിറുപിറുത്ത്.

'എന്തായിത് ഗിരി?' അടുത്തിടെയായി അൽഫോൺസയുടെ വിളി കളിലും ചില മറവികൾ കേൾക്കാറുണ്ട്. സാർ എന്നത് ഗിരി സാറായ തും പിന്നെ ഗിരിയായി ചുരുങ്ങിയതും മറവിയുടെ നേർത്തപാടയാ ണ്. അപ്പോൾ മറവിയുണ്ടാകുന്നത് മറ്റെന്തിന്റെയെങ്കിലും തുടക്കമാ ണോ? എല്ലാ ഒടുക്കവും എന്തിന്റെയെങ്കിലും തുടക്കമാണല്ലോ.

'ഗിരി എന്താ പിറുപിറുക്കുന്നത്?'

'ദയാവധം, ദയാവധം തന്നെ...'

'മറവിരോഗികൾക്ക് പ്രതീക്ഷിക്കാൻ പോലുമറിയില്ല. ഇന്നലെക ളില്ലാത്തവർക്ക് നാളെകളില്ലല്ലോ. പക്ഷേ, ഇതുവരെ ഔഷധങ്ങൾ പ കച്ചു നിൽക്കുന്ന ഈ രോഗത്തെ ഒരുകാലത്ത് കീഴടക്കാം എന്ന് ചി ലരെങ്കിലും കൊതിക്കുന്നു. ദയാവധം നടപ്പിലാക്കിയതിന്റെ തൊട്ടടു

ത്ത ദിവസം ഔഷധം കണ്ടെത്തിയാൽ അത് വധിക്കപ്പെട്ടയാളോടു ള്ള നീതിനിഷേധമാകില്ലേ?'

'ഇപ്പോൾ ലോകത്തുള്ള എല്ലാ ചികിത്സാവിധികളും ഔഷധങ്ങ ളും എല്ലാവർക്കും പ്രാപ്യമാണെന്നു തോന്നും ഇത് കേട്ടാൽ. ഓരോ രുത്തർക്കും ആഗ്രഹങ്ങളുണ്ട്. ആരെങ്കിലും തങ്ങളെ ഓർത്തുകൊ ണ്ടിരിക്കണമെന്ന്. മിസ്ഡ്കോളുകൾ ഓർമകളാകാറുണ്ട്. എസ്.എം.എ സുകളും ഇ മെയിലുകളും ഓർമകളുടെ സന്ദേശവാഹകരാകാറുണ്ട്. പ്രശസ്തിക്കുള്ള അഭിവാഞ്ഛ തന്നെ ഓർമിക്കപ്പെടാനുള്ള ത്വരയ ല്ലേ? ഓർമകളില്ലെങ്കിൽ എന്ത് പ്രശസ്തി? ഗാന്ധിജിയെ മറന്നില്ലല്ലോ എന്നിട്ടും ഗാന്ധിസൂക്തങ്ങളെ മറന്നല്ലോ. വിശുദ്ധഗ്രന്ഥങ്ങളെ മറ ക്കാതിരുന്നിട്ടും വിശുദ്ധവചനങ്ങളെമാത്രം മറന്നുപോയതെന്തേ?'

'ഞാനും അങ്ങനെ പ്രതീക്ഷിക്കുന്നു. ഒരിക്കലീ സ്വത്വത്തെ കീഴട ക്കും.'

'എങ്കിൽ നിങ്ങളുടെ ജോലി നഷ്ടപ്പെടും.'

'അതിൽ വ്യസനമില്ല. പതിനായിരങ്ങളുടെ വ്യസനമുക്തിക്കുവേ ണ്ടി ചിലരുടെ വ്യസനങ്ങൾ, അതിൽ പുണ്യമുണ്ട്.'

'പുണ്യം?'

'അതെ മനഃശാന്തി. ഗിരീ, പലതവണ എന്റെ വസ്ത്രങ്ങൾ ഇവി ടെവെച്ച് വലിച്ചുകീറപ്പെട്ടിട്ടുണ്ട്. എന്നിട്ടും എനിക്കവരോട് വെറുപ്പി ല്ല. അനുഭൂതിയാണ്.' അവൾ അല്പനേരം നിർത്തി.

'എന്തുകൊണ്ടെന്ന് ചോദിക്കാത്തതെന്തേ ഗിരി? ആരെങ്കിലും ചോ ദിക്കുമ്പോൾ ഒരു സുഖം തോന്നും, ആരോ കേൾക്കാനുണ്ടെന്ന തോ ന്നൽ. ചില ചോദ്യങ്ങളെങ്കിലും ആശ്വാസത്തിനുള്ള വഴിമരുന്നാകാ റുണ്ട്. ഗിരി ചോദിച്ചില്ലെങ്കിലും ഞാൻ പറയാം കാരണം ഗിരിയുടെ സാന്നിധ്യം തന്നെ ചോദ്യമാണ്.' ഗിരിയുടെ പരിഭ്രമം കണ്ട് അവൾ ചിരിച്ചു.

'എനിക്കറിയാം. ഗിരിക്ക് ദുഷ്ചോദ്യങ്ങളുണ്ടാകില്ലെന്ന്.'

'എന്റെ സാന്നിധ്യം ചോദ്യമാകുകയോ?'

'അതെ ഗിരി, ഓരോരുത്തരുടെയും സാന്നിധ്യം അഥവാ പ്രത്യ ക്ഷപ്പെടൽ ഏതെങ്കിലും ആവശ്യങ്ങൾക്കുള്ള ചോദ്യങ്ങളുമായിട്ടായി രിക്കും. അത് വാക്കുകളിലൂടല്ലാതറിയുക, അതൊരു പരിചയസമ്പ ത്താണ്. അതിനെ ഇന്റ്യൂഷൻ എന്നുവേണമെങ്കിൽ പറയാം.'

'ഞാൻ അങ്ങനെ അൽഫോൺസയോട് മാത്രമായി എന്തെങ്കിലും ചോദ്യം?'

'ഇല്ല... ഗിരിയുടെ ഇവിടുത്തെ സാന്നിധ്യം തന്നെ നിരവധി ചോദ്യങ്ങളുമായിട്ടാണ്. ഒരു പക്ഷേ ഗിരിക്കുതന്നെ എല്ലാ ചോദ്യങ്ങളും ബോധ്യമായിട്ടുണ്ടാകില്ല. ചിലതൊക്കെ ഭ്രൂണാവസ്ഥയിലായിരിക്കും. അത് വളർന്നു വരുമ്പോൾ ശ്വാസം മുട്ടലും അസ്വസ്ഥതയും. പിന്നെ അതിന് പുറത്തേയ്ക്ക് വന്നേ ഒക്കൂ. ഛിദ്രം നടത്തിയാലും ഇല്ലെങ്കിലും.'

'എല്ലാവരിലും ഓരോ ഫിലോസഫറുണ്ട്.'

'ഗിരിക്കറിയുമോ വീട്ടിലെനിക്കൊരു മറവിരോഗിയുണ്ട്. അതുകൊണ്ട് ഞാനൊരു ഫിലോസഫറായി.'

'എന്തുകൊണ്ട് ഇങ്ങോട്ടു കൊണ്ടുവന്നുകൂടാ?'

'ഇവിടെ ഒരു മാസത്തെ ഫീസ് ഇരുപതിനായിരത്തോളം വരും. എന്റെ മാസശമ്പളത്തിന്റെ മൂന്നിരട്ടി. അപ്പച്ചന് വീട്ടിൽ കിടക്കാനാണ് യോഗം. ഇത് ധനികർക്കുള്ള കെയർസെന്ററല്ലേ.'

'ഇനി ഞാൻ ഗിരിയെ ഒന്നത്ഭുതപ്പെടുത്തട്ടെ? ഗിരി എന്നോട് പലപ്പോഴും ചോദിക്കാനാഞ്ഞ ചോദ്യമില്ലേ? ഈ രോഗികൾക്കിടയിൽ ഇരുപത്തിനാലുമണിക്കൂറും എങ്ങനെ കഴിഞ്ഞുകൂടുന്നു എന്ന്? അതിന്റെ മറുപടി ഓർമകളുള്ളതുകൊണ്ടെന്നാണ്. അപ്പച്ചന്റെ ഓർമ. കൂലിപ്പണിയ്ക്ക് പോകുന്ന അമ്മച്ചിയെക്കുറിച്ചുള്ള ഓർമ. പിന്നെ രണ്ടനിയത്തിമാരുടെ പഠനത്തെക്കുറിച്ചുള്ള ഓർമകൾ. അവരുടെ ഫീസ് തുകയെക്കുറിച്ചുള്ള ഓർമകൾ. ഡ്രസ്സ്, ഭക്ഷണം, യാത്രാച്ചെലവ് ഇവയൊന്നും മറക്കാതിരിക്കുന്നതുകൊണ്ടുള്ള ശിക്ഷയാണീ ജോലി. സാധാരണ ആശുപത്രികളിൽ കിട്ടുന്നതിന്റെ ഇരട്ടിയാണ് ഇവിടുത്തെ ശമ്പളം.'

അൽഫോൺസയ്ക്ക് മറവി ബാധിക്കുകയായിരുന്നു. അല്പനേരത്തേയ്ക്കെങ്കിലും ഗിരിനാഥിന്റെ സാന്നിധ്യം മറന്നു. അൽസ്ഹൈമറിന്റെ വിസ്മൃതിയിലാണ്ടു. ശബ്ദം മാത്രം.

'ഡയബറ്റിക് ന്യൂറോപ്പതി, പ്രമേഹം നാഡീവ്യൂഹത്തെ ബാധിച്ചു. നാഡികൾക്ക് മന്ത് ബാധിച്ച് അവയെ ചലനരഹിതരാക്കി. ഫലം അൽസ്ഹൈമർ. ചികിത്സാമരുന്നുകളില്ല. പക്ഷേ പ്രമേഹ ചികിത്സയുടെ ഇൻസുലിൻ മരുന്നുകൾ, ഗുളികകൾ അങ്ങനെ പോകും രീതികൾ. അതിനിടെ മോഷണവും പഠിച്ചു. ചില മരുന്നുകൾ ഇവിടത്തെ സ്റ്റോറിൽ നിന്നും കടത്തും. പലർക്കുമറിയാം, ആരുമിതുവരെ ചോദ്യം ചെയ്യാറില്ലാത്തതുകൊണ്ട് മോഷണം എന്നുതന്നെ ഞാൻ വിളിക്കുന്നു. ഈ കടത്ത് ആരെങ്കിലും ഒന്ന് ചോദ്യം ചെയ്ത് എന്നെ ക

ള്ളിയാക്കിയിരുന്നെങ്കിൽ. പക്ഷേ ആരും ചോദിക്കില്ല. എല്ലാരും പാവങ്ങളാ. വറീതു പോലും. ദയാവധത്തെക്കുറിച്ച് ആലോചിച്ചതാ. കൊറെ സ്ലീപ്പിംഗ് പിൽസ് പാലിൽച്ചേർത്ത് കൊടുത്താ അപ്പച്ചൻ കുടിക്കും. അമ്മച്ചീടെ കണ്ണീര് ഒന്നുരണ്ടാഴ്ച കണ്ടാമതി. അനിയത്തിമാരുടെ കണ്ണീര് കാണാനിടയില്ല. പക്ഷേ പറ്റുന്നില്ല. ഓരോ ആഴ്ചയും വീട്ടിച്ചെന്നാ അപ്പച്ചന്റെയടുത്ത് ചെന്നിരുന്ന് ഇവിടുത്തെ വിശേഷങ്ങളായി ഓരോന്ന് പറയണം. മറവി പൂർണമാകുന്നതിനുമുൻപുള്ള ശീലമാണ്. എന്തൊരു തിളക്കമാണ് ആ കണ്ണുകളിൽ കാണുക. പ്രതീക്ഷകൾ നിറഞ്ഞു കവിയുന്ന കണ്ണുകൾ. മറവിക്ക് മരുന്ന് കണ്ടെത്തിയോ എന്നറിയാനുള്ള ആകാംക്ഷയും അതിലുണ്ടാകും, അങ്ങനെയെങ്കിൽ ആദ്യം അൽസ്ഹൈമർ സെന്ററുകളിൽ അറിയുമല്ലോ. ആ ശീലം നിർത്തിയില്ല. ഇപ്പോഴും ഞാൻ വിശേഷങ്ങളെന്നപോലെ കുറേ കെട്ടുകഥകൾ പറയുമ്പോ ആ തിളക്കമാണ് തിരയാറ്. പക്ഷേ വളരെ മങ്ങിപ്പോയിരുന്നു, എനിക്കും ഒരു കേൾവിക്കാരനെ കിട്ടിയ ആശ്വാസമുണ്ടാകാറുണ്ടെന്ന് തോന്നുന്നു. ഞാനും പ്രതീക്ഷിക്കുന്നു. ആ ദിവസം, അങ്ങനെയൊരു പത്രവാർത്ത. അൽസ്ഹൈമർ രോഗത്തിനൊരു മരുന്ന്. ആ ശാസ്ത്രമാണ് ഇന്നെന്റെ പ്രാർഥന.'

അൽഫോൺസ നടന്നകന്നപ്പോൾ ഗിരി നോക്കിനിന്നു. സിറ്റൗട്ടിലിരുന്ന് കണ്ണുകളടച്ചു.

മറവിരോഗികളുടെ ഉത്സവമായിരുന്നു അന്ന്. ആർത്തുവിളിച്ചുകൊണ്ട് അവർ നൃത്തം ചെയ്തു. അവർ തിരിച്ചറിയുന്നത് ആൺ പെൺ വ്യത്യാസം മാത്രം. നിറഞ്ഞിരിക്കുന്നത് ഉന്മാദവും സന്തോഷവും മാത്രം. ഉത്സവപ്പറമ്പിലെ ആൾച്ചന്തകളിൽ വിലപേശി അവർ നടന്നു. ഗുണങ്ങൾ നോക്കിയലഞ്ഞു. വാങ്ങലും വിൽക്കലുമില്ല. കാരണം ചന്തക്കച്ചവടക്കാരും അൽസ്ഹൈമർ ബാധിച്ചവരായിരുന്നു. ഇഷ്ടങ്ങളിലൂടെ അവർ നടന്നു. ജ്വലിക്കുന്ന ഹൈമാസ്റ്റ് വിളക്കുകളിലെ വലിയ വട്ടവെട്ടത്തിൽ അവരങ്ങനെ ജീവിച്ചു. അനുവാദങ്ങളുടെ അവസാനത്തിൽ അവർ ജോടികളായിപ്പിരിഞ്ഞു. പിന്നെ ഇരുട്ടുതേടിയലഞ്ഞു. കൈവിട്ടുപോകുന്ന സമയത്തെയോർത്ത്, കാലത്തെയോർത്ത് ദിക്കുകളെയോർത്ത് അവർ നിലവിളിച്ചു. വാച്ചുകൾ തീകുണ്ഡത്തിലെ ഹവിസ്സുകളായി. അവർ മുന്നോട്ടും പിന്നോട്ടും ഭേദമറിയാതെ ഉഴറിനീങ്ങി. കാലത്തെയറിയാത്ത അവർ വിഷാദത്തിൽ മുങ്ങിത്താഴ്ന്ന് നിലത്തിരുന്ന് തേങ്ങി. രാത്രിയുടെ അന്ത്യയാമം. അയാൾ തെരുവിലൂടെ നടന്നു. വിജന നിശ്ശബ്ദതയിൽ കണ്ണിമയ്ക്കാതെ നിൽക്കു

ന്ന വിളക്കുതൂണുകളെ നോക്കി ചോദിച്ചു,

'നിങ്ങൾക്ക് ഒരു പോള കണ്ണടയ്ക്കണ്ടേ?' അവ മധുരമായി പുഞ്ചിരിച്ചു.

'പിന്നെ ഈ തെരുവുകളെ ആരാണ് പ്രകാശിപ്പിക്കുക?' തിരക്കുകളുടെയും ബഹളങ്ങളുടെയും ജഡത്തിന്റെ തലയ്ക്കൽ കത്തിച്ചുവെച്ച നിലവിളക്കുകളായി അവർ ജാഗരൂകരായി. റീത്തുകളെപ്പോലെ, അനുശോചനപുഷ്പങ്ങളെപ്പോലെ വിതറിവീണ ചവറുകൾ. ശവമെടുപ്പിന് ശേഷം വരുന്ന തൂപ്പുകാരികളെ പ്രതീക്ഷിച്ചെന്നപോലെ അവ കാത്തിരുന്നു. പ്രതീക്ഷയോടെ. വിളക്കുകൾ തുടർന്നു.

'ഞങ്ങൾ കാവൽ നിന്നില്ലെങ്കിൽ ഈ നിർജീവതയെ ചിലരെങ്കിലും കാർന്നുതിന്നില്ലേ? എലികളെപ്പോലെ? കീടങ്ങളെപ്പോലെ? ക്ഷുദ്രജീവികളെപ്പോലെ?'

അപ്പോൾ പോലീസ് എയ്ഡ്പോസ്റ്റിലേയും സിറ്റി പോലീസ് സ്റ്റേഷനിലെയും പാറാവുകാരൻ ഉറക്കത്തിന്റെ ഗാഢതയിലേയ്ക്ക് വഴുതി വീണിരുന്നു. ഏകാന്തതയുടെ വിഷവും കുടിച്ച് അങ്ങനെ മലർന്നു കിടന്നു. മോക്ഷവും പ്രതീക്ഷിച്ച്. ഒരിക്കലും ഉണരരുതെന്ന് കരുതി, പക്ഷേ, അറിയാതെ കണ്ണുകൾ തുറന്നു. എനിക്ക് ചുറ്റും ആൾക്കൂട്ടമായിരുന്നു. ബഹളമായിരുന്നു, പിന്നീട് കണ്ണടയ്ക്കാനേ പറ്റിയില്ല.

'ഗിരീ...'

ചന്ദ്രയെന്താ ഇവരുടെയിടയിൽ? ഓ, അച്ഛനെത്തേടിവന്നതായിരിക്കും. ഇവളിപ്പോഴും വിഡ്ഢിയാണോ? മുൻപ് അവൾ വിഡ്ഢിയായിരുന്നു. ഞാനവൾക്ക് ബുദ്ധി പറഞ്ഞുകൊടുത്തു. അല്ല, വിഡ്ഢിത്തം ചെയ്യുമ്പോൾ മാത്രമേ ഒരാളെ അങ്ങനെ വിളിക്കാവൂ. അല്ലാത്തപ്പോൾ എല്ലാവരും ബുദ്ധിജീവികളാണ്. അച്ഛനെ ഓർത്ത് വന്നിരിക്കുന്നു. അത് വിഡ്ഢിത്തമാണ്. താൻ ചന്ദ്രയെ ഓർക്കുന്നില്ലല്ലോ. താൻ ബുദ്ധിമാനും ചന്ദ്ര വിഡ്ഢിയുമാണ്. വിഡ്ഢിത്തത്തിന് മരുന്നുണ്ടോ? ഉണ്ട് മറവി. അതിനെപ്പറ്റി ചന്ദ്രയോട് സംസാരിക്കണം. അവൾക്കല്പം മറവിമരുന്ന് വാങ്ങിക്കൊടുക്കണം. എന്നാലേ അവൾ അച്ഛനെ മറക്കൂ.

'ഗിരീ', ചുമലിൽപ്പതിഞ്ഞ കൈകളിലെ പരിചിതത്വം ഗിരിയെ ഓർമകളില്ലായ്മകളിലേയ്ക്കുണർത്തി. ചന്ദ്രതന്നെ. അതെ ചന്ദ്രധാര തന്നെ. അവളോടെന്തോ പറയണമെന്ന് കരുതിയല്ലോ എന്താണത്? എന്തോ വാങ്ങിത്തരണമെന്ന് പറയാനും കരുതിയിരുന്നു. ശരിക്കങ്ങോ

ട്ട് ഓർമ്മ കിട്ടുന്നില്ല. അതവിടെ കിടക്കട്ടെ. പിന്നെ ആലോചിക്കാം. ഇപ്പോൾ ചന്ദ്രയെ കേട്ടുകൊണ്ടിരിക്കാം, കണ്ടുകൊണ്ടിരിക്കാം.

'ഇന്നല്പം വൈകി. ഒന്നുരണ്ട് മോഷണക്കേസുകൾ. തെളിവുകൾ ശേഖരിക്കാൻ ഭൂതക്കണ്ണാടിയുമായിച്ചെന്നു.'

'ചന്ദ്രാ, നിനക്ക് ഒരു മോഷണം കണ്ടുപിടിക്കാനുള്ള കഴിവുണ്ടോ?'

'ശ്രമിക്കാം....ജോലിയിൽ കയറിയതല്ലേയുള്ളൂ. എന്താ ഗിരിയുടെ മൊബൈൽ ഫോൺ പോയോ?'

'ഇവരുടെ ഓർമ്മകൾ ആരോ മോഷ്ടിച്ചുകൊണ്ടുപോകുകയാണ്. അവരെ കണ്ടെത്തണം. ജയിലിലടയ്ക്കണം. ആദ്യം ചന്ദ്രയുടെ അച്ഛനിൽ നിന്നാവട്ടെ അന്വേഷണം.'

'ഗിരീ, ഇതെന്താ പറ്റിയത് നിനക്ക്?'

'അങ്ങനെ ചോദിക്കരുത്. ഇതെന്താപറ്റിയതെന്ന ചോദ്യം അപ്രസക്തമാണ്. മോഷണം, മോഷണം നടക്കുന്നു.'

'ഗിരീ, ഐ ഫീൽ ലോൺലി.' ഗിരിനാഥ് ചിരിച്ചു.

'ഞാൻ വർഷങ്ങളായി അതിൽത്തന്നെയായിരുന്നു. ഏകാന്തതയെ പ്രണയിച്ചു, മറ്റെന്തിനെക്കാളും. പിന്നീടെപ്പോഴൊ അതിനെ വെറുക്കാൻ തുടങ്ങി. കനത്ത ഏകാന്തത ഒരു ഭാരമായി അനുഭവപ്പെട്ടു. ആളുകളിൽ നിന്ന് അകലം പാലിച്ചിരുന്നതിനാൽ ആളുകളും അകലം പാലിച്ചുതുടങ്ങിയിരിക്കുന്നു. ആരെങ്കിലും ഒന്ന് സംസാരിച്ചെങ്കിൽ... ഫോൺകോളുകളെ വിരസതയുടെ സന്തതികളെന്നു വിളിച്ചിരുന്നു ഒരിക്കൽ. ആരെങ്കിലും ഒന്ന് ഫോൺവിളിച്ചെങ്കിൽ.... എന്നൊക്കെ ആഗ്രഹിച്ചുതുടങ്ങി.. അപ്പോഴും അങ്ങോട്ട് കയറി സംസാരിക്കാനും ഫോൺ നമ്പറുകളെ കുത്തി വേദനിപ്പിക്കാനും മടിച്ചു. വെള്ളത്തിൽ ചവിട്ടിത്താഴ്ത്തിയ മുയൽക്കുഞ്ഞായി ഞാൻ എത്രകാലം പിടച്ചിരുന്നൂ എന്ന് ചന്ദ്രാ നിനക്കറിയാമോ, നീ ഊഹിച്ചിട്ടുണ്ടോ? കരയിൽപ്പിടിച്ചിട്ട മത്സ്യമായി ശ്വാസം വലിക്കാൻ പാടുപെട്ടു. ആൾക്കൂട്ടത്തിലേയ്ക്ക് പൊന്മാനായി ഊളിയിട്ട് ചെല്ലാൻ കഴിഞ്ഞെങ്കിലെന്നാശിച്ചു. നാവ് മരവിച്ചുപോയതായി ഉത്ക്കണ്ഠപ്പെട്ടു. എന്നിലെ ഭാഷ പോലും എന്നെ വിട്ടുപോകുമോ എന്നും ഞാൻ ഭയപ്പെട്ടിരുന്നു. ഞാൻ തന്നെ ഒരു ഭയമായിരുന്നു.'

ജല്പനങ്ങളിൽ നിന്ന് ഗിരിയെ തിരിച്ചെടുക്കൽ ചന്ദ്രയുടെയും ആവശ്യമായിരുന്നു.

'അച്ഛനോട് എനിക്ക് പ്രണയമായിരുന്നില്ല ഗിരീ. ഏകാന്തതയിൽ നിന്ന് വഴുതി മാറാനുള്ള ഒരുപാധി മാത്രം.!'

'ചന്ദ്രാ, നീ വിഡ്ഢിയല്ലാതായി വരുന്നു.'

'ഇത്രയും നാൾ ഞാൻ വിഡ്ഢിയായിരുന്നു?'

'ഏകാന്തതയ്ക്കുള്ള ഔഷധമാണ് പ്രണയം എന്നുതോന്നും, പക്ഷേ, പിന്നീട് അതിന് വളമാകും.'

'ചന്ദ്രാ നീ ദയാവധത്തെക്കുറിച്ച് ചിന്തിച്ചിട്ടുണ്ടോ?'

'മേഴ്സികില്ലിംഗ്?'

'അതെ. ഓർമകളില്ലാത്തവരെ ഓർമകളുടെ ലോകത്ത് നിന്ന് മോചിപ്പിക്കാൻ?'

'ഇല്ല'

'നീ എന്നുമുതൽക്കാണ് കള്ളം പറയാൻ പഠിച്ചത്? അതോ നിനക്കും മറവി ബാധിക്കുന്നു?'

'ഇല്ല. മരണത്തെക്കുറിച്ച് ചിന്തിച്ചു. ഒന്ന് ആത്മഹത്യ. രണ്ട് വധം, ദയാവധമല്ല, പ്രതികാരം. പക്ഷേ എനിക്ക് ഭയമായിരുന്നു.'

'നമുക്ക് ദയാവധം അനുവദിക്കുന്നതിനായി ഒരു കാമ്പയിൻ തുടങ്ങിയാലോ?'

'നീ വൈരുദ്ധ്യത്തിന്റെ കലവറയല്ല, നിലവറയാണ്.. കഴിഞ്ഞ ദിവസമല്ലേ വധശിക്ഷയ്ക്കെതിരെ ഫീച്ചർ തയ്യാറാക്കിയത്? ഇപ്പോൾ ദയാവധത്തിനനുകൂലമായി! ചഞ്ചലചിന്തകൾ മറവിയുടെ ലക്ഷണമാകാം.'

'ഒന്ന് ശിക്ഷ, മറ്റൊന്ന് ദയ. ജീവിതത്തോട് ആർത്തിയുള്ളവരും അതില്ലാത്തവരും.'

'ആരാണ് ശിക്ഷയുടെയും രക്ഷയുടെയും ദാതാവ്? ആരാണ് വിധികർത്താവ്? ഭരണകൂടം? എന്തിന്റെ അടിസ്ഥാനത്തിൽ? കുറഞ്ഞ ചിന്താശേഷിയുടെ മാത്രം അടിത്തറയിൽ കെട്ടിയുയർത്തിയ നിയമനിർമാണങ്ങൾ ജനം തിരസ്കരിക്കുന്നത് വെറുതെയല്ല.'

'അപ്പോൾ ദയാവധം വേണ്ടേ?'

'വരൂ, നമുക്കച്ഛന്റെ മുറിയിലേയ്ക്ക് പോകാം.'

'എന്തിന്? നിന്നെ തിരിച്ചറിയുമോ?'

'നീ ചാമമ്മയെ കാണാൻ പോയിരുന്നതെന്തിന്?'

'അവർ സന്തോഷം പ്രകടിപ്പിക്കാറുണ്ടായിരുന്നു.'

'ഇപ്പോഴും ഇവിടെ കയറിയിറങ്ങുന്നതോ?'

'ഫീച്ചർ തയ്യാറാക്കാൻ മാത്രം.'

'അത്രമാത്രം?'

'അല്ല. ആത്മസംതൃപ്തി തിരയാൻ. പിന്നെ ചിലത് പൂരിപ്പിച്ചെടു

ക്കാനുള്ള വൃഥാശ്രമം. പൂരിപ്പിക്കുന്തോറും ശൂന്യത ഏറിവരികയാണ്. ശൂന്യത എന്നെയും വിഴുങ്ങുന്നു.'

'എന്നാൽ അച്ഛനെ കാണാം. ഞാനും ഇപ്പോൾ സംതൃപ്തി തിരയാൻ തുടങ്ങുകയാണ്, ആത്മനിന്ദയില്ലാതെ.' അവൾ ഗിരിയുടെ കൈകളിൽ പിടിച്ചുവലിച്ചു.

മുറിയിൽ ചന്ദ്രധാര ഓരോ വസ്തുവിന് കീഴെയും സ്റ്റിക്കർ പതിച്ചു. വാഷ് ബേസിനുമുകളിൽ കൈകഴുകുന്ന ചിത്രം. ടോയ്‌ലെറ്റിലേക്കുള്ളവാതിലിനുമുകളിൽ എഴുത്തും. പിന്നെ ഒരു രേഖാചിത്രവും. ശ്രുതി കൗതുകത്തോടെ നോക്കിനിന്നു. ചുമരിൽ പതിക്കുന്ന ചിത്രങ്ങളും എഴുത്തുകളും നിറഭേദങ്ങളും സ്മൃതിനാശ രോഗികളെ നിത്യകർമങ്ങൾ ചെയ്യുന്നതിൽ സഹായിക്കും.

'മാഡം ഇതൊക്കെ എവിടെനിന്നു പഠിച്ചു?'

'എത്ര വർഷങ്ങളായി അച്ഛൻ ഈ അവസ്ഥയിൽ എന്റെ കൂടെ. അനുഭവങ്ങളിലൂടെയുള്ള ചില അറിവുകളുണ്ടല്ലോ അത് പുസ്തകപഠനങ്ങളിലേറെ ഗുണം ചെയ്യും.'

അയാൾ വാഷ്ബേസിനു നേരെ പതുക്കെനടന്നു. ചന്ദ്രധാര അച്ഛനെ അനുഗമിച്ചു. അതിനടുത്ത് അല്പനേരം നിന്ന അയാൾ ടാപ്പിൽ പലയിടത്തായി തിരുപ്പിടിച്ചു. ടാപ്പ് തിരിഞ്ഞപ്പോൾ ഒഴുകിയ വെള്ളത്തിൽ കൈകൾ കാണിച്ച് നിന്നു. പിന്നെ പരസ്പരം തിരുമ്മി. ഘട്ടങ്ങളിലായി സാവധാനത്തിലുള്ള ചെയ്തികളിലെ മന്ദത ഗിരിയെ വേദനിപ്പിച്ചു. അയാൾ പതുക്കെ പുറത്തേയ്ക്ക് നടന്നു. വാഷ്ബേസിൽനിന്ന് കൈകഴുകിയ അയാൾ പുറംതിരിഞ്ഞ് നടന്ന് കട്ടിലിൽച്ചെന്നിരുന്നു. ചന്ദ്രയെ ശ്രദ്ധിക്കാതെ ശൂന്യതയിലെന്നപോലെനോക്കിയതല്ലാതെ ഭാവം മാറിയതുപോലുമില്ല. കട്ടിലിലിരുന്ന അയാൾ അവ്യക്തമായി എന്തോ ഉച്ചരിച്ചു. ചന്ദ്രധാര ഒരുനിമിഷം ആലോചിച്ചു. അയാൾ വീണ്ടും പിറുപിറുത്തു. ശബ്ദം അല്പം കൂടിയിരുന്നു. അടുത്ത നിമിഷം ചാടിയെഴുന്നേറ്റ് അലർച്ചയോടെ ചന്ദ്രയുടെ നേരെകുതിച്ച് വസ്ത്രങ്ങളിൽ തെരുപ്പിടിച്ച് ആഞ്ഞുവലിച്ചു. നിമിഷങ്ങൾക്കുള്ളിൽ അയയിൽതൂക്കിയിട്ടിരുന്ന ടൗവലുമായി ശ്രുതി പാഞ്ഞെത്തി. അയാളെ ചന്ദ്രയിൽ നിന്ന് വിടുവിച്ച് ടവ്വൽ നൽകി. അയാൾ വിറയോടെ കൈകൾ തുടച്ച് ബെഡ്ഢിലേയ്ക്ക് തിരിച്ചു നടന്നു. കീറിയ വസ്ത്രങ്ങൾ തിരുപ്പിടിച്ച് നിന്ന് ചന്ദ്ര വിങ്ങി. നഖം കൊണ്ടതിന്റെ നീറ്റൽ.

'ടവ്വലിന് ആവശ്യപ്പെട്ടതാണ്. പക്ഷേ ആ വാക്ക് ഓർമയിൽ വന്നില്ല. നമ്മൾ അല്പം ജാഗ്രത കാട്ടണമായിരുന്നു. കൈകഴുകിയാൽ കൈ

തുടയ്ക്കാൻ ടവൽ ചോദിക്കുമെന്നൂഹിക്കണമായിരുന്നു.' ശ്രുതി ശാന്തയായി പറഞ്ഞു.

'കഴിഞ്ഞയാഴ്ചവരെ അച്ഛന്റെ ഓരോ ചലനത്തിന്റെയും ശബ്ദത്തിന്റെയും അർത്ഥം ഞാനറിയുമായിരുന്നു. ഇത്രയും പെട്ടെന്ന് ഞാനകന്നോ?' ചന്ദ്രയുടെത് വിതുമ്പലിന്റെ സ്വരമായിരുന്നു.

'ഇതിവിടെ പതിവാണ് മാഡം. അവർ ഉദ്ദേശിച്ച സാധനം അപ്പോൾ എടുത്ത് കൊടുത്തില്ലെങ്കിൽ ചിലർ ആകെ വയലന്റാകും. ചിലർ വിഷാദികളായി കൂനിയിരിക്കും.'

ടവ്വലും പുതച്ച് ചന്ദ്ര പുറത്തിറങ്ങുമ്പോൾ ഗിരി പകച്ച് തുറിച്ചു നോക്കുന്നുണ്ടായിരുന്നു. ഗിരിനാഥ് ഇലക്ട്രോണിക് സർക്യൂട്ടുകളുടെ കൂട്ടുതേടാൻ മോഹിച്ചു.

'തലച്ചോറിലെ നെറ്റ് വർക്കുകൾ ഒന്നൊന്നായി വിച്ഛേദിക്കപ്പെടുകയാണ്. ഏതെങ്കിലും ഒരു വയർ ചേർത്ത് വെച്ചാൽ ഈ ഓർമകളൊക്കെ തിരിച്ച് വരുമോ?'

പത്ത്

...ബോധിവൃക്ഷച്ചുവട്ടിൽ ബുദ്ധൻ തുടർന്നു. 'ആസക്തിയിൽ നിന്ന് ഭവവും (വ്യക്തിത്വവും, ജനനാനുകൂല്യ വ്യാപാരവും) ഉണ്ടാകുന്നു...'

ചുമർച്ചിത്രങ്ങൾക്ക് പറയാനുണ്ടാകുക വർഷങ്ങളുടെ, ചിലപ്പോൾ നൂറ്റാണ്ടുകളുടെകഥകളായിരിക്കും. അതുതന്നെ അലങ്കാരശില്പങ്ങളുടെയും കാര്യം. അവയോട് സംവദിക്കാനറിയണമെന്നു മാത്രം. അവർക്ക് സ്വന്തമായി ഓർമകളില്ല. പക്ഷേ മറ്റുള്ളവരുടെ ഓർമകളുണർത്താൻ കഴിയും. അവരിലെ ഓർമച്ചിത്രങ്ങൾക്ക് ജീവൻ കൊടുക്കാൻ കഴിയും. അൽസ്ഹൈമർ കെയർസെന്ററും ഒരു പുരാവസ്തു ശാലയാണെന്ന് ഗിരിയ്ക്ക് തോന്നി. പതിനായിരങ്ങൾ ചെലവഴിച്ച് സംരക്ഷിച്ചുനിർത്തുന്ന ശേഖരങ്ങൾ. വിസർജ്യങ്ങളും അഴുകലുമാണ് വെല്ലുവിളികൾ. പിന്നീട് പ്രതീക്ഷിക്കാവുന്ന വർധിതമൂല്യവും തുച്ഛം. ഗിരിയ്ക്കുമുന്നിൽ ശില്പങ്ങളായി അവർ ഓരോരുത്തരും നിരന്നു നിന്നു.

തന്റെ ടെസ്റ്റോസ്റ്റിറോൺ ലെവലിനെക്കുറിച്ച് സംസാരിച്ചുകൊണ്ടിരുന്ന ബഷീർക്ക ഒരു നിമിഷം നിശ്ശബ്ദനായി. പതയുന്ന ജീവിത

ത്തിലെ അറബിപ്പൊന്നും സ്വപ്നം കണ്ട് മണലാരണ്യത്തിൽ അല ഞ്ഞിരുന്നു. മണൽക്കാറ്റേറ്റ് വറ്റിവരണ്ട ശരീരസഞ്ചികളിൽ വറ്റാതെ കിടന്നവയെ സൂക്ഷിച്ചുനിർത്താനുള്ള വഴികളാലോചിച്ച് ഉറക്കം കള ഞ്ഞിട്ടുണ്ട്. സുഹൃത്തുക്കളുടെ പരിഹാസവചനങ്ങളിൽ ആശ്വാസം തേടിയപ്പോഴും പ്രതീക്ഷിച്ചിരുന്നത് തിരിച്ചെത്തിയാലുള്ള സൗഭാഗ്യ ങ്ങളുടെ പെരുമഴക്കാലമായിരുന്നു.

'ഞമ്മക്കവരെയെല്ലം കാണായിരുന്നു കുട്ടീ. ന്റെ കണ്ണിനു മൂർച്ച യൊട്ടും കൊറഞ്ഞിരുന്നില്ല. പക്ഷേ, അവരുടെ പേരുകള് നിക്ക് വ്യക് തായിരുന്നു. പേരില്ലേലെന്താ അവരെ കണ്ടാപ്പോരേ, കേട്ടാപ്പോരേ? സൈനബ. വയസ്സ് അമ്പത് കയിഞ്ഞെങ്കിലും ഇപ്പോം കാണാൻ എ ന്തൊരു ചേലാ. ഓള കണ്ടോണ്ടിരിക്കുമ്പം മറ്റൊന്നും ഓർമേല് വെരൂ ല. മറ്റൊന്നും ഓർമേല് വരാൻ പാടില്ല. പിന്നെന്താ ഈ ഓർമയില്ലാ ണ്ടായാല്? ഓർമ ബെരുമ്പളാ എടങ്ങാറ്... അങ്ങനെ കണ്ടോണ്ടിരി ക്വാ... ഓള് ബെർതെ ഓരോന്ന് പറഞ്ഞോണ്ടിരുന്നാല് ഒര് രസാർന്ന്, പണ്ടങ്ങനാണ്. ഓക്ക് നാട്ട് ബർത്താനം മുയ്മനും അറിയും. പണ്ടെ ല്ലം പോൺ വിളിച്ചാ പത്തോട്ടം ഓർമിപ്പിക്കണം. സൈനൂ പൈശ തീ രും ...തീരുംന്ന്. ന്നാലും പോണ് തന്നെ കട്ടാവ്ന്നത്വരെ പർഞ്ഞോ ണ്ടിരിക്കും. അതൊരു ചേലേരുന്നു. ഇപ്പം ഇങ്ങേക്ക് ബെർന്നേന് നു മ്പെഓള് എപ്പളും കരച്ചിലും പിയിച്ചിലും. അത് ബേണ്ടാന്ന് പറയാൻ ഞമ്മക്ക് കിട്ടണ്ടേ? ഒന്നും പറയാൻ ബെരൂല. ഓള് ചിരിച്ചോണ്ട് ബർ ത്താനം പറയ്ന്നതല്ലേ നല്ലത്. അയിന് പകരം ഞമ്മള രോഗത്തിനേം പറഞ്ഞോണ്ടിരിക്കും. എടക്കൊരു മൂക്ക് ചീറ്റലും. സയിക്കാമ്പറ്റോ? കരയണ്ടാന്ന് പറയാനാനൊട്ട് പറ്റേയില്ല. പിന്നെ ഒച്ചയെടുക്കും. എ ന്താ പറയ്ന്നേന്ന് പറഞ്ഞാലും ഓക്ക് തിരിയൂല. പേടിച്ചിറ്റ് പിന്നീം ക രയും. ഒച്ചയാക്കാണ്ടിരിക്കാമ്പറ്റോ? ഓർമിക്കാമ്പറ്റൂലാന്ന് ബെച്ചിറ്റ് ന മ്മക്ക് സങ്കടയില്ലാണ്ടാവ്വോ? പിന്നപ്പിന്ന അനക്ക് ദൈശം കൂടിക്കൂടി ബെരാൻ തൊടങ്ങി. ന്റെ മോള് കദീജ. ഓള പുള്ളറ്. ആ ബർത്താ നോം കളീം ഒക്കെക്കണ്ട് അവ്ടത്തന്നെ കയിഞ്ഞാമതീന്നാരുന്നു മോ ഹം. പിന്ന ഓർമയിണ്ടാവൂലല്ലാ. രാവില നല്ലോണം തിന്നിറ്റ്ണ്ടാവും. പക്കേ ഓർമ ബേണ്ടേ... ന്താ ബശീർക്ക കയിച്ചേന്ന് ചോയിക്കുമ്പം ന മ്മളാലോയിക്കും എന്താ കയിച്ചേന്ന്. ഓർമ ബെരണ്ടേ. ഇല്ല. ഓളിന്ന് ചായ തന്നിറ്റ്ല. തെരക്ക് കൊണ്ട് ഓള് മർന്നതായിരിക്കും. ഞാമ്പറ യും കയിച്ചിറ്റ്ലാന്ന്. പോരേ പൂരം. അത് കേക്കുമ്പം ഓക്ക് കലി ബെ രും. ആരിക്കും ബെരും, ചായ കയിച്ചിറ്റ് ആള്കള് ചോയിക്കുമ്പം ക

യിച്ചിറ്റില്ലാന്ന് പറയ്ന്നത് നല്ല ചേലിക്കല്ല. ഓള് പിരാകാൻ തൊടങ്ങും. എന്നാലും രസാ. അത് കേക്കുമ്പം ഓക്ക് കലി ബെരും. ഓള കണ്ടോണ്ടിരിക്കാലാ.. അന്നേരം മൊതൽക്കേ പറയാൻ തൊടങ്ങീതാ..... ഇയാള ആസ്പത്രീ കൊണ്ടാക്കണംന്ന്. അനക്ക് സറിക്കും മൻസിലായ്റ്റ്ല.. എന്നാലും മനസ്സിലായ്ക്ക്ണ്. ഞമ്മള പൊരേന്ന് മാറ്റാന്ള്ള പരിപാട്യാന്ന്. ഞമ്മക്ക് ദൈശം ബെരൂലെ? ബന്നു. തലങ്ങ്ണ എട്ത്ത് ഓൾടെ നേർക്ക് ഒറ്റ ഏറ്. ഓക്ക് ദൈശം ബെരൂലെ. ബന്ന്. പണ്ടെല്ലം തലങ്ങാണ ബെച്ച് എത്രോട്ടം എറിഞ്ഞ് കളിച്ചതാ. ഓക്കന്ന് സന്തോശം. ഇപ്പം പ്രാന്ത്. എന്താ കാര്യം? ഞമ്മക്കിപ്പം ഓർമീല്യ. ചങ്ക് പൊട്ട്യത് അന്നേരല്ല. അയാൾ ഒരുനിമിഷം നിർത്തിയതായി തോന്നി.

ഒരീസം കദീജ ചായേം കൊണ്ട് അട്ത്തക്ക് ബന്ന്. കദീശു, മ്മ്ളെ മോള്. ഞമ്മട കണ്ണിനൊര് ബലച്ചില് പോലെ. മ്മള് കണ്ടത് സൈനബാന. അല്ലേലും ഓള മാക്സിയുട്ത്തിറ്റല്ലെ കദീജ വന്നത്. ഞമ്മക്ക് തിരിഞ്ഞിറ്റ്ല. പടച്ചോനാണേ. അന്നേരം ഞമ്മക്ക് എന്തോ ഒര് എടങ്ങേറ്. ഒര് പൊർതിമുട്ട്. ഞമ്മള് ഓള കയ്യിപ്പിടിച്ചിങ്ങോട്ട് ബെലിച്ച്. പടച്ചോനാണേ സത്യം. സൈനബാന്റെ കയ്യാ പുടിച്ച് ബലിച്ചത്. ഓളയൊന്ന് കെട്ടിപ്പുടിച്ചാലെന്താ. സൈനു പണ്ടെല്ലം അട്ത്ത് ബന്ന് തട്ടീം മുട്ടീം നിക്കും. ഞമ്മളൊന്ന് തൊടാൻ. ഇതെല്ലാം ഓള് മർന്നിറ്റ്ണ്ടാവും. ഞമ്മക്ക് നല്ല ഓർമ്യാ. കദീജയാ? സൈനബയാ..? കരച്ചിലും ബിളിച്ചലും. അട്ക്കൾന്ന് ഓടി ബന്നത് സൈനബ. അപ്പം ഇദാര? കദീജു. അദെങ്ങനെ സംഭവിച്ച്? കദീജു സൈനബയായി ഞമ്മളെപ്പറ്റിച്ചതാ. ഞമ്മക്കൊന്നും മൻസിലായില്ല. പടച്ചോനാണെ ഒന്നും തിരിയാണ്ടായി. സൈനബ കയ്യുമ്മ്ന്ന് കയില് വൽച്ചെറിഞ്ഞു, ദാ കഷണ്ടിത്തല പൊട്ടി. പിന്നീം പ്രാകി ഓള്. കദീജു നെലവിളിച്ചോണ്ട്ര്ന്ന്. തെറ്റിപ്പോയി, ആള് മാറിപ്പോയി. കണ്ണ് പുടിക്കാഞ്ഞിറ്റല്ലെ. പണ്ടെല്ലം ഗൾഫ്ന്ന് ബന്ന ഓള് നമ്മള മേക്ക്ന്ന് എറങ്ങൂല. സൈനബ ബന്ന് തല്ലി ഓടിക്കണം. ഒന്നും പറ്റീലല്ല, ഞമ്മള മേക്ക് ഒന്ന് ബീണ്. ഞമ്മക്ക് ആളത്തിരിയാഞ്ഞിറ്റല്ലേ. ഓർക്കും ഓർമയില്ലാണ്ടായാ? ഇതെല്ലം പറയാൻ ബിചാരിച്ചത, പക്കെ പറ്റണ്ടെ മോനേ? ഓർമ ബന്നില്ല. അല്ല നാവിന് തായ് ബീണു. ഞീ പറ മോനേ, ബശീർക്ക അങ്ങനെ ചെയ്യോ? കദീജു ഇന്റ പൊന്നാരമോളല്ലെ? ഓക്ക് തിരിയണ്ടെ, ഓക്ക് അറിയൂലെ ബാപ്പാന? ഓള് പറഞ്ഞ് ബാപ്പാന പേടിയാക്ന്ന്ന്. ഓൾ ഞമ്മേളയെന്തിനാ പേടിക്ക്ന്ന്? ഓള ക്കെട്ട്യോൻ ഗൾഫിലാന്ന്. അതോണ്ടല്ലെ ഓള് ഞമ്മള കൂടെ. പിന്ന സൈനബാക്കൊരു കൂട്ടും. ഈ മൻസന ഈട നിർത്താൻ കൊള്ളൂലാ

ന്ന് സൈനബ പറഞ്ഞപ്പം ചങ്കുപൊട്ടി. ഓളങ്ങനെ പറയാമ്പാട്ണ്ടോ? എത്ര കൊല്ലായി ഒന്നിച്ച്. ഇസ്ലാമില് മൂന്ന് കെട്ടാന്നാ, ഓളയല്ലാണ്ട് മറ്റാരെയെങ്കിലും ഒന്ന് നോക്കീനാ? ഇല്ല. ഇപ്പം ഓക്ക് ഞമ്മളെക്കണ്ടൂടാ. പറ മോനേ, ബശീർക്കാന് ആളത്തിരിയാഞ്ഞ്റ്റല്ലേ? ഓള് അശർപ്പിന് പോൺ ചെയ്ത്. എളയോനാ. അശർപ്പ് വെല്യ കമ്പിനീലാ. ദെർഹത്തിന്റെ മേലെയാ ഓന്റെ ഒർക്കം. ഒര് നെയ്സിന ബെക്കാന്ന് ഓമ്പറഞ്ഞ്. അതൊന്നും ഞമ്മക്ക് കാണാമ്പറ്റൂലാന്ന് ഓളും. രണ്ടെണ്ണത്തിനും കാവലിരിക്കാൻ പറ്റൂലാന്ന്.

മോൻ ചോയ്ക്ക് ഈൗട്ത്തെ കുട്യോളോട്. ബശീർക്ക എങ്ങനെയാന്ന്? ഓള് ബാപ്പാന്ന് ബിളിക്ക്ന്നില്ലാന്നേ ഉള്ളൂ. ഞമ്മക്ക് മക്കളേന്ന് ബിളിക്കണംന്ന്ണ്ട്. അവരെ കാണ്മ്പം ഒന്നും ബിളിക്കാൻ തോന്നൂല. ബശീർക്ക അത്ര മോശക്കാരനാന്നോന്ന് ചോയിച്ച് നോക്ക്. എന്നാലും ന്റെ സൈനു അങ്ങ്നെ പർഞ്ഞു. സാരല്യ. ഓള് പൊട്ടത്ത്യാ. ബെറും ആറാം ക്ലാസ്. ഈൗനപ്പറ്റിയൊന്നും അറയൂല. ഓള് പനീം ചർദീമല്ലെ കണ്ടിറ്റ്ലൂ. മറവി രോഗം ഓള് കണ്ടതും കേട്ടതും നമ്മളട്ത്ത്ന്ന്. എല്ലം അങ്ങന്നെ. ഓള് പാവാ. എന്നാലും ഞമ്മള ഈൗട കൊണ്ടാക്കുന്ന് കിനാവ്പ്പോലും കണ്ടിറ്റ്ല. ഞാമ്പിജാരിച്ച് കദീജു പറയും ബേണ്ടാന്ന്. പക്കേ, പർഞ്ഞില്ല. എത്ര നാളായി. ഓർമയില്ല, ആഴ്ചകള്, മാസങ്ങള്.. ഓള് കാണാമ്പന്നിറ്റ് പോലുല്ല. ഓള് ബിജാരിക്ക്ന്ന്ണ്ടാവും ബാപ്പാക്ക് ഓർമയിണ്ടാവൂലാന്ന്. വന്നിറ്റ്ലാന്നുള്ളത്. പക്കെ ഞാൻ ഓർത്ത് വെക്ക്ന്ന്ണ്ട്. ഒരിക്ക വന്നാ ചൊമര്മ്മ്ല് നകത്തോണ്ട് ഒര് ബര. അതാ കണക്ക്. സൈനബ രണ്ടോട്ടം ബന്നിറ്റ്ണ്ട്. തലക്കൂത്തെ ചൊമര്മ്മ്ല് നകം കൊണ്ട് രണ്ട് ബരെണ്ട്. മോൻ സമയ്ംണ്ടെങ്കില് നോക്കിക്കോ. പക്കെ,കാക്കൂത്ത് ഒറ്റ ബര പോലുല്ല. ഓക്ക് ഉപ്പാന പേടിയാരിക്കും!'

'ബശീർക്കാ, നിങ്ങള് ബേജാറാവണ്ട. ഇങ്ങക്ക് അറിയാതെയെങ്കിലും അബദ്ധം പറ്റിയില്ലെ? എന്നാൽപ്പിന്നെ എന്റെ കഥ കേൾക്ക്. രൈരു മാഷ് കണ്ണുതുടച്ചു. ഹൈസ്കൂൾ മാഷായിരുന്നു, കണക്ക് മാഷ്. സൂത്രവാക്യങ്ങൾനാവിൻതുമ്പത്ത്. മകൻ ഗിരീഷ്കുമാർ. അച്ഛന്റെ മകൻ. കണക്ക് തന്നെ അവന്റെയും ശാസ്ത്രം. കമ്പ്യൂട്ടർ എഞ്ചിനീയറിംഗ്. മരുമകളെ അവൻ തന്നെ കണ്ടെത്തി. കൂടെ ഐ.ടി.കമ്പനിയിൽ സോഫ്റ്റ്വെയർ എഞ്ചിനീയർ. അവന്റമ്മ ഇതൊന്നും കാണാൻ കാത്തുനിന്നില്ല. കതിർമണ്ഡപത്തിൽ അവളുടെ മെഴുകുപ്രതിമ വെച്ചിട്ടാണ് ഞാൻ അവന്റെ കല്യാണം നടത്തിയത്. അവൾ പറയുമായി

രുന്നു അവൾക്കും മോന്റെ താലികെട്ട് കണ്ട് കണ്ണടച്ചാ മതീന്ന്. കാൻസറായിരുന്നു. അവൾക്കത് പറ്റിയില്ല. എന്നാലും പ്രതിമയിൽക്കയറി നിന്നെങ്കിലും അവളുടെ ആത്മാവ് കല്യാണം കണ്ടിരിക്കും. ആളുകള് കളിയാക്കിയിരുന്നു. അന്ധവിശ്വാസം എന്നു പറഞ്ഞ്. അതെ, സമ്മതിച്ചുകൊടുത്തു. എന്താ കണക്ക് മാഷക്ക് അന്ധവിശ്വാസം പാടില്ലെ? അതൊക്കെ മലയാളം മാഷമ്മാർക്കെ പാടുള്ളൂ? എന്റെയും വിശ്വാസമല്ലേ. എനിക്ക് ഓർമകൾ കിറുകിറുത്യമായിരുന്നു. ഇപ്പോഴും പറയും പൈതഗോറസ്സ് സിദ്ധാന്തം.

ബാംഗ്ലൂരിൽ ഇലക്ട്രോണിക് സിറ്റിക്കടുത്ത് പറിച്ചുനട്ടപ്പോൾ അവനായിരുന്നു വാശികൂടുതൽ ഞാനും കൂടെച്ചെല്ലണമെന്ന്. അവർക്ക് രണ്ടുപേർക്കും വെവ്വേറെ ഷിഫ്റ്റ്. അവൾക്കും - ഓ, പേര് മറന്നുപോയി ആശ-ഒരു കൂട്ട്. ഞാൻ പറഞ്ഞല്ലോ അന്നും എനിക്ക് നല്ല ഓർമയായിരുന്നു, സൂത്രവാക്യങ്ങൾ ഹൃദിസ്ഥമായിരുന്നു. പ്രശ്നം തുടങ്ങിയത് മൊബൈൽഫോണിലാ. നാട്ടിലൊരു സുഹൃത്തിനെ ഫോൺ ചെയ്യാൻ ആശമോളുടെ ഫോണാണെടുത്തത്. ഫോൺ ചെയ്ത് കുറേ സംസാരിച്ചു. സംസാരം കഴിഞ്ഞ് ഫോൺ എവിടെവെച്ചെന്നൊന്നും ഞാൻ ഓർത്തുവെച്ചില്ല, കണക്ക് സൂത്രവാക്യമൊന്നുമല്ലല്ലോ ഇത്ര കാര്യമായി ഓർത്തുവെക്കാൻ. നോക്കെത്താത്ത സ്ഥലമൊന്നും ആ ഫ്ളാറ്റിനകത്തില്ലല്ലോ. പക്ഷേ കുറച്ച് കഴിഞ്ഞ് മോള് ചോദിച്ചു (ആ മരുമകൾ തന്നെ. പക്ഷേ ഞാനവളെ മോളായിട്ടുമാത്രമേ കണ്ടിട്ടുള്ളൂ. അപ്പോപ്പിന്നെ അങ്ങനെയാണ് വിളിച്ച് ശീലം.) ഫോൺ എവിടേന്ന്. മേശപ്പുറത്ത് കാണുംന്ന് ഞാനും. പിന്നെ തെരയാൻ തുടങ്ങി. ഞാനും കൂടി. വേണമല്ലോ, ഞാനല്ലേ അവസാനം ഫോണെടുത്ത് വിളിച്ചത്. അവൾ കുറേശ്ശെ പിറുപിറുക്കാൻ തുടങ്ങിയിരുന്നു. അതു കുറച്ചുദിവസമായി തുടങ്ങിയിട്ട്. അവൾ മൂളിപ്പാട്ട് പാടുകയാണെന്ന് വിശ്വസിക്കാനാണ് ഞാൻ ശ്രമിച്ചത്. അതല്ലേ നല്ലത്. അവർ പിറുപിറുക്കുമ്പോൾ നമ്മളും പിറുപിറുക്കാൻ തുടങ്ങിയാൽ അത് പ്രതിധ്വനിയാവില്ലേ. പിന്നെ മന:സമാധാനം പോകില്ലേ?

ഞാൻ കണക്ക് മാഷാണെങ്കിലും അത്യാവശ്യം മന:ശാസ്ത്രവും അറിയാം കേട്ടോ. കുട്ടികളുടെ പ്രശ്നങ്ങളൊക്കെ എന്റെയടുത്താണെത്തുക. അങ്ങനെ പഠിച്ച കാര്യങ്ങളാണിത്. ആരെങ്കിലും പിറുപിറുക്കുമ്പോൾ നമ്മളത് മൂളിപ്പാട്ടാണെന്ന് സങ്കൽപ്പിക്കുക. മൂളിപ്പാട്ട് കേട്ടിട്ട് പിറുപിറുക്കലാണെന്നു കരുതി അമ്മായിയമ്മപ്പോരു തുടങ്ങിയ സംഭവം ഞാൻ നേരിട്ട് ചർച്ചചെയ്ത് തീർത്തുകൊടുത്തതാണ് കേ

ട്ടോ. തുടർച്ച വിട്ടുപോകുന്നു. സംഭവത്തിലേയ്ക്ക് വരാം. അവളുടെ മൂളിപ്പാട്ടും കേട്ടുകൊണ്ട് ഞാനുംപരതൽ തുടങ്ങി. പെട്ടെന്നാണ് ഫ്രിഡ്ജ് പാട്ടുപാടുന്നത് കേട്ടത്. നല്ലസ്സൽ ഹിന്ദി ഗാനം. ഫ്രിഡ്ജ് ഇടയ്ക്കിടെ മൂളിപ്പാട്ട് പാടാറുണ്ട്. കൊതുകുകളെപ്പോലെ. പക്ഷേ ഹിന്ദിപ്പാട്ട്.... ഞാൻ ആലോചിക്കുമ്പോഴേയ്ക്കും അവൾ ഫ്രിഡ്ജ് തുറന്നിരുന്നു. ഫോൺ ഫ്രിഡ്ജിലിരിക്കുന്നു! സത്യമായിട്ടും മനഃപൂർവം ചെയ്തതല്ല. ഒളിപ്പിച്ച് കളിക്കാൻ അവൾ കൊച്ചുകുട്ടിയൊന്നുമല്ലല്ലോ. ചെറുപ്പത്തിൽ ചോക്കളേറ്റ് വാങ്ങിയാൽ ഗിരീഷ് ഒന്നിച്ച് തിന്നാതിരിക്കാൻ ഒളിച്ചുവെക്കുമായിരുന്നു. അതിപ്പോഴും എനിക്കോർമയുണ്ട്. ഫോൺ ഒളിപ്പിച്ച് വെക്കാൻ ആശമോള് പ്ലസ്ടു കുട്ടിയൊന്നുമല്ലല്ലോ. ഇതൊക്കെ എനിക്കറിയാം. ഓർമയുണ്ട്. ആ, അതുപറയാൻ വിട്ടു. നല്ലൊന്നാന്തരം സ്മാർട്ട് ഫോണായിരുന്നു. ഫ്രിഡ്ജിലിരുന്ന് വെള്ളം കേറി കോൾ വന്നപ്പോൾ അതങ്ങ് ഷോട്ടായി. ഒരു ദിവസം മുഴുവൻ അവൾക്ക് ഔട്ടോഫ് റേഞ്ചായി കഴിയേണ്ടിവന്നു എന്നകാര്യം ഞാൻ നിഷേധിക്കുന്നില്ല. ഞാൻ കുറ്റം ഏറ്റു പറഞ്ഞല്ലോ. എനിക്കതല്പം ചിരിക്കാനുള്ള വക നൽകി. അത് ഞാനും ഓർക്കണമായിരുന്നു. നമുക്ക് ചിരിക്ക് വകനൽകുന്നത് മറ്റുള്ളവർക്ക് മറ്റുചിലതിനുള്ള വകയായിരിക്കുമെന്ന്. ഞാൻ പറഞ്ഞത് ഗിരിക്കോർമയുണ്ടോ? ഞാൻ സത്യമായും ബോധപൂർവം ചെയ്തതല്ലെന്ന്. ദാ,വെള്ളം നിറച്ചകുപ്പി മേശപ്പുറത്തുണ്ടായിരുന്നു. അതെ, വെള്ളം കുടിച്ചശേഷം കുപ്പി മേശപ്പുറത്തും ഫോൺ ഫ്രിഡ്ജിലും വെച്ചു. വെറും ആബ്സെന്റ് മൈൻഡഡ്നെസ്സ്. അങ്ങനെ പറ്റാത്ത ആരെങ്കിലുമുണ്ടോ? പക്ഷേ ഗിരീ, അവളന്നു മുഴുവൻ ഇരുന്നും നടന്നും മൂളിപ്പാട്ട് പാടുകയായിരുന്നു. ഏത് മൂളിപ്പാട്ടും ദിവസം മുഴുവൻ കേട്ടാൽ മടുക്കും. ചിലപ്പോൾ ദേഷ്യം പിടിക്കും. പക്ഷേ ദേഷ്യം പിടിച്ച സമയത്ത് പ്രതികരിക്കരുതെന്ന് ഞാൻ പഠിച്ചിരുന്നു. ഒന്നുമുതൽ അമ്പത് വരെ എണ്ണുമ്പോഴേക്കും ദേഷ്യം പോകും. ഞാൻ എണ്ണാൻ തുടങ്ങി. പക്ഷേ അവൾ കേട്ടത് പിറുപിറുക്കുന്നതായിട്ടാണ് പോലും. സത്യം, ഞാൻ എണ്ണുകയായിരുന്നു. ഇതൊക്കെ ആരോട് പറയാൻ? ഇപ്പോൾ മോനോടെങ്കിലും പറയാനായല്ലോ. മറ്റാരോട് പറയാൻ? ഇവിടെ കൊച്ചുങ്ങളൊക്കെ എപ്പഴും തെരക്കിലാ. അങ്ങോട്ടുമിങ്ങോട്ടുമോട്ടം തന്നെ.

അവിടെ കഴിഞ്ഞില്ല. മോൾ ആദ്യത്തെ സമരം തുടങ്ങിയിരുന്നു. ഞാൻ അവഗണിച്ചു. ചില പ്രശ്നങ്ങൾക്കുള്ള പരിഹാരം അതിനെ അവഗണിക്കലാണ്. അതും സൈക്കോളജി. കണക്കധ്യാപകൻ കണ

ക്കിനെക്കാളും സൈക്കോളജി സംസാരിക്കുന്നൂന്ന് ഗിരിക്ക് തോന്നുന്നുണ്ടാകും അല്ലേ? അന്ന് ഞാൻ ശരിക്കും ഭയന്ന് പോയി, രാവിലെ ഞങ്ങൾ നടത്തം പതിവുണ്ട്. ഞാനും മോളും. ഞാൻ പറഞ്ഞില്ലേ അവളുടെ സമരം. എന്റെ കൂടെയുള്ള നടത്തമങ്ങ് നിർത്തി. പക്ഷേ, കാലുകൾ എന്റെ സ്വന്തമല്ലേ? ഞാനങ്ങ് നടന്നു. പ്രശ്നമതല്ല. ബാംഗ്ലൂരല്ലേ സ്ഥലം. എനിക്ക് ചില അടയാളങ്ങളുണ്ടായിരുന്നു, ഫ്ളാറ്റിലേയ്ക്കുള്ള വഴിയിൽ. പച്ച പെയിന്റടിച്ച കടയുടെയടുത്തൂന്ന് ഇടത്തോട്ട് തിരിഞ്ഞ് നേരെ നടന്ന് ജംങ്ഷനിൽ നിന്ന് വലത്തോട്ട് തിരിഞ്ഞ് നടക്കണം. പിന്നെ കാണുന്ന ആറുനില കെട്ടിടത്തിന്റെ മുന്നിലൂടെ നടന്ന് വലതുവശത്ത് നാലാമത്തെ പോക്കറ്റ് റോഡ്. എന്റെ ഫോർമുല അതാണ്. പച്ച - ജംങ്ഷൻ - ആറ് നിലക്കെട്ടിടം - നാലാം പോക്കറ്റ് റോഡ്. കൃത്യം ഫ്ളാറ്റിലെത്താം. ആശമോള് കൂടെയുണ്ടാകുമ്പോഴും ഇതൊക്കെ ഞാൻ നോക്കിവക്കാറുണ്ടായിരുന്നു. അന്ന് തിരിച്ചുനടക്കുമ്പോൾ പച്ചപെയിന്റടിച്ച കട കാണാനില്ല. അത് പെയിന്റ് മാറ്റിയോ? സംശയമായി. ഇല്ല. അങ്ങനെയാണെങ്കിൽ തലേദിവസം കാണേണ്ടതല്ലേ. സത്യം, ഞാൻ തലേന്നും ശ്രദ്ധിച്ചിരുന്നു. പച്ചപെയിന്റ്. വഴിതെറ്റി. തിരിഞ്ഞു നടന്നു, കറങ്ങി. വേവലാതിപ്പെട്ടു. ഫ്ളയിംഗ്സ്ക്വാഡിനെക്കണ്ടപ്പോൾ കൈ നീട്ടി. അവർ ഹൗസിംഗ്കോളനിയുടെ പേരും ഫ്ളാറ്റ് നമ്പറും ചോദിച്ചപ്പോൾ ഞാൻ ശരിക്കും ഞെട്ടി. രാവിലത്തെ പരവേശത്തിൽ ആദ്യമായി അക്കങ്ങൾക്ക് മുന്നിൽ ഞാൻ തലകുനിച്ചു. ഫ്ളാറ്റ് നമ്പർ ഓർമയില്ല. ഹൗസിംഗ് കോളനി-പട്ടേൽ റോഡ് കോളനി അതോ ജവഹർ റോഡ് കോളനി എന്നോ? ആകെ കൺഫ്യൂഷൻ. പക്ഷേ, ഭാഗ്യത്തിന് അതേ ഫ്ളാറ്റിലുള്ള - അതെ ജവഹർ റോഡ് ഹൗസിംഗ് കോളനി - റിട്ടയേർഡ് പ്രൊഫസർ ഓടിത്തളർന്ന് വ്യായാമം ചെയ്തുകൊണ്ടുവരുന്നു. എന്നെ കണ്ട് പ്രൊഫസർ പരിചയം പുതുക്കാനടുത്തപ്പോൾ ഞാൻ കൂടെക്കൂടി. ഞാൻ അബദ്ധം തമാശയായെടുത്ത് ആസ്വദിച്ച് ഫ്ളാറ്റിൽ തിരിച്ചെത്തി. മകൾ അരിശം കൊണ്ട് നിൽക്കുന്നു. ഞാൻ മന:പൂർവം വൈകിച്ചു. അവളുടെ ഡ്യൂട്ടിക്കുപോകേണ്ട സമയം തെറ്റിക്കാൻ. ഞാൻ ക്ഷമിച്ചു കേട്ടോ. മുതിർന്നവരാണല്ലോ ക്ഷമിക്കേണ്ടത്. അത് ഞാൻ മറന്നില്ല. അവൾക്കറിയില്ലല്ലോ അല്പം മുൻപ് ഞാനനുഭവിച്ച പരവേശം. അതെ വെറും പരവേശം മാത്രം. ഞാനന്ന് ഒരിരുപത് തവണയെങ്കിലും ആവർത്തിച്ച് ഫ്ളാറ്റ് നമ്പർ ഹൃദിസ്ഥമാക്കി. ജവഹർ നഗർ റോഡ് കോളനി. ഫ്ളാറ്റ് നമ്പർ 46. അവളുടെ മൂളിപ്പാട്ടിന് ശക്തി

കൂടുകയായിരുന്നു. അധികം വിശദീകരിക്കുന്നില്ല.

ടി.വി.റിമോട്ടെടുത്ത് ഞാനെന്റെ ഷെൽഫിൽ വെച്ചുപോയി. വാർത്ത കേട്ടപ്പോൾ എന്തോ കാര്യം റഫർ ചെയ്യാൻ. (കാര്യം എന്തെന്ന് ആദ്യം ഓർമയുണ്ടായിരുന്നു. പ്രശ്നം വഷളായപ്പോൾ മറന്നുപോയതാണ് സത്യം.)തിരിച്ച് എൻസൈക്ലോപീഡിയയ്ക്ക് പകരം റിമോട്ടാണ് ഷെൽഫിൽ വെച്ചത്. അവൾ ടി.വി, കാണാതിരിക്കാനാണത്രേ. ഗിരീ, മോൻ പറയൂ, ഞാൻ റിമോട്ട് കൺട്രോൾ മന:പൂർവം മാറ്റിവെച്ചതാണോ? അവൾ ടി.വി.കാണാതിരിക്കാൻ? അല്ലെങ്കിലും അവളെന്താ സ്കൂൾ കുട്ടിയാ? ടി.വി. കാണരുത്, ചെന്നിരുന്ന് പഠിക്കൂന്ന് പറയാൻ? അല്ലെങ്കിലും ടി.വി.ഓൺ ചെയ്യാനും ചാനൽ മാറ്റാനും റിമോട്ടില്ലെങ്കിലും പറ്റില്ലേ? എനിക്ക് ശരിക്കും സങ്കടം വന്നിരുന്നു,കേട്ടോ. എന്റെ ഭാര്യ മരിച്ചതിനുശേഷം ഇത്രയും സങ്കടം എനിക്ക് വന്നിട്ടേയില്ല. ശരിക്കും വിഷാദം ബാധിക്കുന്നുണ്ടോ എന്ന് എനിക്ക് പേടി തോന്നാൻ തുടങ്ങി. (ഞാൻ സൈക്കോളജി അറിയുന്നയാളാണല്ലോ.)അപ്പോൾ സങ്കടം കൂടിക്കൂടി വന്നു, ഞാൻ കുറേ നേരം ആരോടും മിണ്ടാതെ മുറിയിൽക്കയറി കൂനിക്കൂടിയിരുന്നു. എത്ര നേരം ഇരുന്നു എന്നു പോലും ശ്രദ്ധിച്ചില്ല. സത്യമായും ക്ലോക്കിലോ വാച്ചിലോ നോക്കിയതേയില്ല. പിറ്റേന്ന് മോൾ ഗിരീഷിനോട് പറയുന്നത് കേട്ടു. ഒളിച്ചുനിന്നു കേട്ടതല്ല കേട്ടോ, എങ്ങനെയോ കേട്ടു.

'അച്ഛന് അൽസ്ഹൈമറാണ്. ഇനി ഇങ്ങനെ നിർത്താൻ പറ്റില്ല.' ശരിക്കും പറഞ്ഞാൽ എന്റെ കഴുത്ത് ഞെരിച്ച് ആരോ കൊല്ലാൻ ശ്രമിക്കും പോലെയാണ് എനിക്ക് തോന്നിയത്. ഞാൻ അന്ന് കരഞ്ഞിരുന്നൂന്ന് തോന്നുന്നു. ശരിക്കും ഓർമയില്ല. അന്ന് എന്നെയും കൂട്ടി നിംഹാൻസിലേയ്ക്ക് തന്നെ കൊണ്ടുപോയി. എനിക്കിപ്പോഴും ഓർമയുണ്ട്, അതുതന്നെ ആശുപത്രി. ഞാൻ മുൻപും അതിനെപ്പറ്റി കേട്ടിട്ടുണ്ട്. ഒന്നു പോയി കാണാനും ആഗ്രഹിച്ചിരുന്നു. അതെ എനിക്ക് സൈക്കോളജി വല്യ ഇഷ്ടമായിരുന്നല്ലോ. സ്കാനിംഗ്, അതും എം.ആർ.ഐ ആയിക്കോട്ടെ, മകന്റെയും മകളുടെയും ഇഷ്ടത്തിനല്ലേ. പക്ഷേ, പരീക്ഷയെഴുത്താണ് രസിക്കാതിരുന്നത്. രണ്ടുമൂന്ന് പേജുനിറയെ ചോദ്യങ്ങളും ഉത്തരങ്ങളും. മൾട്ടിപ്പ്ൾ ചോയ്സായിരുന്നത് കൊണ്ട് സാരമില്ല. പിന്നെ ചില മന:ശാസ്ത്ര ചോദ്യങ്ങളും. ഞാൻ കറക്കിക്കുത്തി ഉത്തരമെഴുതി. ഞാൻ എത്രയോ കാലം കുട്ടികളെ ഉപദേശിച്ചതിന് നേർവിപരീതമായി. കുറെ മരുന്നുകളും അതിലേറെ ഉപദേശങ്ങളും. നന്നായി ബോധിച്ചു, അതും സഹിക്കാമായിരുന്നു. എന്നെ

വെറുമൊരു ബൊമ്മയാക്കി അവളവിടെയിരുത്തി. ചോദ്യങ്ങളില്ല, സംസാരമില്ല, എന്റെ ചോദ്യങ്ങൾക്ക് മറുപടിയുമില്ല. എത്ര ചോദ്യങ്ങൾ ഉണ്ടാക്കിയതാണ്, പറയിപ്പിച്ചതാണ്.

അവൾക്ക് പകൽ ഷിഫ്റ്റ്, അവന് രാത്രി ഷിഫ്റ്റ്. ഒരു ദിവസം സന്ധ്യ കഴിഞ്ഞ് ഒരാൾ ഫ്ളാറ്റിലെത്തി. ഞാൻ സെൻട്രൽഹാളിലിരിക്കുന്നുണ്ടായിരുന്നു. എന്നെ കണ്ടപ്പോൾ അയാളൊന്നു പരുങ്ങി. അല്ല, അത് ഗിരീഷ് ആയിരുന്നില്ല. ആണെങ്കിൽ അങ്ങനെ പരുങ്ങില്ലല്ലോ. അവനെന്തിനാണ് ജാള്യത. ആശമോൾ പറയുന്നതും ഞാൻ വ്യക്തമായി കേട്ടതാ. 'പേടിക്കേണ്ട. അൽസ്ഹൈമറാ ഒന്നും ഓർമയുണ്ടാകില്ല. ആരെയും മനസ്സിലാവില്ല. നീ വാ...' അവർ അകത്തേയ്ക്ക് മറഞ്ഞു. സത്യമായും പിന്നെനിക്കവിടെ ഇരിക്കാൻ തോന്നിയില്ല. ഞാൻ എന്റെ മുറിയിൽക്കടന്ന് കിടന്നു. എത്രവട്ടം അങ്ങനെ കണ്ടുവെന്ന് ഞാൻ എണ്ണിനോക്കിയില്ല. എനിക്ക് അക്കങ്ങളെ പേടിയാകാൻ തുടങ്ങിയിരുന്നു. നമുക്ക് ഓർമയില്ലെന്നു കരുതി അങ്ങനെയൊക്കെ ആകാമോ? അവനെ ഒരു ദിവസം ഫ്ളവർവേസെടുത്ത് ഒന്നെറിഞ്ഞു. ഭാഗ്യത്തിന് കൊണ്ടില്ല. അല്ലെങ്കിൽ അവരെന്നെ കൊന്നേനെ. എനിക്ക് ശരിക്കും മടുത്തിരുന്നു അവിടെ. പക്ഷേ അതെങ്ങനെ പറയുമെന്ന് പലതവണ ആലോചിച്ചു. ഞാൻ പറയുന്നതൊന്നും ഗിരീഷിന് മനസ്സിലാകാതായിത്തൊടങ്ങി. അതിനിടെ എനിക്കൊരബദ്ധം പറ്റി. സത്യമായിട്ടും അബദ്ധം തന്നെ. അന്ന് വെറുതെയിരുന്ന് മടുത്തപ്പോൾ ഉറക്കം വന്നുതുടങ്ങിയിരുന്നു. ഞാൻ നേരെ ബെഡ്റൂമിൽച്ചെന്ന് കിടന്നു. വാതിലടയ്ക്കാനൊന്നും അക്കാലത്ത് തോന്നാറില്ല, പേടിയില്ലാത്തതുകൊണ്ടാണെന്നു തോന്നുന്നു. കിടക്കയിൽ കിടന്നപ്പോഴേ എന്തോ ഒരു വ്യത്യാസം തോന്നിയിരുന്നു. സ്ഥലം മാറിക്കിടന്നതുപോലെ. സത്യമായും അറിഞ്ഞുകൊണ്ടല്ല. അതവരുടെ ബെഡ്റൂമായിരുന്നു. മേൽ കഴുകി വന്ന അവൾ കിടന്നുറങ്ങുന്ന എന്നെ കണ്ടപ്പോൾ ഞെട്ടിപ്പോയി പോലും. ഞെട്ടാനെന്താ എനിക്ക് ഭൂതത്തിന്റെ മുഖമാണോ? അവൾ എന്നെ തട്ടിയുണർത്തി. പിന്നെ കേട്ടതൊന്നും മോനോട് പറയാൻ കൊള്ളൂല. മുഴുവനുമൊന്നും ഓർമയുമില്ല. പിറ്റേന്ന് അവൾ പറഞ്ഞത് വ്യക്തമായും കേട്ടു.

'ഇനി ഒന്നുകിൽ ഞാൻ വേറെ ഫ്ളാറ്റിൽ, അല്ലെങ്കിൽ ഇയാൾ അൽസ്ഹൈമർ സെന്ററിൽ.' എനിക്ക് ദേഷ്യവും സങ്കടവും ഒക്കെക്കൂടി വന്നു. എന്നെ ഒഴിവാക്കാനുള്ള അടവാണ്. എന്നാലല്ലേ അവളുടെ തോന്ന്യാസം നടക്കൂ. അവളുടെ മറ്റവന്റെ കൂടെ അവള് പൊയ്

ക്കോട്ടെയെന്ന് പറയാൻ തോന്നിയതാണ്, പക്ഷെ, പറഞ്ഞില്ല. ഞാൻ പോയ്ക്കൊള്ളാമെന്ന് വിളിച്ചു പറഞ്ഞു. പക്ഷേ, അവരുടെ ഭാഷയിൽ പറയാൻ ഞാൻ മറന്നുപോയിരുന്നു. വാക്കുകൾ കിട്ടുന്നുണ്ടായിരുന്നില്ല. ഇപ്പോൾ തോന്നുന്നു, ഒരുകണക്കിന് ഇവിടെയാ സുഖം എന്ന്. കാഴ്ചകളൊക്കെ നല്ലത്, കേൾക്കുന്നതൊക്കെ നല്ലത്.'

മോനേ ഗിരീ, ഇവരൊക്കെ ഓരോന്ന് പറയുന്ന കേട്ടിട്ട് എന്റെ കൊച്ചിന് സങ്കടം തോന്നുന്നുണ്ടോ? എന്നാപ്പിന്നെ ഈ ത്രേസ്യച്ചേടത്തീടെ സങ്കടം കൂടി കേക്ക്. സുഖായിരുന്നു എനിക്കവിടെ. എന്റെ മോനില്യോ ജോജി. തങ്കപ്പെട്ട ചെറുക്കൻ. അവന്റെ കെട്ട്യോളോ ആലീസ് തറവാട്ടീപ്പെറന്ന കുട്ടി. അത് നഴ്സാ, അങ്ങ് അമേരിക്കേല്. ജോജീം അങ്ങോട്ടേയ്ക്ക് പോയി. ഏതാണ്ട് ജോലി തരപ്പെടുത്തി. നാട്ടിലെ ബംഗ്ലാവില് ഞാനും പിന്നെ എന്റിച്ചായനും. എന്നാ സുഖം. ഒരു പെങ്കൊച്ച് സഹായത്തിനൊണ്ടായിരുന്നു. നല്ല തങ്കം പോലത്തക്കുഞ്ഞ്. അമ്മച്ചീന്നും അപ്പച്ചാന്നും മാത്രേ വിളിക്കൂ.അതൊരു കാലം. പത്തു പതിനെട്ടുകൊല്ലം. പിന്നെ അതിനെയങ്ങു കെട്ടിച്ചുവിട്ടു, വേണ്ടതല്ലിയോ. അടുത്ത് തന്നാ കെട്ടിയത്. അതും ഓളടെ നിർബന്ധം. അപ്പച്ചനേം അമ്മച്ചീനേം വിട്ട് പോകാൻ മേലാന്ന്. പിന്നെ പകല് വന്ന് വീട്ടു ജോലികളൊക്കെ ചെയ്ത് അവളങ്ങ് പോകും.

അതിനെടേലാ എന്റിച്ചായനെ കർത്താവങ്ങോട്ട് വിളിച്ചത്. എന്നാ, പ്രത്യേകിച്ച് ഏനക്കേടൊന്നും ഒണ്ടായിരുന്നില്ല. ഒരു നെഞ്ചുവേദന, ഞാൻ കൊറച്ച് ചൂടുവെള്ളം അനത്തിക്കൊടുത്തു. ത്രേസ്യാമ്മോ ഞാൻ പോകട്ടോടീന്ന് ചോദിച്ചു. അത് ഞാൻ കേട്ടാരുന്നു. ഇനിയിപ്പം നിന്നെയാരാ നോകാന്നും ചോദിച്ചാരുന്നു. അങ്ങോരെ സങ്കടപ്പെട്ത്താൻ പാടില്ലല്ലോന്ന് വെച്ച് ഞാമ്പറഞ്ഞു. അതിനെനക്ക് ദെണ്ണൊന്നുമില്ലല്ലോന്ന്. അപ്പളാ ഇച്ചായൻ പറഞ്ഞേ നിന്റെ ഓർമയൊക്കെ പോയിട്ട് എത്ര കാലായടീ, നീ അതും മറന്നോടീന്ന്. അതെന്നാന്ന് എനിക്കിപ്പഴും മനസ്സിലാക്ന്നില്ല. അപ്പളാ ഞാനറഞ്ഞേ എന്റിച്ചായൻ എന്നെ നോക്കി നടക്വാരുന്നൂന്ന്. ചടങ്ങെല്ലാം കഴിഞ്ഞേച്ച് ജോജി പോകാന്നേരം പറഞ്ഞു അമ്മച്ചീന്റെ കൂടെ കൊറച്ചു ദിവസം ഇവളിവിടെ നിക്കട്ടന്ന്. ആരാ? ജോജീന്റെ മോള്. ആലീസിന്റെ മോള്. അവിടെ അമേരിക്കേലെ പരിഷ്കാരിപ്പെണ്ണ്. എന്നാ ഒര് നെറം! എന്താ ഒരു ചന്തം. ഒള്ളതാണേ. എന്റെ കണ്ണങ്ങു നെറഞ്ഞുപോയി. അവൻ പറയുവാ, അമ്മച്ചീ, ഇവള് കൊറച്ച്കാലം നമ്മുടെ നാടൊക്കെ കണ്ട് പഠിക്കട്ടേന്ന്. അത് വേണ്ടതല്യോ, നല്ല കാര്യം. അതിനിടെ മോനേ,

പറയാൻ വിട്ടുപോയി. എലിസബെത്തെന്നാ പേര്. അടുത്ത കാലത്തായി നേരെ ചൊവ്വെ ഓർമകിട്ടുന്നില്ല. എന്നാലും ത്രേസ്യച്ചേടത്തി പറയുന്നതെന്നാന്ന് എന്റെ കൊച്ചിനങ്ങോട്ട് മനസ്സിലാകുന്നില്ലേ? ആ, എലിസബത്ത്. തങ്കം പോലത്തെ പെണ്ണ്. വീട്ടുജോലിക്കായി ആ പഴയ പെങ്കൊച്ച് തന്നെ. ഒള്ളത് ഒള്ളത് പോലെ പറയണമല്ലോ. രണ്ടേ രണ്ട് ദിവസംകൊണ്ട് എനിക്കവളുടെ കളിയങ്ങ് മടുത്തു. എത്ര നേരാ ആ കമ്പ്യൂട്ടറിന്റെ മുന്നിലിരികാ? കമ്പ്യൂട്ടറല്ലാം മടിയിലോട്ടും വെച്ചോണ്ടിരിപ്പാ. മോളേ എലിസബത്തേന്ന് വിളിച്ചാ അവളങ്ങ് കേക്കത്തില്ല. അവക്കൊട്ടത് പിടിക്കത്തുമില്ലെന്നും മനസ്സിലായി. എന്നാലും നമ്മളായിട്ട് എടങ്ങാറിണ്ടാക്കണ്ടല്ലാ. കാര്യം ത്രേസ്യാച്ചേടത്തി പാവൊക്കെത്തന്നെയാ, എന്നാലും കർത്താവിന് നെരക്കാത്തത് ചെയ്യുന്ന കാണുമ്പം സഹിക്കാമ്പറ്റോ? പിന്നപ്പിന്ന ഒന്ന്രണ്ട് ചെറുക്കന്മാരും വെരാൻ തൊടങ്ങി. വീട്ടില് വേലക്കാരത്തിപ്പെണ്ണിനെ ഞാനങ്ങു പറഞ്ഞുവിട്ടു. അപകടമല്ല്യോ? അതിന് കെട്ട്യോനും കൊച്ചൊക്കെയുള്ളതല്ല്യോ. അതിനെങ്ങാണ്ട് സങ്കടം വന്നാ ചത്തുപോയ എന്റിച്ചായൻ വരെ സഹിക്കത്തില്ല. ഒക്കെ കണ്ടില്ലാന്ന് വെച്ചോണ്ടിരുന്നു. ത്രേസ്യച്ചേടത്തിക്ക് അൽസ്ഹൈമറാന്ന് വെച്ച് മുന്നിക്കെടന്ന് കെട്ടിപ്പിടിച്ച് നടക്കുമ്പോ മനസ്സിലാകാണ്ടിരികോ? ഒരു ദിവസം അവളുടെ ആ കുന്ത്രാണ്ടമുണ്ടല്ലോ മടീല് വെക്ക്ന്ന കമ്പ്യൂട്ടറ്. അത് വെച്ച് രണ്ടിനേം എറിഞ്ഞു. എന്റെ മോന്റെ മോളല്ല്യോ എലിസബത്ത്. എനിക്ക് ശിക്ഷിക്കാമ്പാടില്ലേ? മറ്റവൻ ഏതാന്ന് ചേടത്തിക്കറിയത്തില്ല. ഒള്ളതാണേ, അതു വെച്ച് ഞാനൊരേറു കൊടുത്തു. പിന്നെ ഏതാണ്ടൊക്കെയോ അവള് വിളിച്ചുകൂവി. എന്നതാ ഇംഗ്ലീഷിലേതാണ്ടൊക്കെ. എന്നാലും ഗിരീ, എന്റെ മോൻപറ, പ്രായമായ അമ്മച്ചീന്റെ മുന്നില് ഇങ്ങനെയൊക്കെ കാട്ടിക്കൂട്ടാമോ? അതും കെട്ട്പോലും കഴിയാത്ത കൊച്ച്. ത്രേസ്യാമ്മച്ചേടത്തി തറവാട്ടുകാരിയാ, അമേരിക്കക്കാരിയല്ല. ശരി തന്നെ. എലിസബത്ത് എന്റെ മോന്റെ മോളല്ല്യോ? ആ കൊച്ച് ഈ ചേടത്തീനെ പൊതിരെ തല്ലി മോനേ... പിന്നെ ആ ഷൂസ് വെച്ച് ചവിട്ടി, നിലത്തുവീണപ്പം ചേടത്തി കരഞ്ഞുപോയി. ഒള്ളത് പറയുവാണേ, അയലക്കക്കാര് വന്നില്ലാരുന്നേല് എന്റിച്ചായന്റെ കൂടെ സുഖായിട്ട് ചേടത്തി കഴിയുന്നുണ്ടാകുമായിരുന്നു. എന്നാലും അപ്പച്ചന്റെ അമ്മച്ചിയെ തല്ലാമോ, ചവിട്ടാമോ? പിന്നെ ജോജി വന്നു, അവൻ സ്നേഹോള്ളോനാ. അമ്മച്ചി അമേരിക്കേലോട്ട് വരുന്നോന്ന് ചോദിച്ചതാ. അവൻ ചുമ്മാ ചോദിച്ചതൊന്നുമല്ല കേട്ടോ. ഞാനൊന്നു മൂ

ളിയാ അമേരിക്കേലാ. പക്ഷെ, വേണ്ട, എന്റിച്ചായൻ കെടക്കുന്ന നാടാ ഇത്. ഇവടത്തന്നെ മതി ത്രേസ്യച്ചേടത്തീന്റെ അടക്കോം.

കേൾവിക്കാരനെ കിട്ടിയപ്പോൾ പറയാനൂഴം കാത്തിരിക്കുന്നവരുടെ എണ്ണം കൂടി. വിക്രമാദിത്യന്റെ ചുമലിൽത്തൂങ്ങി വേതാളം പറഞ്ഞ കെട്ടുകഥകളിൽ നിന്നുമാറി അലങ്കാരശില്പങ്ങളുടെ കഥ പറച്ചിലിൽ ഗിരി അലങ്കാരച്ചെടിയാകുകയായിരുന്നു. അവയ്ക്ക് നെടുവീർപ്പുകൾ മാത്രമായിരുന്നു അകമ്പടിയുണ്ടായിരുന്നത്. പിന്നെ ചത്തുമലച്ചിട്ടും ചോരയും നീരും കിനിയുന്ന കണ്ണുകളും. അവരുടെ ഭാഷകൾക്ക് തഴക്കവും വഴക്കവുമുണ്ടായിരുന്നു. ഒരിക്കലും കാണാത്ത കടുത്ത വർണങ്ങളിൽ ജീവിതത്തിലൂടെ കയറിയിറങ്ങിയ ഗിരിനാഥ് അസ്തിത്വത്തിന്റെ അടയാളങ്ങൾ ഊരിയെറിഞ്ഞു. ഓർമകളുടെ മുഖം മൂടി വലിച്ചുകീറി. ഓർമകളില്ലാത്ത നിത്യാനന്ദത്തിലേയ്ക്ക് പതുക്കെ പതുക്കെ കയറിച്ചെല്ലുകയായിരുന്നു. ഇനി ഏത് താവഴിയിലാണ് ചെന്നുനിൽക്കേണ്ടതെന്ന് സംശയം കിളിർക്കുകയായിരുന്നു.

മനുഷ്യൻ ഓർമകളിലൂടെ നവീകരിക്കപ്പെടുകയാണോ അപനവീകരിക്കപ്പെടുകയാണോ? ഇവിടെ ഓർമകൾ നഷ്ടപ്പെടുന്നത് മറ്റൊരു ലോകത്തേയ്ക്കുള്ള ഓർമകളുടെ പകർന്നാട്ടത്തിന്റെ മുന്നൊരുക്കമോ എന്ന് ഗിരിനാഥ് സംശയിച്ചു. ഭാഗവതത്തിൽ ഗർഭസ്ഥശിശുക്കളെക്കുറിച്ചും പുനർജന്മത്തെക്കുറിച്ചും പറയുന്നു. ഭ്രൂണാവസ്ഥയിൽ മൂന്നുമാസം വരെ അവർ മുജ്ജന്മ ഓർമകളിൽ ജീവിക്കുകയാണത്രെ. പിന്നീട് ഓർമകൾ നഷ്ടപ്പെട്ട് ഇഹവാസ ജീവിതത്തിലേയ്ക്ക് വികാസം പ്രാപിക്കുകയാണത്രേ. അതിനുശേഷം ഓർമകളില്ലാത്ത ഒരു കാലം. പുതിയ ഓർമകളുടെയും ഓർമപ്പെടുത്തലുകളുടെയും അടയാളപ്പെടുത്തലുകളുടെയും ഇടവേള. അടയാളങ്ങളും ഓർമകളും പേറി ജനിക്കുന്നത് ഓർമകളിലൂടെ മറവിയിലേയ്ക്ക് പ്രയാണം നടത്താൻ. അവിടുന്ന് വീണ്ടും ഓർമകളുടെ വെയിൽവെളിച്ചത്തിലേയ്ക്ക്. ഇത് പ്രയാണമാണ്. മരുഭൂമികളിലൂടെ ഉഷ്ണത്തിന്റെ പാരമ്യത്തിൽ പൂഴിക്കാറ്റിന്റെ കാഠിന്യത്തിൽ ചോരയും നീരും വറ്റി, ഓരോ കാലടിയിലും മണൽച്ചൂടേറ്റുവാങ്ങി മരുക്കപ്പലുകളുടെ ജീവിതയൗവനങ്ങൾ കടം വാങ്ങിയുള്ള മുന്നേറ്റം. അവിടെ മരുപ്പച്ചകളായി, മരീചികകളായി ഓർമക്കിളിർപ്പുകൾ. പിന്നെയും യാത്ര. കണ്ടതൊക്കെ മരുപ്പച്ചയും കാണാനിരിക്കുന്നത് മരീചികയുമായി. വിയർപ്പിലും പിശുക്കാനാഗ്രഹിച്ച് വിരുന്നിലും വിളമ്പാനാഗ്രഹിച്ച് ഉറക്കത്തിലും ജാഗ്രതയറിഞ്ഞ് അലിവ് തേടിയുള്ള യാത്ര. അതിന്റെ തീരം വലിയൊരു മരീചികയി

ലാണ്. അവിടെക്കിട്ടുന്ന തണലിൽ രമിച്ച് ദാഹജലം നുകർന്ന് വീണ്ടും പകർന്നാടുന്നത് ഹിമത്തിന്റെ കൊടുംതണുപ്പിലേയ്ക്കോ ഉഷ്ണത്തിന്റെ വരൾച്ചയിലേയ്ക്കോ ആണ്. അത് സ്വപ്നാടനമാകുന്നത് ചിലരെങ്കിലും ഉണർന്നിരിക്കുന്നു എന്നറിയുമ്പോഴാണ്. എല്ലാവരും ഉറങ്ങുകയാണെങ്കിൽ, സ്വപ്നം കാണുകയാണെങ്കിൽ സ്വപ്നാടനങ്ങളെ ആരടയാളപ്പെടുത്തും?. സ്വപ്നാടനവർണനകളെ ആരുടെ മുന്നിൽ വിസ്തരിക്കും? സ്വപ്നാടകൻ തന്നെ സ്വപ്നകഥകൾ കേൾക്കുന്ന സ്വപ്നലോകത്തിൽ യാഥാർത്ഥ്യങ്ങൾ മിഥ്യകളും മിഥ്യകൾ യാഥാർത്ഥ്യങ്ങളുമാണെന്ന് വിലപിക്കുന്നതാരാണ്? മനുഷ്യന്റെ അസ്തിത്വം ജീവനിലാണെന്ന് ആരാണ് അരുൾചെയ്തത്? ഓർമ്മകളിലാണ് അവന്റെ അസ്തിത്വവും അഹങ്കാരവും. ചരിത്രങ്ങളെപ്പറ്റിയുള്ള ഓർമ്മകളിൽ ചരിത്രം തേടിയുള്ള കുതിപ്പ്. ചരിത്ര രചനയ്ക്കുള്ള പ്രചോദനവും ചരിത്രത്തിലെ ഓർമക്കുറിപ്പുകൾ തന്നെ. ഓർമകളില്ലെങ്കിൽ ജീവനെന്തു പ്രസക്തി? ജീവൻ സമം ഓർമകൾ എന്നോ മനുഷ്യൻ എന്നത് ജീവന്റെയും ഓർമകളുടെയും സമ്മേളനം എന്നോ പുനർനിർവ്വചിക്കേണ്ടിവരുന്നത് കാലത്തിലധിഷ്ഠിതമായ അവന്റെ കണക്കുകൂട്ടലിലാണ്. കാലം തന്നെ ഓർമയുടെ അടയാളപ്പെടുത്തലാണ്. സമയവും അതുപോലെത്തന്നെ. അർത്ഥങ്ങളും വ്യാകരണങ്ങളും നിയമങ്ങളും അതിന്റെ വെറും രൂപാന്തരങ്ങൾ. ഭൂതവും ഭാവിയും വർത്തമാനവും ജീവിതത്തിലും വ്യാകരണത്തിലും കുറിക്കുന്നത് ഓർമകളുടെ അകലങ്ങളെയാണ്. ഓർമകളുടെ അകലങ്ങളെ അടുപ്പിച്ച് ചേർത്തുവെക്കുമ്പോൾ അവിടെ നിശ്ചലമാകുന്നത് ഘടികാരസൂചികളാണ്. ചലനനിയമങ്ങളാണ്, പ്രപഞ്ചചലനമാണ്, ജീവൻ തന്നെയാണ്. സത്യവുംസൗന്ദര്യവും ഇവിടെ സ്തംഭിച്ച് നിൽക്കുമ്പോൾ ബാക്കിയാകുക വെറും സ്മാരകശിലാഫലകങ്ങളൊ ബൊമ്മക്കോലങ്ങളൊ ആണ്. ഇവിടെ താളപ്പിഴകളുടെ തുടക്കം ഓർമത്തെറ്റുകളിൽ ആരംഭിക്കുന്നു. എത്രത്തോളം ഓർമത്തെറ്റുകൾ അത്രത്തോളം താളപ്പിഴകൾ. ഓർമ്മകളുടെ സ്തംഭനവും ഓർമകളുടെ പൂർണതയും ഒന്നാണ്. അത് അസാധാരണമായ മാതൃകയുടെ അഭൗമമായ ഉദാഹരീകരണമാണ്. സർവജീവികളിലും ഓർമയുടെ ചലനങ്ങളുണ്ടാകുമ്പോൾ മനുഷ്യനിലത് പ്രകമ്പനമാണ്. താണ്ഡവമാണ്. മൃഗങ്ങളിൽ അൽപം കൂടി മൃദുലമാകുമ്പോൾ സസ്യങ്ങളിൽ അതിലോലമാണ്. ഇത് ഏത് സൃഷ്ടിയുടെ പൂരണമാണ്?. ജീവൻ നാമ്പിടുമ്പോൾ നൽകപ്പെടുന്നത് ഓർമയുടെ ഒരു കണമാണ്. അതിനെ കോശങ്ങളും കലകളുമായി

വിപുലപ്പെടുത്തി വിപുലീകരണത്തിന്റെ വ്യാപ്തിയിൽ പടർന്നു വികസിക്കുന്നു. അതിന്റെ സൂക്ഷ്മ കണത്തിലാണ് ജാതകരചന. ആ ഓർമയുടെ തന്തുവിലൂടെ വളർന്ന് ഓർമയുടെ അവസാനം വരെ വളരുന്നു. ജീവിക്കുന്നു. അതിന്റെ അറ്റം ഒരർധവിരാമമോ പൂർണവിരാമമോ ആണ്. അർധമോ പൂർണമോ എന്നതല്ല പ്രശ്നം - വിരാമം എന്നതിലാണ്. ജാതകരചന ഓർമയുടെ സന്നിവേശിപ്പിക്കലാണ്. അചേതനകണങ്ങളിൽ ഓർമയുടെ ഊർജത്തെ സന്നിവേശിക്കപ്പെടുമ്പോൾ അത് സചേതനമാകുന്നു, അവിടെ ആരംഭിക്കുന്നത് ഒരു ജീവിയുടെ പ്രയാണമാണ്. ആ ജാതകക്കുറിപ്പുമായി, അടയാളവുമായി വളരുമ്പോൾ പ്രപഞ്ചശക്തിയുടെ നിയന്ത്രണവലയത്തിൽ തുടരുകയാണ്. അതിന്റെ പൊക്കിൾക്കൊടിയിലൂടെ ഊറ്റിയെടുക്കുന്ന ഊർജമാണത്. ആ ബന്ധവിച്ഛേദമാണ് മറവിയുടെ ഘട്ടം. അവിടെ നഷ്ടപ്പെടുന്നത് ഊർജ സ്രോതസ്സുമായുള്ള പൊക്കിൾക്കൊടി ബന്ധമാണ്. പിന്നീട് ചേതനയെവിടെ? ഊർജമില്ലെങ്കിൽ ചേതന നഷ്ടപ്പെട്ട് അജീവകണങ്ങളുടെ പിണ്ഡമായി അവൻ തുടരുന്നു. അത് ജീർണതയാണ്. ഓർമകൾ ഊർജമാകുന്നത് അങ്ങനെയാണ്. ഊർജസ്രോതസ്സാകുന്നതും അങ്ങനെത്തന്നെ. അവയ്ക്ക് നഷ്ടപ്പെടുന്നത് റിലേ ബന്ധമാണ്. ബഹിരാകാശത്തിലലയുന്ന വിക്ഷേപണ ഉപഗ്രഹം പോലെ. സ്വാഭാവികമായും സംശയിക്കുന്നു. ഏതാണാ ഉറവിടം? എത്ര കോടി കിലോമീറ്ററുകൾക്കകലെയാണത്? റിലേ നഷ്ടപ്പെടുമ്പോൾ അവർ മറ്റേതിൽ ബന്ധിക്കപ്പെടുന്നു? ഒരു എമർജൻസി ആന്റിനയിൽ അവർ സ്വീകരിക്കുന്ന സന്ദേശങ്ങൾ ഏത് അജ്ഞാത വിദൂരതയിൽ നിന്നാണ്? നേരും നെറിയും നിയമങ്ങളും പെരുമാറ്റസംഹിതകളും ഓർമകളുള്ളവരുടെ കളിപ്പാട്ടങ്ങളാണ്. അവർക്കുള്ള വിഹാരോപകരണങ്ങളാണവ.

യാത്രയ്ക്ക് ഏതാനും മണിക്കൂറുകൾക്ക് മുൻപ് അവർ അവളെ കുളിപ്പിച്ചെടുത്തിരിക്കണം.

'ഈ യാത്രയിൽ നിനക്ക് കറുപ്പ് വസ്ത്രമാണ് ചേരുക.' അവൾ ചിരിച്ചു.

യാത്ര കറുപ്പിൽനിന്ന് വെളുപ്പിലേയ്ക്കോ വെളുപ്പിൽനിന്ന് കറുപ്പിലേയ്ക്കോ? അവർക്കും നിശ്ചയമുണ്ടായിരുന്നില്ല. പക്ഷേ, കറുപ്പിന് ചെകുത്താന്റെയും മരണത്തിന്റെയും മണമുണ്ടത്രെ. അവരവൾക്ക് ഭക്ഷണം നൽകി. നിറഞ്ഞ ചിരിയോടെ അവളതുണ്ടു.

'ഇനി നിനക്ക് കൈകളെന്തിന്?' അവർ അവളുടെ കൈകൾ പിറ

കിലേയ്ക്ക് പിടിച്ചു ബന്ധിച്ചു. അവൾ കുതറിയില്ല.

'ഇനിയിപ്പോ, വായും കണ്ണുകളും വേണ്ടല്ലോ.' വേണ്ടാത്ത കണ്ണുകൾ ചൂഴ്ന്നെടുക്കുമോ എന്നവൾ ആലോചിച്ചു. എന്നാലും ചിരിക്കണം. അവളുറച്ചു. അവർ കറുത്ത മുഖം മൂടി തലവഴി അണിയിച്ചു. ആ മുഖം ആരുടേതെന്നറിയാൻ അയാൾ പരമാവധി ശ്രമിച്ചു, പക്ഷേ അതിനു മുൻപേ കറുത്ത തുണി മൂടിക്കഴിഞ്ഞിരുന്നു. ചെവി അറുത്തെടുക്കാത്തതിനാൽ ശബ്ദം കേൾക്കാം. ആജ്ഞകൾ കേട്ടനുസരിക്കാനുള്ളതാണല്ലോ.

'ഉം ഇനി നടക്ക്..' അവൾ കേട്ടനുസരിച്ചു.

അതിനിടയിൽ തന്റെ പേരും അനൗൺസ് ചെയ്തു. ഇനി തന്റെ ഊഴം. നിരവധി കടലാസ് കഷണങ്ങൾ. ചതുരം ത്രികോണം... സമചതുരം, സാമാന്തരികം..... പിന്നെപ്പിന്നെ പേരില്ലാ രൂപങ്ങളും. പച്ച, മഞ്ഞ, ചുവപ്പ്..... വിവിധ വർണങ്ങൾ.... കഷണങ്ങളെടുത്ത് ചേർത്തുവെക്കുക. വീണ്ടും വീണ്ടും തിരിച്ചും മറിച്ചും.. ജീവന്റെ രൂപം. ജീവിതത്തിന്റെ രൂപം കിട്ടുമത്രേ. അതിനിടെ വിസിൽ മുഴങ്ങി. എന്റെ ഊഴം കഴിഞ്ഞത്രെ. നീണ്ട വിസിൽ മുഴക്കത്തിൽ ഗിരിനാഥ് ഞെട്ടിയുണർന്നു.

പതിനൊന്ന്

...ശ്രീബുദ്ധന്റെ അരുളപ്പാടുകൾ തുടർന്നു. 'വ്യക്തിത്വവും ജനനാനുകൂല്യ വ്യാപാരവുമുൾപ്പെടുന്ന ഭവത്തിൽ നിന്ന് ഈ ജന്മം ഉണ്ടാകുന്നു...'

'ചന്ദ്രാ, ശാസ്ത്രം എന്തുകൊണ്ടാണ് തോറ്റുകൊണ്ടേയിരിക്കുന്നത്?' അൽസ്ഹൈമർ സെന്ററിലേയ്ക്ക് നടക്കുമ്പോൾ ഗിരിനാഥ് ചോദിച്ചു. ഒരാഴ്ചയായി അവിടേയ്ക്ക് ചെന്നിട്ട്. ചന്ദ്രധാരയ്ക്കും അവധി ദിവസം.

'ആരു പറഞ്ഞു ശാസ്ത്രം തോൽക്കുകയാണെന്ന്?'

'പിന്നല്ലാതെ? അൽസ്ഹൈമറിനൊരു മരുന്ന്. ശാസ്ത്രത്തിന്റെ ഓരോ വിജയാഹ്ലാദവും പരാജയത്തിന്റെ അടയാളപ്പെടുത്തൽ കൂടിയാണ്..'

'അങ്ങനെയെങ്കിൽ അത് മനുഷ്യസൃഷ്ടിയായതുകൊണ്ടായിരിക്കും. മനുഷ്യസൃഷ്ടി എന്നു വരുമ്പോൾ അവന്റെ ദുരയാണ് കാരണം എ

ന്നു കൂടി അനുബന്ധം ചേർക്കേണ്ടിവരും.'

'ദുരയില്ലാതെ മനുഷ്യനുണ്ടോ?'

'എന്നാൽ ശാസ്ത്രവും പരാജയപ്പെട്ടുകൊണ്ടേയിരിക്കും.'

'നിനക്ക് ദുരയുണ്ടോ ചന്ദ്രാ?'

'നിനക്കുണ്ടെങ്കിൽ എനിക്കുമുണ്ട്.'

അവർക്ക് മൗനത്തിൽ ആഴ്ന്നിറങ്ങാൻ അതുതന്നെ ധാരാളമായിരുന്നു. ഗിരിനാഥ് ചിന്തിക്കുകയായിരുന്നു, അനാഥജന്മത്തിന് ചന്ദ്രധാരയെപ്പോലുള്ള മഹാസമുദ്രത്തിൽ ലയിക്കുക. അതിൽപ്പരം ദുരയെന്താണുള്ളത്? ഈയിടെയായി മനസ്സിൽ വരൾച്ച ബാധിക്കുന്ന അനുഭവം ഉണ്ടായിക്കൊണ്ടിരിക്കുകയാണ്. സ്വപ്നത്തിൽക്കാണുന്നത് മണലാരണ്യങ്ങളാണ്. വെറുതെ വെടിയുതിർത്ത് പരിശീലനം നടത്തുന്ന ടാങ്കറുകളെയാണ്. മിനുട്ടുകളുടെ മണൽക്കാറ്റിൽ തീർത്തും മുങ്ങിമൂടിപ്പോകുന്ന പീരങ്കികൾ, അതിൽ നിന്ന് കുഴിയാനകളെപ്പോലെ ഇഴഞ്ഞ് പുറത്തേയ്ക്കിറങ്ങുന്ന സൈനികർ. തൊണ്ട വറ്റിവരളുമ്പോഴും ഇറ്റു വെള്ളം കിട്ടാത്ത മരുഭൂമി കണ്ണെത്താദൂരം പരന്നുകിടക്കുന്നു. അത് അപ്പാടെ ഇളകി നീങ്ങുന്നു. ഊർന്നു വീഴുന്ന മണലുകൾക്കിടയിലൂടെ തുമ്പിക്കൈ നീട്ടി സർവസംഹാരികളായി പാഞ്ഞടുക്കുന്ന ടാങ്കുകൾ. പിന്നെ കാതടപ്പിക്കുന്ന ശബ്ദങ്ങളാണ്. സാങ്കൽപ്പിക ശത്രുവിനുനേരെ വെടിയുതിർക്കുമ്പോൾ പറന്നുവീഴുന്ന കറൻസികൾ. അതിന്നിടയിൽപ്പെട്ട് ഉഴറിയോടുന്ന യുവതി ആരാണ്? മുഖം വ്യക്തമാകാറില്ല. ചന്ദ്രയാകല്ലേയെന്ന് കണ്ണടച്ച് പ്രാർഥിക്കുമ്പോഴേയ്ക്കും മണൽക്കാറ്റിൽ അവൾ മറഞ്ഞിരിക്കും. പിന്നെ പതിഞ്ഞ അകലങ്ങളിലെ നിലവിളിയാണ് ഉയരുക.. പതിഞ്ഞ ശബ്ദമെങ്കിലും കരളുകീറുന്ന ആർത്തതയുണ്ടാകുമതിന്. ഉണരുമ്പോഴാണറിയുക സ്വപ്നമായിരുന്നെന്ന്. ഉറക്കത്തിൽ അത് ജീവിതമായിരിക്കുമല്ലോ. സ്വപ്നത്തിലും കണ്ണടച്ച് പ്രാർത്ഥിക്കുന്നതിനെക്കുറിച്ചോർക്കുമ്പോൾ ചിരിക്കാൻ തോന്നാറില്ല. സ്വപ്നങ്ങൾ ഓർമകളുടെ ബാക്കിപത്രങ്ങളാണോ? അതോ മറവിയുടെ ചെറുത്തുനില്പോ? അറിയാൻ കഴിയുന്നില്ല ഒന്നും. ഓർമകൾ ആരോടാണ് ചെറുത്തുനിൽക്കുന്നത്? മരണം ജീവിതത്തോടാണോ പോരാടുന്നത് ജീവിതം മരണത്തോടോ? ഉത്തരമറിയാത്ത ചോദ്യങ്ങളുമായി എന്തിനാണ് ഗിരീ നീ ഉഴറുന്നത്? നിന്റെ യാത്രകൾ ആരംഭിക്കാറായിരിക്കുന്നു. അജ്ഞാതസ്ഥലങ്ങളിലെ അജ്ഞാതവസ്തുവിനെ ഓർമകളിലേയ്ക്ക് മുങ്ങിയെടുക്കാൻ സമയമായിരിക്കുന്നു. നിന്റെ യാത്രകളുടെ പുണ്യം ഓർമകളുടെ ജൈവികതയിലാ

ണ്. അതിന് ചലനാത്മകമായ യാത്രകൾ കൂടിയേ കഴിയൂ. യാത്രകൾക്ക് തടസ്സമാകുന്നതെന്തും ലക്ഷ്യത്തിന് തടസ്സമാണ്. ഇനി അധികമില്ല കാലം.

'ഗിരീ, നീയെന്താണാലോചിക്കുന്നത്?'

'നമ്മൾ പരസ്പരം ചിന്തകളെ അറിയാൻ ശ്രമിക്കാറില്ലല്ലോ?'

'ഇനിയറിഞ്ഞുകൂടേ?'

'അറിയാത്ത കാര്യങ്ങളിലേയ്ക്കുള്ള അന്വേഷണം?'

'പറയൂ,നിന്റെ ചിന്തകളെന്തായിരുന്നു?'

'എന്റെ സ്വപ്നങ്ങൾ.'

'ഞാനുണ്ടായിരുന്നോ അതിൽ?'

'അറിയില്ല. പക്ഷേ, നീയുണ്ടാകരുതെന്ന് പ്രാർത്ഥിച്ചിരുന്നു.'

'നിന്റെ സ്വപ്നങ്ങളിൽ ഞാൻ അരുതെന്നോ?'

'അതെ, അതെന്റെ സ്വകാര്യതയാണ്. അത് സംഘർഷഭരിതമാണ്'

അവന് സ്വപ്നം കാണാനേ അറിയുമായിരുന്നുള്ളൂ, എന്നാൽ ഉറങ്ങാനറിയില്ലായിരുന്നു. അവൾക്ക് ഉറങ്ങാനേ അറിയുമായിരുന്നുള്ളൂ സ്വപ്നം കാണാനറിയില്ലായിരുന്നു. അവൻ ഉറങ്ങാനും അവൾ സ്വപ്നം കാണാനും പഠിച്ചുകഴിഞ്ഞപ്പോൾ ഉറക്കവും സ്വപ്നവും നഷ്ടപ്പെട്ടുകഴിഞ്ഞിരുന്നു.

കോളിംഗ്ബെൽ അടിച്ചപ്പോൾ റെയ്ച്ചൽ പുറത്തേയ്ക്കുവന്നു. നഴ്സിംഗ് അസിസ്റ്റന്റിന്റെ ജോലിക്കപ്പുറം നിശ്ശബ്ദതയുടെ മാലാഖയെപ്പോലെ കർമനിരതയാകുന്ന പെൺകുട്ടി. സൂക്ഷ്മമായി മാത്രം സംസാരിക്കും. സൂക്ഷ്മമായി കാര്യങ്ങൾ ചെയ്യും.

'ചായയുമായി ടീച്ചറെ കാണുന്നില്ലല്ലോ?'

ഒതുങ്ങിയ ചിരിയുമായി അവൾ അകത്തേയ്ക്ക് നടന്നു. ചോദ്യം അപ്രസക്തമെന്ന് ചോദ്യകർത്താവ് തന്നെ മനസ്സിലാക്കിയിരിക്കുമ്പോൾ കേൾവിക്കാരനെന്തു പ്രതികരിക്കാൻ? കുശലം ചോദിക്കുന്നത് ഒരു തരം രക്ഷപ്പെടലാണ്. നിശ്ശബ്ദതയിൽ നിന്ന്, ഏകാന്തതയിൽ നിന്ന്, ജാള്യതയിൽ നിന്ന്. അത് ചോദ്യകർത്താവിന്റെ അവകാശവും സ്വാതന്ത്ര്യവും. അതെ അവകാശം കേൾവിക്കാരനുമുണ്ടെന്ന് റേയ്ച്ചൽ എപ്പോഴെ മനസ്സിലാക്കിയിരുന്നു. ചെന്നു കയറുന്നത് അൽസ്ഹൈമർ കെയർ സെന്ററിലാണെന്നും ടീച്ചർ മറവിരോഗിയാണെന്നുമറിയാത്തവരല്ല വന്നവർ. പിന്നെന്തിന് ഇത്തരം ചോദ്യങ്ങൾ? സൗഹൃദപ്രകടനങ്ങളുടെ നേർക്കാഴ്ചയാകുന്നവയാണ് ചില ചോദ്യങ്ങൾ. പുഞ്ചിരിപോലെ. എന്നാലും റേയ്ച്ചലിന് മുഷിപ്പില്ല. ചിരപരിചിതരാണ്

വന്നതെന്നതിനാൽ ഉപചാരങ്ങൾക്ക് പ്രസക്തിയില്ലെന്ന് ധരിക്കുന്നതിലുമൊരു ശരിയുണ്ട്. ആ ശരിയുടെ പക്ഷത്താണ് റേയ്ച്ചൽ. അല്ലെങ്കിലും ഉപചാരത്തിലെന്ത് കാര്യം? റേയ്ച്ചൽ അപ്രത്യക്ഷമായതിനു പിന്നാലെ ടീച്ചർ വാതിൽക്കൽ പ്രത്യക്ഷപ്പെട്ടു. പതിവിൽക്കവിഞ്ഞ ക്ഷീണമുണ്ട് മുഖത്ത്. പുഞ്ചിരിയോ പ്രസാദമോ മുഖത്ത് കാണാനില്ല. ഒന്നും പറയാതെ പിൻവാങ്ങിയ ടീച്ചർ വീണ്ടും പ്രത്യക്ഷപ്പെട്ട് ഇറയത്തെ കസേരയിൽ വന്നിരുന്നു.

'ഒരു ചായയിട്ടുതരുമോ? ഒരു പോള കണ്ണടച്ചിട്ടില്ല. ഇന്നലെ മുഴുവൻ യേശുദാസിന്റെ കച്ചേരിയിലായിരുന്നു. പഴയതു പോലുള്ള ആകർഷകത്വമൊന്നുമില്ല ദാസിന്. വെറുതെ പാടുന്നു. ചായ കടുപ്പത്തിൽ വേണം.'

സെറ്റിയിൽ ചാരിയിരുന്ന് കണ്ണുകളടച്ച അവരുടെ അരികിൽ ചന്ദ്ര വെറുതെ ചെന്നിരുന്നു. നോക്കിനിൽക്കാനല്ലാതെ വേറെയൊന്നും ചെയ്യാനില്ലാതെ ഗിരിയും നിന്നു. പോളിത്തീൻ കവറിൽ കരുതിയിരുന്ന മധുരപലഹാരമെടുത്ത് ടീച്ചർക്ക് നേരെ നീട്ടാനാഞ്ഞപ്പോൾ ഗീതനഴ്സ് പുറത്തേയ്ക്കിറങ്ങിവന്നു.

'ഗിരിനാഥ്, വേണ്ട, ടീച്ചർക്ക് ഷുഗർ ലെവൽ വല്ലാതെ കൂടിയിട്ടുണ്ട്. കുറേ നാളുകൾക്ക് ശേഷം ഇന്നാദ്യമായാണ് വല്ലതും സംസാരിച്ചു കേൾക്കുന്നത്. ഇന്നലെ മുഴുവൻ പിച്ചുംപേയും പറയുകയായിരുന്നു.'

'ടീച്ചർക്ക് ഒരു പാടിഷ്ടമല്ലെ മധുരം?'

'എന്ത് ഇഷ്ടാനിഷ്ടങ്ങൾ? നമുക്ക് തോന്നുന്നതല്ലെ. പിന്നെ നാവിന്റെ രുചിവ്യത്യാസം. ഗ്ലൂക്കോസ് വല്ലാതെ കൂടിയാൽ അത് കൂടുതൽ ബുദ്ധിമുട്ടാകും.'

വാദങ്ങളെ ഖണ്ഡിക്കാൻ ഗിരി മുതിർന്നില്ല. വരുമ്പോൾ വല്ലപ്പോഴും വിരുന്നുകാരനെപ്പോലെ എന്തെങ്കിലും വാങ്ങിക്കൊണ്ടുവരിക. അതൊരു ശീലമായി, പലരും സന്തോഷപ്രകടനംപോലും നടത്താൻ കഴിയാത്തവർ. ഭക്ഷ്യവസ്തുവെന്ന് തിരിച്ചറിയാൻ പോലും കഴിയാത്തവർ. എങ്കിലും വായിൽ വെച്ച് കൊടുക്കുമ്പോൾ ഒരുതരം നിർവൃതി അനുഭവപ്പെടുന്നു. അതുമാത്രം. കുറേ ദിവസം മുൻപ് അജയ്ഘോഷിന് കൊടുത്ത ഒരു ഹൽവക്കഷണം പിടിവിടാതെ എത്ര ദിവസങ്ങളാണ് അയാൾ കൊണ്ടുനടന്നത്. കുളിപ്പിക്കുമ്പോൾ പോലും അത് കൈവിടാൻ കൂട്ടാക്കിയില്ലത്രേ. പഴകി അഴുകി പിന്നെ ഒരുദിവസം ഉറക്കത്തിൽ കയ്യിൽ നിന്ന് അറിയാതെ പിടിച്ചുമാറ്റുകയായിരുന്നത്രെ. ശ്രുതി പറഞ്ഞി

ട്ടുണ്ട്. ഉണരുമ്പോൾ ബഹളമുണ്ടാക്കുമെന്ന് കരുതി പോലും. പക്ഷേ യാതൊരു പ്രതികരണവുമില്ലാത്ത പതിവുദിവസമായിരുന്നു. ലഡു ടീഷർട്ടിനുള്ളിലൊളിപ്പിച്ച വർഗീസിനെ എത്ര പണിപ്പെട്ടാണ് വൃത്തിയാക്കിയെടുത്തത്. എന്നാലും പതിവ് തുടരുകയാണ്. ഗീതയുടെ പിറകെ അകത്തേയ്ക്ക് നടക്കുമ്പോൾ അവൾ പറഞ്ഞു.

'മാഡത്തിന്റെ അച്ഛൻ വളരെ സയലന്റാണ്. മിക്കവാറും കിടപ്പുതന്നെ.'

അവർക്ക് ആ മാറ്റം ഊഹിക്കാവുന്നതേയുള്ളൂ. വീണ്ടും വീട്ടിലേയ്ക്ക് മാറ്റിയാലോ എന്നാലോചിച്ചതാണ്. ഗിരിയോട് പറയുകയും ചെയ്തതാണ്. ഗിരി മറുപടിപറയാതെ ഇരുന്നു. ഗിരിയോട് ചോദിക്കാൻ പാടില്ലായിരുന്നു. അവനല്ലല്ലോ അക്കാര്യം തീരുമാനിക്കേണ്ടത്. തീരുമാനമെടുക്കാനുള്ള തന്റെ കഴിവുകളെ ആരാണിങ്ങനെ അപഹരിച്ചുകൊണ്ടുപോയതെന്ന് അവർ ചോദിച്ചുതുടങ്ങിയിരിക്കുന്നു. ജോണേട്ടന്റെ മുറിക്ക് പുറത്ത് ഗിരി നിന്നു.

'എങ്ങനെയുണ്ട് ആളിപ്പോൾ? വയലന്റാകാറുണ്ടോ?'

ഗീത മറൂപടി പറയാതെ നടന്നു നീങ്ങി. അകത്ത് കയറിയപ്പോൾ ഇരുന്ന സ്റ്റൂളിൽ നിന്ന് അൽഫോൺസ എഴുന്നേറ്റു. ജോണേട്ടൻ ശാന്തനായി കിടക്കുന്നു. ഉറക്കമല്ല, തുറന്നിട്ട നിശ്ചലമായ കണ്ണുകൾ. സൂക്ഷിച്ചുനോക്കിയാൽ ഉരസ്സ് ഉയർന്നു താഴുന്നത് കാണാം. കൈകാലുകളുടെ ചലനം പോലും അതിസൂക്ഷ്മം. ജോണേട്ടൻ കണ്ണുതുറന്ന് ഉറങ്ങുകയാണോ? അയാളുടേതിലും നിശ്ചലമാണ് അൽഫോൺസയുടെ കണ്ണുകൾ എന്നു തോന്നി. പക്ഷേ മുഖത്ത് കനം തൂങ്ങിക്കിടക്കുന്നു, കൃഷ്ണമണികൾ പിടയ്ക്കുന്നു.

'എന്താ ജോണേട്ടൻ ഇത്ര ശാന്തനായി?'

'ഇനി എന്നും ഇത്രയും ശാന്തനായിരിക്കും. ലബോട്ടമി ചെയ്തു.'

ചന്ദ്രയും ഗിരിയും പരസ്പരം നോക്കി. വൈദ്യശാസ്ത്രസാങ്കേതിക പദത്തിന്റെ അർത്ഥമറിയാതെ അവർ നിശ്ശബ്ദരായി.

'ഇങ്ങനെ ലബോട്ടമി ചെയ്യാൻ തുടങ്ങിയാൽ ഇതിനു വെളിയിലുള്ള എത്രപേരെ ചെയ്യേണ്ടിവരും?'

'ലബോട്ടമീന്ന് പറഞ്ഞാ..?'

'ഇനി ജോണേട്ടൻ അനങ്ങില്ല, ചിരിക്കില്ല, കരയില്ല. ഒരു പെണ്ണിനെയും കയറിപ്പിടിക്കില്ല. പോരേ?' അൽഫോൺസ അമർഷം കൊള്ളുന്നതെന്തിനാണെന്നറിയാതെ മിഴിച്ചു നിന്നു.

'പിശാചുക്കൾ'

'ആര്?'

'ഇതിന്റെ നടത്തിപ്പുകാർ. വല്യ തമ്പ്രാക്കള്. ഞങ്ങടെ കഷ്ടപ്പാട് കുറയ്ക്കാനാന്നാ പറച്ചില്. അതിനാണെങ്കിൽ വേറെ എന്തെല്ലാം ചെയ്യാനുണ്ട്? ഇങ്ങനെ ശ്വാസം കഴിക്കുന്ന ശവമാക്കിക്കിടത്തണോ?'

'അൽഫോൺസാ, തെളിച്ചുപറയുന്നതിനെന്താ?'

'തലച്ചോറിലേയ്ക്കൊരു കീഹോൾ സർജറി. മോട്ടോർ നെർവുകളെ അങ്ങു തളർത്തി, പിന്നെയാള് ഒരിക്കലും ചലിക്കില്ല. ഇങ്ങനെ കിടക്കും. ആർക്കും ഉപദ്രവമില്ലാതെ. ഏത് നേരത്താണ് കർത്താവേ അന്നത്തെ കാര്യം അവരോട് പറയാൻ തോന്നിയത്?' അൽഫോൺസയുടെ അസാധാരണമായ ശബ്ദം കേട്ട് ഗീത കയറിവന്നു. അവർ അൽഫോൺസയെ സ്നേഹപൂർവം തള്ളിപ്പുറത്താക്കി.

'ലബോട്ടമി ഇവളുകാരണമാണ് ചെയ്തതെന്ന കുറ്റബോധം.'

ഗിരി അടുത്തുള്ള കസേരയിലിരുന്ന് കണ്ണുകളടച്ചു. ശരീരം തളർത്തുക, നീണ്ടുവളഞ്ഞ ലോഹക്കുഴൽ തലയോട്ടിയെ തുളച്ചുകൊണ്ട് അകത്തുകടന്ന് പാതകളെ, രാജവീഥികളെ, ഊടുവഴികളെ സൂക്ഷ്മമായി വീക്ഷിച്ചു. ഫോട്ടോകളെടുത്തു. തലങ്ങും വിലങ്ങും പായുന്ന ചെറുതും വലുതുമായ വാഹനങ്ങളുടെ എണ്ണമെടുത്തു. വേഗതയളന്നു, നീണ്ടുവരുന്ന യന്ത്രക്കൈ വേദനയുണ്ടാക്കാതെ വിശാലമായ രാജപാതയെ കുത്തിക്കീറി നെടുകെ ഛേദിച്ചുനിർത്തി. അഗാധമായ ഗർത്തം സൃഷ്ടിച്ച് യന്ത്രക്കൈ പിന്മാറി. അതിന്റെ വക്കത്തു നിന്ന് താഴേയ്ക്ക് ആഴമളക്കാനാകാതെ പിന്മാറി. വാഹനങ്ങൾ ഗർത്തത്തിന്റെ ഇരുവശങ്ങളിലുമായി ഗതിമുട്ടി നിന്നു, പിന്നീട് വാഹനങ്ങൾ കൂമ്പാരമായി. ഗർത്തത്തിന്റെ ഇരുവശങ്ങളും ഗതിനിലച്ച വാഹനങ്ങളുടെ ശവപ്പറമ്പായി മാറി. രണ്ടു ശവപ്പറമ്പുകളെ വിഭജിച്ചുകൊണ്ട് നിൽക്കുന്ന ആഴങ്ങളെ നോക്കി കഴുകുകൾ പറന്നുനടന്നു. കാക്കകൾ കഴുകുകളുടെ കണ്ണിൽപ്പെടാതെ ചരൽക്കല്ലുകൾ കൊത്തിയെടുത്ത് പറന്നുവന്ന് ഗർത്തത്തിലേയ്ക്കിട്ട് നികത്താനുള്ള ശ്രമമാരംഭിച്ചു. ആഴങ്ങളിൽ ശബ്ദം പോലുമില്ലാതെ പതിച്ച ചരലുകളെകാഴ്ചയിൽനിന്നു മറയുന്നതുവരെ കാക്കക്കണ്ണുകൾ അനുഗമിച്ചു. പിന്നെ തിരിഞ്ഞു പറന്നു. പറക്കലിന്റെ കാഠിന്യത്തിൽ ചിറകുതളർന്ന കാക്കകളും ഗർത്തങ്ങളിൽപ്പതിച്ചു. കാക്കകളുടെ നിലവിളി അഗാധതയിൽ നിന്ന് ഉയർന്നുവരുന്നത് കേൾക്കാൻ അയാൾ ചെവി വട്ടം പിടിച്ചു. കേൾക്കാനുണ്ട് രോദനം. രാജപാതയുടെ ഇരുവശത്തെയും വാഹനങ്ങളുടെ, പിന്നെ കാക്കകളുടെയും. ഇനിയെന്തിനാണ് റോഡുകൾ? യുദ്ധം തു

ടങ്ങിക്കഴിഞ്ഞു. ബോംബുകൾ വർഷിച്ചുതുടങ്ങി. ഇത് ഒരു ജനപഥത്തിന്റെ ഉന്മൂലനസമയമാണ്. മിസൈലുകൾ റാകിപ്പറന്ന്വന്ന് കത്തിപ്പടർന്നു. ഉയരുന്ന തീയ്ക്കും പുകപടലങ്ങൾക്കുമിടയിൽ അയാൾ കൈകളുയർത്തി നടന്നു. മിസൈലുകളെ പ്രതിരോധിക്കാനുയരുന്ന കൈകളെപ്പോലെ അത് ചലിച്ചു.

'മതി നിർത്ത്.' അയാൾ പിറുപിറുത്തു.

'ഗിരീ, നമ്മളല്ലല്ലോ നിർത്തേണ്ടത്. നിർത്താൻ പറയാൻ നമ്മളാര്? നിയന്ത്രിക്കുന്ന അജ്ഞാത ശക്തിയേത്?'

ഗിരി ഉണരുകയായിരുന്നില്ല, ഉറങ്ങുകയും. അതിനിടയിലെവിടെയോ ഗതിയറിയാതുള്ള അലച്ചിലായിരുന്നു. ഇപ്പോൾ ഭയക്കുന്നത് പേമാരികളെയല്ല, മിസൈൽ മാരികളെയാണ്. അത് ഗിരി വ്യക്തമായി പറയുന്നുണ്ടായിരുന്നു.

'നീ പറഞ്ഞില്ലേ ചന്ദ്രാ, എന്നോടൊപ്പമുള്ള മഴനടത്തത്തെപ്പറ്റി? വരൂ എന്നോടൊത്ത്, ഞാൻ മഴയിലൂടെ നടക്കുകയാണ്, തീ മഴയിലൂടെ.'

'ഗിരീ,' ഗീത വീണ്ടും വിളിക്കാനാഞ്ഞപ്പോൾ ചന്ദ്ര വിലക്കി.

'വേണ്ട, ഗിരിയെ വിട്ടേയ്ക്ക്. അവൻ ഉറങ്ങുന്നതിലും ഉണർവിന്റെ ജാഗ്രതയുണ്ട്. അവന്റെ സ്വപ്നങ്ങളിൽ കാല്പനികതകളില്ല.' ചന്ദ്ര പുറത്തേയ്ക്ക് നടന്നപ്പോൾ ഗീതയും അനുഗമിച്ചു.

'ഇനി മുതൽ ജോൺ സാറിന് മൂന്നു നാലു വയസ്സു മാത്രം.'

'അപ്പോൾ കഴിഞ്ഞ ദിവസങ്ങളിലോ?' അതിന് ഉത്തരം പറയാൻ ആരുമുണ്ടായിരുന്നില്ല.

വാഹനത്തിന്റെ ശബ്ദം കേട്ട് പുറത്തേയ്ക്കിറങ്ങിയപ്പോൾ ഗേറ്റിനുപുറത്ത് നിൽക്കുന്ന പോലിസ് ജീപ്പും ആംബുലൻസുമാണ് കണ്ടത്. ഇൻസ്പെക്ടർ കയറിവന്നു. രണ്ടു പോലീസുകാരുടെ കൈകളിൽ തൂങ്ങിപ്പിടിച്ചുകൊണ്ട് ഒരു വൃദ്ധനും പിറകെയെത്തി.

ഇൻസ്പെക്ടർ നീട്ടിയ കടലാസ് വാങ്ങി അതിലേയ്ക്ക് നോക്കാതെ ഗീത ഓഫീസറുടെ മുഖം വായിക്കാൻ ശ്രമിച്ചു. അതിനു നിന്നുകൊടുക്കാതെ ഓഫീസർ പറഞ്ഞു.

'ഇയാളെ കോടതി വെറുതെ വിട്ടു, കുറ്റം തെളിയിക്കപ്പെട്ടു. പക്ഷെ, മറവിരോഗമാണെന്നു തെളിഞ്ഞതിനാൽ ഇവിടേയ്ക്ക് പ്രവേശിപ്പിക്കാനും വിധിയുണ്ട്. കൂട്ടുപ്രതിയായി ഇയാളെ ആദ്യം ഇങ്ങോട്ട് വേഷം കെട്ടിച്ചെത്തിച്ച പൗലോസിന് ജീവപര്യന്തം.'

അൽസ്ഹൈമർ കെയർസെന്ററിലെ സഹായികളുടെ കൈകളിലേ

യ്ക്ക് ആ വൃദ്ധനെ ഏൽപ്പിച്ച് അവർ വേഗം പുറത്തേയ്ക്ക് നടന്നു. ഓഫീസ് മുറിയിലേയ്ക്ക് നടന്ന ഗീതയുടെ പിറകിലേയ്ക്ക് ചന്ദ്രധാരയും നടന്നു. രജിസ്റ്ററുകളിലെ എഴുതിച്ചേർക്കലുകൾക്ക് ശേഷം സഹായികൾക്ക് നിർദേശം നൽകി.

'അടുക്കളയോട് ചേർന്ന ആറാം നമ്പർ ഡോർമിറ്ററിയിൽ ഒൻപതാം ബെഡ്ഡ്.'

തിരികെ കസേരയിലിരിക്കുമ്പോൾ നോട്ടം ചെന്നെത്തിയത് ചന്ദ്രധാരയുടെ പതയ്ക്കുന്ന മുഖത്ത് തന്നെയാണ്. ചോദ്യങ്ങൾ പ്രതീക്ഷിക്കുമ്പോൾ ചോദ്യങ്ങൾക്ക് മുൻപ് ഉത്തരങ്ങൾ ഉണ്ടാകും.

'ശ്രീധരനുണ്ണി. കൊലക്കേസ് ഒന്നാം പ്രതി. നേരത്തെ ഇൻസ്പെക്ടർ പറഞ്ഞ പൗലോസിനു വേണ്ടി അയാളുടെ ബിസിനസ്സ് പാർട്ണറെ വെട്ടിക്കൊന്നു. 7 വർഷങ്ങൾക്ക് മുൻപ്. അന്നിയാൾ പൂർണ ആരോഗ്യവാനായിരുന്നു. എതോ ബിസിനസ്സ് വൈരാഗ്യം തീർത്തതാണ്. ഞങ്ങളും അതിൽ കക്ഷികളായി. ഇയാൾ ഒളിവിൽത്താമസിച്ചത് ഇവിടെ ഈകെട്ടിടത്തിൽ. നീണ്ട ആറര വർഷങ്ങൾ ആർക്കും തിരിച്ചറിയാനാകാതെ. അതിവിദഗ്ധമായി ഇയാൾ മറവിരോഗിയായി അഭിനയിച്ചു ജീവിച്ചു. വിഷാദത്തിൽ മുങ്ങിയതുപോലുള്ള ആറര വർഷത്തെ പരസ്യമായ ഒളിവുജീവിതം. പൗലോസാണ് അയാളെ ഇവിടെ എത്തിച്ചത്. ഒരു സ്പോൺസർ എന്ന നിലയിൽ. ശാരീരിക മന:ശാസ്ത്രപരിശോധനകളെ എങ്ങനെ കടന്നുവന്നു എന്ന് എനിക്കറിയില്ല. ട്രസ്റ്റ് ഭാരവാഹികൾ അറിഞ്ഞുകൊണ്ടാണോ എന്നും അറിയില്ല. പക്ഷേ, ഒന്നു ഞാൻ തറപ്പിച്ചു പറയുന്നു. മൂന്ന് വർഷം നഴ്സിംഗ് പഠനം, പതിനഞ്ചു വർഷത്തെ നഴ്സിംഗ് പ്രവർത്തന പരിചയം. അതിനെ അയാൾ സമർത്ഥമായി കബളിപ്പിച്ചു. ആറു മാസങ്ങൾക്കു മുൻപ് പോലീസ് ഇവിടെയെത്തി ഇയാളെ അറസ്റ്റു ചെയ്യുമ്പോൾ എനിക്ക് എന്നോട് വെറുപ്പും പുച്ഛവും തോന്നിയിരുന്നു.'

ചന്ദ്രധാര സ്തബ്ധയായി ഇരിക്കുകയായിരുന്നു. സംശയങ്ങളില്ലാതെ നിശ്ചലമായ മസ്തിഷ്ക പ്രവാഹങ്ങളുടെ മരവിപ്പിൽ. മറവി അഭിനയിക്കുക അത്ര എളുപ്പമോ? അജ്ഞത അഭിനയിക്കാൻ അതിലുമെളുപ്പമാണ്. അതും പൂർണ മറവി. സിനിമാഭിനയം പോലും മിനുട്ടുകളുടെ കൃത്രിമത്വത്തെ എഡിറ്റുചെയ്ത് കൂട്ടിച്ചേർത്തത്. എന്നാൽ പോലും അഭിനേതാക്കൾ കഠിനം എന്നഭിപ്രായപ്പെടുന്നു. ഗിരിനാഥ് വന്ന് അടുത്ത കസേരയിലിരുന്നപ്പോൾ അപരിചിതനായിരുന്നു. കസേരയായതുകൊണ്ട് ഇരുന്നു എന്ന ഭാവം. ചുമർച്ചിത്രങ്ങളിൽ ക

ണ്ണുകൾ തറച്ചിരുന്നു. ചന്ദ്രയും അപരിചിതമായി മേശപ്പുറത്തിരിക്കുന്ന കൃത്രിമപ്പൂവിനെ നോക്കിക്കൊണ്ട് സമയമളന്നു. അല്ല, അഭിനയിക്കുകയല്ല. ജീവിക്കുകതന്നെയാണ്. അപരിചിതരാണ് ഓരോരുത്തരും. മുന്നിലിരിക്കുന്ന ഗീത. ആ മുഖത്തേയ്ക്ക് സൂക്ഷിച്ചുനോക്കിയപ്പോൾ അത് അൽഫോൺസയുടെ മുഖമായി. പിന്നെ ഓർമകളിൽ ഇരിപ്പുള്ള കണ്ടുമുട്ടപ്പെട്ട നിരവധി പേരുടെ മുഖങ്ങൾ. ഗിരി ആരാണ്? അറിയില്ല. ഗിരിനാഥ്. പറഞ്ഞപേരങ്ങനെ. കഥകൾ പറഞ്ഞതും അയാൾ തന്നെ. പേമാരിയെ പേടിച്ചലറിയതും അയാൾ പറഞ്ഞ കഥകളിൽച്ചിലത്. നോക്കിനിൽക്കുന്തോറും വെറും കറുത്ത പൊട്ടുകളായി മാറി. അത് കൂടിച്ചേർന്ന് വലിയ വലയങ്ങളായി മാറി. കറുത്ത വലയങ്ങൾ. അത് ഉരുണ്ടുരുണ്ട് വരുന്നത് തനിക്ക് നേരെയാണോ? കണ്ണുകളടച്ചതുകൊണ്ട് കാര്യമില്ല. വിഴുങ്ങുക തന്നെ ചെയ്യും. പിന്നെന്ത് ചെയ്യാൻ? വിഴുങ്ങപ്പെടുന്നതറിയുക. അതിന്റെ നഷ്ടപ്പെടലറിയുക. ആസ്വദിക്കുക. നഷ്ടപ്പെടലിന്റെ ആസ്വാദ്യത ഏറെയറിഞ്ഞവളാണ്. വലയങ്ങൾക്ക് നടുവിൽ ഗീതയുടെ മുഖം തെളിഞ്ഞു. പിന്നെ ഇരിക്കുന്ന മുറിയും അതിലെ ചിത്രങ്ങളും എല്ലാം എല്ലാം.

'ഒരിക്കൽ, ഒരിക്കൽ മാത്രം എനിക്ക് സംശയം തോന്നിയിരുന്നു. ടി.വി. പരിപാടികൾക്കിടയിൽ അയാൾ നടത്തിയ ചില കമന്റുകൾ. അത് ശരിയായ മാനസികാരോഗ്യമുള്ളയാളുടേതായിരുന്നു. എന്റെ ശ്രദ്ധ അതിൽപ്പെട്ടതറിഞ്ഞപ്പോൾ അയാൾ ടി.വി.ക്ക് മുന്നിൽനിന്നെഴുന്നേറ്റ് പോയത് എനിക്ക് കൂടുതൽ സംശയമുണ്ടാക്കി. രോഗം ഭേദമാകുന്ന സൂചനയായിപ്പോലും എനിക്ക് തോന്നി.. പക്ഷേ പിന്നീടയാൾ വിദഗ്ധമായി സംയമനം പാലിച്ചു. ആദ്യമൊക്കെ പൗലോസ് വല്ലപ്പോഴും വന്ന് അയാളെ കൂട്ടിക്കൊണ്ടുപോകും. അഞ്ചോ ആറോ മണിക്കൂറുകൾ. പിന്നീട് അതും നിർത്തി. കാരണം ഇയാൾ ശരിക്കും മറവിരോഗിയായി മാറിക്കൊണ്ടിരിക്കുന്നത് പൗലോസ് മനസ്സിലാക്കിത്തുടങ്ങിയിരുന്നു. എന്റെ വിശ്വാസങ്ങൾക്ക് പ്രസക്തിയില്ലെന്നറിയാം. അത് സ്ലോ പോയിസണിംഗിലൂടെ ഉണ്ടാക്കിച്ച ഓർമപ്പിശകായിരുന്നിരിക്കണം. വിചാരണ വേളയിൽ നിരവധി തവണ കോടതി കയറിയിറങ്ങേണ്ടിവന്നിട്ടുണ്ട്. കൊലപാതകിയെ ഒളിപ്പിച്ച് നിർത്തിയതിന്ന് കൂട്ടുപ്രതിയാകുമെന്നു വരെ ഭയപ്പെട്ടിരുന്നു. പക്ഷേ ഒന്നുമുണ്ടായില്ല, പലവട്ടം കോടതിയിൽ പറയാനാഞ്ഞതാണ് ശ്രീധരനുണ്ണിയുടെ മറവിരോഗത്തിൽപ്പോലും ഗൂഢാലോചനയുണ്ടെന്ന്. പിന്നെയോർത്തു. എന്തിന്? കോടതി കയറിയിറങ്ങുന്നതും മടുപ്പല്ലേ. അതും അറിയാ

ത്ത കാര്യങ്ങൾക്ക്. ചിലപ്പോൾ തോന്നും അതൊന്നുമല്ലെന്ന്. ഇയാൾ പൗലോസിന്റെ അംഗരക്ഷകനും ഗുണ്ടയുമൊക്കെയായിരുന്നു.കടുത്ത കായികപരിശീലനങ്ങളും അടിപിടികളും ഇയാൾ നടത്തിയിരിക്കണം. അടിപിടിക്കേസുകൾ ഉണ്ടായിരുന്നെന്ന് വിചാരണക്കിടയിൽ അറിഞ്ഞിരുന്നു. പിന്നെ കടുത്ത മദ്യപാനവും, മയക്കുമരുന്നും. എനിക്കിപ്പൊഴും അതിശയമാണ്. ഇവിടത്തെ അഭിനയജീവിതത്തിനിടയ്ക്ക് ഇയാളെങ്ങനെ അതിനെയൊക്കെ ഒഴിവാക്കിയെന്ന്. നിശ്ശബ്ദതയുടെ തളത്തിനകത്ത് അവർ മൂവരുമിരുന്ന് മുരടിച്ചു. മുരടിപ്പ് ഉണർവായി മാറുന്ന നിമിഷങ്ങൾ പോലെഅവരതിൽ മുഴുകി. എത്രനേരം എന്നറിയാതെ, അറിയാൻ താല്പര്യപ്പെടാതെയായിരുന്നു ആ ഇരിപ്പ്. പരസ്പരം സാന്നിധ്യമറിയാതെ അറിയാൻ താല്പര്യപ്പെടാതെ വിവരണങ്ങളുടെ ആലസ്യത്തിൽ അറിവുകളുടെ വിരസതയിൽ അവരിരുന്നു.

ഗ്രിഗറിസാറിന്റെ ചിത്രപ്രദർശനം വൻവാർത്തയായിരുന്നു. സംസ്ഥാനത്താകെ ചർച്ചാവിഷയമായി. വൈദ്യശാസ്ത്രസമൂഹവും പൊതുസമൂഹവും ദിവസങ്ങളോളം അക്കാര്യം ചർച്ചചെയ്തു. ഒരു അൽസ്ഹൈമർ രോഗിയുടെ ചിത്രപ്രദർശനത്തെക്കുറിച്ച്, അതിന്റെ കലാമൂല്യത്തെപ്പറ്റി. പൊതുസമൂഹം ചർച്ച ചെയ്തപ്പോൾ, ചിത്രരചന ഉൾപ്പെടെയുള്ള കലാരൂപങ്ങളെ അൽസ്ഹൈമർ രോഗത്തിന്റെ തീവ്രത കുറക്കാൻ എങ്ങനെ ഉപയോഗിക്കാമെന്നാണ് ചർച്ച ചെയ്തത്. തന്നെച്ചുറ്റിപ്പറ്റിനടക്കുന്ന ചർച്ചകളൊന്നുമറിയാതെ, തനിക്കുലഭിച്ചിരിക്കുന്ന മീഡിയകവറേജിന്റെ പ്രാധാന്യമറിയാതെ ഗ്രിഗറിസർ പതിവുപോലെ അന്തേവാസിയായി മണിക്കൂറുകൾ തള്ളിനീക്കി. പത്രത്താളുകളിൽ വന്ന അയാളുടെ ഫോട്ടോ കാണിച്ചുകൊടുത്തപ്പോൾ മുഖത്ത് ആഹ്ലാദം നിറയുന്നത് സൂസൻ നിഗൂഢം ആഹ്ലാദത്തോടെ നോക്കിക്കണ്ടു. പത്രത്താളുകളിലെ ദുരന്തത്തിന്റെ ചിത്രങ്ങളും രോഗികളിൽ കൗതുകമേ ജനിപ്പിക്കുന്നത് കണ്ടിട്ടുള്ളൂ. അപകടചിത്രങ്ങളും അവരുടെ മനസ്സിനെ പിടിച്ചുലയ്ക്കുന്നതായി ഒരിക്കലും കണ്ടിട്ടില്ല.

ഇപ്പോൾ അയാൾക്ക് സൂസനെ പ്രത്യേകം തിരിച്ചറിയാം. അവരുടെ സാന്നിധ്യത്തിൽ അയാൾ വ്യത്യസ്തനാണ്. രോഗം അയാളിൽ നിന്ന് തിരിഞ്ഞുനടക്കുന്നതിന്റെ സൂചനകൾ. അഭിനന്ദനങ്ങൾ സൂസനുകൂടിയുള്ളതാണ്. അവരും അത് ശരിക്കും ആസ്വദിച്ചു. ഗ്രിഗറിസാറിന്റെ രക്ഷിതാവായി അവർ സ്വയം മാറിത്തുടങ്ങിയിരുന്നു.

'സൂസൻ, അവർ വന്നിട്ടുണ്ട്.'

'ആര്...?'

'ഗ്രിഗറിസാറിന്റെ മകളും ഭർത്താവും...'

'നല്ലതല്ലേ.....?ഇപ്പോഴെങ്കിലും അവർക്കതിനു തോന്നിയല്ലോ...'

'കാണാൻ മാത്രമല്ല...അവർ ഗ്രിഗറി സാറിനെ കൂട്ടിക്കൊണ്ടുപോകാൻ വന്നതാണ്...'

'കൂട്ടിക്കൊണ്ടുപോകാനോ? എങ്ങോട്ട്?'

'അവരുടെ ഫ്ളാറ്റിലേയ്ക്ക്....'

'അവിടെ സംരക്ഷിക്കാൻ സമയവും സൗകര്യവുമില്ലെന്നു പറഞ്ഞല്ലേ ഇവിടെ കൊണ്ടുവിട്ടത്?എന്നിട്ടിപ്പോൾ....'

'ഇപ്പോൾ....ഗ്രിഗറിസാർ പ്രസിദ്ധനായില്ലേ, പിന്നെ പതിനായിരങ്ങൾക്കല്ലേ ചിത്രങ്ങൾ വിറ്റുപോകുന്നത്....'

'ഇല്ല, ഞാൻ സമ്മതിക്കില്ല.' സൂസൻ പരിസരം മറന്ന് ഒച്ചവെച്ചു.

'സൂസൻ... കാം ഡൗൺ... എന്തധികാരത്തിലാണ് പറ്റില്ലെന്നു പറയുക? എന്തവകാശത്തിൽ....?'

സൂസന്റെ തുറിച്ചുനോട്ടത്തിൽ അരുണിമയും ഭയന്നു.

സൂസൻ ഓഫീസ് റൂമിലേയ്ക്ക് കുതിക്കുമ്പോൾ പിറകെ ചെന്നു.

'ഞാൻ സമ്മതിക്കില്ല....സമ്മതിക്കില്ല...എന്റെ ഗ്രിഗറിച്ചായനെ കൊണ്ടുപോകാൻ...സമ്മതിക്കില്ല...' അവർ ഉറക്കെ ആക്രോശിക്കുന്നുണ്ടായിരുന്നു.

'എന്റെ അപ്പനെ കൊണ്ടുപോകാൻ എനിക്കാരുടെയും അനുവാദം വേണ്ട....'

'എവിടെയായിരുന്നു, ഇത്രയും കാലം ഈ മകള്...'

'അതിന് ഉത്തരവാദപ്പെട്ടവരുണ്ടെങ്കിൽ ചോദിക്കുമ്പോൾ പറഞ്ഞേക്കാം....'

'ഞാനാണ് ഇത്രയും കാലം നോക്കിയത്.'

'വെറുതെയല്ലല്ലോ....രൂപ എണ്ണിവാങ്ങിയിട്ടല്ലേ? ഇപ്പോൾ ചിത്രം വിറ്റും കാശുണ്ടാക്കുന്നു. അധികം പറഞ്ഞാൽ അതിന്റെ കണക്ക് കൂടി പറയേണ്ടിവരും.നിന്നോടല്ല, ഈ സ്ഥാപനത്തിന്റെ അധികാരപ്പെട്ടവരോട്.'

ഇങ്ങനെ ചില വാഗ്വാദങ്ങൾക്കൊടുവിൽ ഓഫീസ് മാനേജർ പറഞ്ഞു.

'സൂസൻ അകത്ത് പോ...'

'ഞാൻ കോടതിയിൽ പോകും....'

'എന്തധികാരത്തിൽ...'

'എന്റിച്ചായൻ എന്റെ കൂടെ നിൽക്കും...'

'ഈ മറവിരോഗിക്ക് നീയും അവരും ഒരുപോലെയല്ലേ സൂസൻ?'

അരുണിമ തർക്കിക്കുന്നതിനിടയിൽ മക്കൾ അച്ഛന്റെ കയ്യും പിടിച്ച് കാറിനടുത്തേയ്ക്ക് നടന്നു.

'ഗ്രിഗറിച്ചാ...' എന്ന നിലവിളിക്ക് മറുപടിയായി അയാൾ ഒന്നു തിരിഞ്ഞുനോക്കി, പിന്നെ അമ്മയുടെ കൈ പിടിച്ചുനടക്കുന്ന കുഞ്ഞിനെപ്പോലെ അയാൾ കാറിനടുത്തേയ്ക്ക് മകളുടെ കയ്യും പിടിച്ച് നടന്നു. അയാളെ കാറിനകത്തിരുത്തി ഡോറടഞ്ഞു. സൂസൻ അന്നാദ്യമായിപിഞ്ചുകുഞ്ഞിനെ നഷ്ടപ്പെട്ട അമ്മയായി നിലവിളിച്ചു.

'എന്നെ പ്രാന്തീന്ന് എന്താ നിങ്ങള് വിളിക്കാത്തേ....വിളിക്ക്, പ്രാന്തീന്ന് വിളിക്ക്....'

മൗനത്തിലൂടെ എല്ലാവരും അന്നാദ്യമായി സൂസനെ ആശ്വസിപ്പിക്കാൻ ശ്രമിച്ചുകൊണ്ടിരുന്നു.

പന്ത്രണ്ട്

...ബുദ്ധൻ പുഞ്ചിരിച്ചുകൊണ്ടേയിരുന്നു. 'ജന്മം കാരണം ജര, ദു:ഖം, രോഗം, ദൗർമനസ്യം, മരണം മുതലായ അനുഭവങ്ങൾ വന്നു ചേരുന്നു...'

കൊച്ചൗസേഫ് ഉറക്കത്തിൽ നിന്ന് ഞെട്ടിയുണർന്നു. പരീക്ഷണശാലകളിൽ നിന്നാണ് അയാളുണർന്നത്. ബിസിനസ്സ് അടച്ചുപൂട്ടിക്കാനുള്ള വിശാലമായ പരീക്ഷണശാലയിലെ കമ്പ്യൂട്ടറുകളെ അയാൾ ശപിച്ചു. ഭാവനയിൽപ്പോലും കണ്ടിട്ടില്ലാത്ത ഉപകരണങ്ങളുടെ സ്വപ്നദർശനത്തിൽ അയാൾ ആകുലനായി. വായുവിൽ പറന്നുകളിക്കുന്ന സമവാക്യങ്ങൾക്കും കുഴലിലൂടെ ഒഴുകി നടക്കുന്ന നിറവ്യത്യാസങ്ങളുടെ രാസപദാർത്ഥങ്ങളെയും നോക്കി അയാൾ തലയിൽ കൈവെച്ചു. മറവി രോഗത്തിന് മരുന്ന് കണ്ടെത്തിയത്രെ.

'ഒക്കെ പൂട്ടിക്കുമിവന്മാര്. കുറേ ശാസ്ത്രജ്ഞന്മാര് വന്നിരിക്കുന്നു. ഇവന്മാർക്ക് എന്നാത്തിന്റെ സൂക്കേടാ? മറന്നുപോയവരങ്ങനെ സുഖമായിട്ട് മന:സമാധാനത്തോടെ ജീവിച്ചോട്ടെ. അവരെ ഓർമിപ്പിക്കാൻ ഇവരാരാ? കർത്താവ് തമ്പുരാന്റെ ശിഷ്യന്മാരോ? കച്ചോടം പൂട്ടിക്കാൻ നടക്കുന്ന ശവങ്ങള്.'

ഔസേപ്പ് ഫോണെടുത്ത് കുത്തി ചെവിയിൽപ്പിടിച്ചു.

'നായരേ, നിങ്ങള് കേട്ടാ?... മറവിക്ക് മരുന്ന് കണ്ടുപിടിച്ചൂന്ന്. എ

ല്ലാം പൂട്ടിക്കാനാ അവമ്മാരുടെ കളി. ആർക്കും മറവിയില്ലാണ്ടായാ നമ്മടെ ട്രസ്റ്റ് പിന്നെന്തോന്ന് ചെയ്യും? അല്ല, ഞാൻ പറഞ്ഞൂന്നേയുള്ളൂ. ദാ ഇപ്പള് സ്വപ്നം കണ്ട് എണീറ്റതാ. ഞാൻ ഫോൺ വെച്ചേക്കാം, പക്ഷേ കരുതിയിരുന്നോണം.' ഫോൺ താഴെ വെച്ച് പിറുപിറുപ്പ് തുടർന്നു.

'എന്റെ ഭാര്യ മറിയക്കുഞ്ഞ്. അവൾ ചത്തേപ്പിന്നെ അവളെയങ്ങ് മറന്നേക്കോന്നൊരു പേടി. എത്ര അവളുമാരു വന്നാലും മറിയത്തിന്റത്രേം വരത്തില്ല. എന്നാലും ഒരു മറവി. അവളുടെ ഓർമയ്ക്ക് തുടങ്ങിയതാ ഈ അൽസ്ഹൈമർ സെന്റർ. അവറ്റകൾക്ക് ഓർമകൾ വേണ്ട. എനിക്കുണ്ടാവത്തില്ലിയോ? കച്ചോടത്തിന്റെ കാര്യത്തില് ഔസേപ്പിന് മുന്നിലാര്ണ്ട്? ടാക്സ്കാര് പിന്നാലെ നടക്കുവല്യോ. കച്ചോടത്തിന്റെ കണക്ക് പിരിക്കാൻ. ട്രസ്റ്റെങ്കിൽ ട്രസ്റ്റ്. കെടക്കട്ടെ മൂന്നാലവന്മാർ. വെയ്റ്റിന് വെയ്റ്റ്. ട്രസ്റ്റ് മെമ്പറുമാരല്യോ. പിന്നെ എന്നാ വേണം? ഓ ചാരിറ്റബ്ൾ ട്രസ്റ്റ്. ചാരിറ്റിയൊന്നുമല്ലെന്ന് എല്ലാർക്കും അറിയും, പിന്നെ ഒര് ബോർഡ്. പണം പിന്നെ ഒഴുകുവല്യോ. ഇത് ധർമത്തിന് ചെയ്യുന്നതാന്നാ ചെലരുടെ വിചാരം. ആ വിചാരം അങ്ങനെത്തന്നെ കെടന്നോട്ടെ. രൂപാ വർഷക്കണക്കിനല്യോ വാങ്ങുന്നത്. സർക്കാര് സഹായം വേറെ. പിന്നെ ഇവറ്റകളുടെ ഫോട്ടങ്ങള് വെച്ച് കൊറേ കത്തുകളും. അതുതന്നെ ഇന്റർനെറ്റ് കത്തുകള്. ഡോളറും, റിയാലും പിന്നെ എന്നാ കുന്താ....ആ യൂറോയും ഒക്കെ ഒഴുകുവല്യോ അക്കൗണ്ടിലേയ്ക്ക്.ഈ സായ്വന്മാർക്കുണ്ടോ വല്ല കയ്യും കണക്കും? ഔസേപ്പ് കച്ചോടക്കാരനാ, അത് എടവകക്കാരും പറയും. എടവകേലെ അച്ചനും പറയും. സ്വന്തം അപ്പച്ചൻ തന്നെ പറഞ്ഞിട്ടില്ലേ? എടാ കൊച്ചനേ, നീ അപ്പച്ചനെ വിറ്റ് കാശാക്കല്ലേടാന്ന്. അമ്മച്ചി നേരത്തെ ചത്തുപോയി. ഇല്ലെങ്കിൽ അപ്പച്ചൻ അമ്മച്ചീനെ ച്ചേർത്തും ഇതു തന്നെ പറഞ്ഞേനെ. പിന്നെ അവിടെയാണെങ്കി കൊറേ കൊച്ചുങ്ങക്ക് തൊഴിലുകൊടുക്കുന്നൂന്ന് പേരും. വറീതും ശിങ്കിടികളും അവിടെയുള്ളതുകൊണ്ട് ഒരേനക്കേടുമില്ലാതെ പോകുന്നു. മാസപ്പടി ഡോക്ടറുമാർക്ക്, പിന്നെ പോലീസ് സ്റ്റേഷനിലും. എന്നാലും മിച്ചം. ലക്ഷങ്ങളല്യോ ലക്ഷങ്ങള്. ഇനി കരാറൊന്ന് മാറ്റിപ്പിടിക്കണം. ഒന്നിച്ചുള്ള ടെന്ററുമാത്രം. മാസവാടകപ്പരിപാടിയങ്ങുനിർത്തിയേക്കണം. അതിസാമർത്ഥ്യക്കാരല്യോ ഇപ്പളത്തെ കൊച്ചുങ്ങള്. അപ്പനും അമ്മയുമൊക്കെയാണെങ്കിലും ചെലവാക്കുന്നേന് കണക്ക് വെക്കണ്ടായോ? മാസാമാസക്കണക്ക് വെച്ച് ഫീസുപിരിക്കുന്ന ഏർപ്പാട്

നിർത്തണം. അത് ലാഭം കൊറവാ. എന്നാലും ഇല്ലാന്നല്ല. വയസ്സ്, നോക്കി ആരോഗ്യം നോക്കി ഒരൊറ്റപ്പിടി. അഞ്ചുവർഷം ജീവിക്കാത്ത കെളവനു കൂടി പത്തുവയസ്സിന്റെ ആയുസ്സ് കാണിക്കാൻ പറയണം. ഡോക്ടർക്കുള്ള വിഹിതം ഇച്ചിരെ കൂട്ടിയാൽ പോരെ? അവന്മാര് എന്തും എഴുതിത്തരും. കഴുത്തില് കൊഴലിട്ടാ അതുങ്ങൾക്ക് എന്താ എഴുതിക്കൂടാത്തത്? ഒരിക്കലും ചാകൂലാന്ന് തന്നെ എഴുതാം. അതാ ഡോക്ടറുമാരുടെ പവറ്. പിന്നച്ചെയ്യണ്ടത് വറീതിനറിയാം. അടുക്കളച്ചെലവൊന്നു കൊറക്കാൻ. മരുന്നിന്റെ സ്റ്റോക്കൊന്ന് കൊറക്കണം. ഓർമയില്ലാത്തോർക്കെന്തിനാ മരുന്ന്? ചാകുമ്പം മരുന്ന് കുടിക്കാണ്ട് ചത്താപ്പോരേ? എന്നാലും ചെല കൊച്ചമ്മാര്ണ്ട്. അവമ്മാര് വിളിച്ച് ചോദിക്കും മരുന്നൊക്കെ കൊടുക്കുന്നുണ്ടോന്ന്. ഒണ്ടെന്ന് പറഞ്ഞേക്കണം. പിന്നെ ആയുസ്സ്. പത്തുകൊല്ലത്തെ ആയുസ്സ് അഞ്ചുകൊല്ലാക്കാനാണോ പണി? അഞ്ചുകൊല്ലത്തെ തൊക മിച്ചം. അധികൊന്നും കൊടുക്കരുത്. സ്വല്പം സ്വല്പം, വിഷാണെന്ന് ആർക്കും തോന്നരുത്. ഇനി ആർക്ക് തോന്നാൻ? മറവിബാധിച്ച് കൊണ്ടുപേക്ഷിക്കുന്നതല്ലേ. അതിന് ശാന്തമ്മ പറ്റിയ നഴ്സാ. ഓള് വെറും നഴ്സല്ല ഒന്നൊന്നര നഴ്സാ. ഓക്കും കൂട്ടിക്കൊടുക്കണം ശമ്പളം. ഓള് വിചാരിച്ചാ ആയുസ്സ് കൊറക്കാൻ പറ്റും. കൂട്ടാനാരുവിചാരിച്ചാലും പറ്റത്തില്ല. കർത്താവാണെങ്കിൽ അങ്ങനെ ചിന്തിക്കത്തേയില്ല. എന്നാപ്പിന്നെ അധികം നരകിപ്പിക്കാതെ അങ്ങോട്ട് പറഞ്ഞ് വിടുവല്ലേനല്ലത്?. അതൊരു പുണ്യപ്രവൃർത്തിയല്യോ? കർത്താവ് കൂലി തരുന്ന പുണ്യം. അത് മുഴുവൻ ശാന്തമ്മക്കിരിക്കട്ടെ. ഓൾക്കല്ലെ അതിനുള്ളൊരു കഴിവ്. ഓളല്ലെ മറിയക്കുഞ്ഞിന്റെ കാര്യത്തിലും നെലപാടെടുത്തത്.

കെട്ട്യോള് തന്നെ. എന്തൊരു കാറിച്ചയാണ്. കാൻസറ് പിടിച്ചാ വേദനയില്ലാണ്ടിരിക്കോ? കാറി മറ്റുള്ളോരുടെ ഒർക്കം കെടുത്താൻ പാടുണ്ടോ? ശാന്തമ്മേനെ വച്ചത് മറിയത്തിന നോക്കാനാ. പിന്നെ തോന്നി ഔസേപ്പിനെയല്ലേ ശാന്തമ്മ നോക്കണ്ടേന്ന്. അതിനെടേല് ഓള് വേദനപിടിച്ച് കാറിയാല് ശാന്തമ്മക്കും പിടിക്കൂല. ഓൾക്ക് ബുദ്ധിയുണ്ട്. ഓളാ പറഞ്ഞത് അതിനും മര്ന്ന്ണ്ട്ന്ന്. പിന്നെ കെട്ട്യോളാ. കെട്ട്യോളാണേലും വെർതെ തീറ്റ കൊടുക്കാമ്പറ്റോ? ആരുമറിയാതെ എന്തോന്ന് വെച്ചാ ചെയ്തോന്നങ്ങ് സമ്മതിച്ചു. കർത്താവ് തമ്പുരാൻ പൊറുക്കും. വേദന അധികം അനുഭവിപ്പിക്കാതെ അങ്ങു തീർത്തില്ലെ. പിന്ന ശാന്തമ്മക്ക് കൊടുത്തത്, അത് വെല്യ നഷ്ടല്ല. ഇപ്പളും മാസപ്പടി കൊടുക്കണം. അവളും തരുന്നുണ്ടല്ലോ ആഴ്ചപ്പടി. അവ

ളാണ് അല്പം പെശക്. അൽഫോൺസ. വിശുദ്ധയാന്നാ അവളുടെ വിചാരം. ഈ കിളുന്നു പ്രായത്തില് അതൊക്കെ തോന്നും. അവൾടെ അപ്പനെ വേണോങ്കി അവിടക്കൊണ്ടാക്കിക്കോന്ന് പറഞ്ഞതാ. ചുമ്മാതല്ല. പക്ഷേ, അവക്ക് ചങ്കുവേദന. ദണ്ഡം. അപ്പച്ചനെ വീട്ടിത്തന്നെ കെടത്ത്യാമതീന്ന് വാശി. അവൾടെ അപ്പച്ചനോടുള്ള ഇഷ്ടം കൊണ്ടല്ല ഔസേപ്പ് അങ്ങനെ പറഞ്ഞതെന്ന് ഔസേപ്പിനറയാം. അതിനും തിരിഞ്ഞ് കാണും. അതല്ല്യോ അതങ്ങ് സമ്മതിക്കാത്തേ. പറഞ്ഞ് വിട്ടേക്കാന്ന് വിചാരിച്ചതാ. അവളും അങ്ങൊതുങ്ങും. നമ്മളൊക്കെ ക്രിസ്ത്യാനികളല്ലേന്നൊരു തോന്നലെങ്കിലും വേണ്ടെ. അച്ചനോടൊന്നു പറയണം അവളെ വിളിച്ചൊന്നുപദേശിക്കാൻ. അവൾടെ ഭരണം കൊറച്ച് കൂടുന്നുണ്ട്. വറീതിനെ പേടിപ്പിച്ചെന്നോ ജോണിന്റെ കെടപ്പ് കണ്ട് ആരെയൊക്കെയോ പ്രാകിയെന്നോ...ഒക്കെ കേട്ടു. ഞാനൊന്നുമറിയത്തില്ലാന്നാ അവളുടെ വിചാരം. പിരാകട്ടെ, അവള് പിരാകിത്തൊണ്ടപൊട്ടട്ടെ. ആർക്ക് നഷ്ടം? അവൾക്ക് തന്നെ. എന്നാലും അവള് അവടത്തന്നെ വേണം.

പൗലോസ് അകത്തായതാ ഇപ്പം സങ്കടം. മാസാമാസം ബാങ്കിലേക്കൊരു തൊക വരുമായിരുന്നു. അതങ്ങ് നിന്നു.ഇപ്പോ ഒരുത്തനെ തീറ്റിപ്പോറ്റണം. അവനെത്തന്നെ ശ്രീധരനെ. പണ്ടുകാലത്ത് ഒന്നുരണ്ടെണ്ണത്തിനെ ഒന്നു വെരട്ടാൻ ഈ ശ്രീധരൻ സഹായിച്ചുന്നുള്ളത് സത്യാ. അതിന് എണ്ണിക്കൊടുത്തിട്ടുമുണ്ട്. തൽക്കാലം ഒന്നും മിണ്ടാതിരിക്കുവാ ഭേദം. വറീതിനോട് പറയണം. ഭക്ഷണം അവന് വെളമ്പുമ്പോ ഒന്ന് ശ്രദ്ധിക്കാൻ. പിന്നെ ശാന്തമ്മയോടും. പൗലോസ് ജയിലുമായി ഒന്നു പൊരുത്തപ്പെട്ടിട്ടുവേണം ചെന്നുകാണാൻ. കാര്യമങ്ങ് തൊറന്നു പറഞ്ഞേക്കണം. വിഹിതം നിർത്തരുതെന്ന്. അല്ലേപ്പിന്നെ സർക്കാരിലോട്ടെഴുതാൻ വക്കീലിനോട് പറഞ്ഞേക്കണം. കോടതിയല്ലിയൊ അവനെ എന്റെ സെന്ററിലോട്ട്തന്നെ വിട്ടത്. വേറെയെങ്ങാണ്ടും സെന്ററുകളില്ലാത്തത് പോലെ. സത്യം പറയാലോ, ഒന്ന് പേടിച്ചുപോയിരുന്നു. എസ്.പി.ക്ക് കൃത്യമായി എണ്ണിക്കൊടുത്തപ്പം ഭദ്രമായതാ. എന്നാലും അയാളൊരു ചീങ്കണ്ണിയാ, ഒര് ഐ.പി.എസ്. അവസരം നോക്കി വെലപേശി. എന്നാലും ശ്രീധരന്റെ കണക്ക് ലാഭം തന്ന്യാ.

അതിനെടേലാ അവന്റെയൊക്കെ പരീക്ഷണം. അൽസ്ഹൈമറ് വെരാണ്ടാക്കല്. വന്നാപ്പിന്നെ മാറ്റിക്കൊടുക്കല്. എന്നാപ്പിന്നെ നമ്മുടെ കച്ചോടം പൂട്ട്യത് തന്നെ. അത് സമ്മതിച്ചു കൊടുത്തൂടാ. അവനെയങ്ങ് തട്ടിക്കളഞ്ഞേക്കണം. ഒരു ശാസ്ത്രജ്ഞൻ. കച്ചോടം പൂട്ടിച്ചിട്ടാ

ഓന്റെ കണ്ടുപിടുത്തം. എല്ലാർക്കും ഓർമയ്ണ്ടാക്കാൻ ഓന് പറ്റ്വോ? ഇല്ല. മറവിരോഗത്തെപ്പറ്റിയുള്ള പഠനം, ഗവേഷണം! ഒരറ്റയവന്മാരേം ഇനി അക്കാര്യം പറഞ്ഞോണ്ട് സെന്ററിലോട്ട് കയറാൻ സമ്മതിക്കണ്ടാന്ന് പറയണം വറീതിനോട്. മര്ന്ന് കണ്ട്പിടിച്ചാപ്പിന്നെ ആരും ഒന്നും മറക്കൂലാ? ഒന്നും? അതും കർത്താവിന്റെ ഭരണത്തിൽ തലയിടലാണ്. അത് കർത്താവ് വെച്ച് പൊറുപ്പിക്കൂലാ. അടുത്ത പള്ളിപ്പെരുന്നാളിന് നൂറു കൂട് മെഴുകുതിരി കത്തിച്ചേയ്ക്കാം. അവന്റെ വിദ്യ അവൻ തന്നെ മറന്നുപോകട്ടെ. നാളത്തന്നെ മീറ്റിംഗ് വിളിക്കണം, അവമ്മാര് മറവിയില്ലാണ്ടാക്കാൻ പഠിക്കുമ്പം നമ്മട ആൾക്കാരോടും പറയണം മറവിയുണ്ടാക്കാനുള്ള മരുന്ന് കണ്ടുപിടിക്കാൻ. മിടുക്കന്മാരെ ഏർപ്പാടാക്കണം. എങ്ങനെ ഓർമകൾ ഇല്ലാതാക്കാം. നല്ല കമ്മീഷൻ കൊടുത്താ ഏത് കൊച്ചന്മാരാ കൂടെ വരാത്തത്? അത് വേണം, അതുതന്നെ വേണം. ഒരു പരീക്ഷണശാല. ഓർമകൾ ഇല്ലാതാക്കാനുള്ള ഗവേഷണം. ഔസേപ്പ് കച്ചോടക്കാരൻ തന്നെ. അച്ചനും അപ്പച്ചനും പറഞ്ഞതല്ല്യോ.' ഔസേഫ് സമാധാനപ്പെട്ട് ഉറങ്ങാനൊരുങ്ങി.

പതിമൂന്ന്

...മൗനമായ് മൊഴിയുന്ന ബുദ്ധവാചാലത ഇങ്ങനെ തുടർന്നു. 'അതിനാൽ ജ്ഞാനത്തിലൂടെ തൃഷ്ണയെ അതിജീവിച്ച് സംസാരത്തെ നിർവാണത്തോടു ചേർക്കൂ...'

കത്തിക്കരിഞ്ഞു തകർന്നു തരിപ്പണമായ അവശിഷ്ടങ്ങൾക്കിടയിലൂടെ ചന്ദ്രധാര അരിച്ചരിച്ച് നീങ്ങി. ഇത് ഔദ്യോഗിക ചുമതലയാണ്. കണ്ണീരിനു മേലെ കർത്തവ്യബോധം.ഈ അവശിഷ്ടങ്ങൾക്കിടയിൽ ചിതറിക്കിടക്കുന്നുണ്ടാകും അച്ഛന്റെ ശരീരഭാഗങ്ങളും. പിന്നെ ആ കൈകളിൽ എന്നും ഉണ്ടായിരുന്ന ലോഹവളയും. ഒരിക്കലും അച്ഛനത് ഊരിമാറ്റാൻ സമ്മതിച്ചിരുന്നില്ല. മറ്റൊരു ആഭരണത്തോടും ഒരുതരത്തിലുള്ള ഭ്രമവും ഉണ്ടായിരുന്നുമില്ല. അതല്ല ഇപ്പോൾ അരിച്ചുപെറുക്കി കണ്ടുപിടിക്കേണ്ടത്. അതിനായി അഗ്നിശമനസേനയും ആരോഗ്യപ്രവർത്തകരും ചികയുന്നുണ്ട്. ഇന്നലെവരെ ഇവിടെയുണ്ടായിരുന്ന അൽസ്ഹൈമർ കെയർ സെന്റർ തകർന്നു മണ്ണടിഞ്ഞിരിക്കുന്നു. നിമിഷങ്ങളുടെ വ്യത്യാസത്തിലുണ്ടായ പത്തോളം ഉഗ്രസ്ഫോടനങ്ങൾ. മണൽക്കൂമ്പാരമായിപ്പോലുമില്ല. ഗർത്തങ്ങൾ. പിന്നെ കി

ലോമീറ്ററുകളുടെ ചുറ്റളവിൽ വാരി വിതറിയിരിക്കുന്നു, ഇരുപതിലധികം ജീവൻ ഉറഞ്ഞുകൂടി അഭയം കണ്ടെത്തിയിരുന്ന മനുഷ്യശരീരങ്ങൾ. അവയൊക്കെ വായുവിൽ വിലയം പ്രാപിച്ചതുപോലെ. അതിലൊന്ന് അച്ഛനാണ്.

'തേങ്ങിക്കൂടാ, തന്റെ ചുമതലകൾ സ്ഫോടനകാരണങ്ങളെ പരതിയെടുക്കുകയാണ്. സ്ഫോടന കാരണമായ എന്തെങ്കിലും. അതിൽ മാത്രമായിരിക്കണം ശ്രദ്ധ. അതും ഏറ്റവും വേഗത്തിൽ. ഓർമകളില്ലാത്തവരും അവർക്ക് ഓർമകൾ പകരുന്നവരായി കൂടെ ജീവിച്ചിരുന്നവരുമായ ഒരുകൂട്ടം, ഓർമകളിൽ മാത്രം അവശേഷിച്ചുകൊണ്ട്. ഓഫീസിൽ വിവരമെത്തിയപ്പോൾ അവിശ്വസനീയതയായിരുന്നു. കലക്ടരുടെ ഉത്തരവാണ് ഏറ്റവും വേഗത്തിൽ കാരണങ്ങൾ കണ്ടെത്തുക. ഗിരിയെ ഫോണിൽ ശ്രമിച്ചെങ്കിലും കിട്ടിയില്ല. പുറപ്പെട്ടുവരുമ്പോൾ മനസ്സ് ശരിക്കും പതറിയിരുന്നു. ഇവിടെ എത്തിയപ്പോൾ ഒരൊറ്റ ശവശരീരത്തിന്റെ ഭാഗം പോലും കാണാനില്ല. കുറച്ച് അവശിഷ്ടങ്ങൾ, കുറേ കുഴികളും. ഷോർട്ട്സർക്യൂട്ട് കാരണം ഗ്യാസ് സിലിണ്ടറുകൾ പൊട്ടിത്തെറിച്ചതാകാം കാരണമെന്ന് കലക്ടർ മാധ്യമ പ്രവർത്തകരോട് സംസാരിക്കുന്നതുകേട്ടപ്പോൾ പുച്ഛം തോന്നി. ഇത്രയും ഗ്യാസ്സിലിണ്ടറുകൾ ഇവിടെയുണ്ടായിരുന്നോ? ഇത്രയും മാരകമായിത്തീരാൻ മാത്രം ശക്തമായ സ്ഫോടനങ്ങൾക്ക് അത് കാരണമാകുമോ?'

ഓരോ ഇഞ്ചും കുനിഞ്ഞിരുന്ന് നിരീക്ഷിച്ചു കൊണ്ടിരിക്കുമ്പോഴും മനസ്സ് പ്രാർത്ഥിച്ചത് ഒരൊറ്റകാര്യം മാത്രം. ലോഹവളയണിഞ്ഞ കൈ മുന്നിൽ വന്നു പെട്ടുപോകരുതേയെന്ന്. മണിക്കൂറുകൾ മിനുട്ടുകളായി ചിതറിത്തെറിച്ചു. കൃത്യമായ പുരോഗതിയില്ല.. എന്തൊക്കെയോ പുതിയ രാസവസ്തുക്കളുടെ സൂചന മാത്രം. പക്ഷേ എങ്ങനെ? എന്തിന്? ഓരോ പൊടിസൂചനയും ശേഖരിച്ച് കവറുകളിലാക്കി നിവർന്നപ്പോൾ വലിയ കോട്ടമതിൽ പോലെ ജനസമുദ്രം വലിയൊരു ആകൃതിരഹിത വലയമായി മൂടിയിരിക്കുന്നു. മണിക്കൂറുകളുടെ സൂക്ഷ്മ നിരീക്ഷണം കണ്ണുകളെയും ശരീരത്തെയും തളർത്തിയിരിക്കുന്നു. അകലെ ആൾമതിലിനരികിലായി കൂനിക്കൂടിയിരിക്കുന്നു ഗിരി. പക്ഷേ അവനെപ്പോലും നേരെ കാണാൻ കഴിയുന്നില്ല. ഇരുട്ടാണ് ചുറ്റും. മങ്ങിയ ചെറുകുമിളകൾ ചുറ്റും ചുഴലിയായി വീശിക്കളിച്ചു. പിന്നെ ഭാരരഹിതയായി ഉയരുകയായിരുന്നു. അച്ഛന്റെ കയ്യും പിടിച്ച് പരിഭ്രാന്തയായ ചന്ദ്രധാര ഓടുകയായിരുന്നു. മണൽക്കാടുകൾക്ക് മണമുണ്ടായിരുന്നു. കത്തുന്ന വെയിലിന്റെ രൂക്ഷഗന്ധമായിരുന്നില്ല. പൂ

ത്തുലഞ്ഞ് നിൽക്കുന്ന ഇലഞ്ഞിമരത്തിന്റെ മാദക ഗന്ധമായിരുന്നു. നാസാരന്ധ്രങ്ങളെ ഭേദിച്ച് പ്രവേശിക്കുന്ന ഗന്ധം രോമകൂപങ്ങളിലൂടെ കിനിയുന്ന രക്തത്തിലൂടെ പുനർവിന്യസിക്കപ്പെട്ടു. എന്നാലും പരിഭ്രമത്തിന്റെ വ്യാപ്തി കുറയുകയായിരുന്നില്ല. ഈ അച്ഛനെന്താ ഇത്ര പതുക്കെ എന്ന് പിറുപിറുത്തു. പിറുപിറുക്കലല്ല, അത് കിതപ്പുകളായിരുന്നു. കിതപ്പുകളുടെ പ്രതിധ്വനി പിന്തുടർന്നപ്പോൾ വേഗത കൂട്ടാനാഞ്ഞു. ഇപ്പോൾ മുന്നെയോടുന്നത് അച്ഛനാണെന്നവളറിഞ്ഞു. കൂടെയെത്താനാവാതെ അവൾ കിതച്ചു. പൂഴിമണൽപ്പരപ്പ് ഹിമപാളികളായി മാറുന്നത് നൊടിയിടയിലായിരുന്നു. രോമകൂപങ്ങളെ കുത്തിക്കീറുന്ന തണുപ്പിനെ ലക്ഷ്യമാക്കി ശരീരം ഊഷ്മാവിനെ വിസർജിച്ചുകൊണ്ടേയിരുന്നു. പോർവിമാനങ്ങളുടെ ഇരമ്പലിൽ ഐസുപാളികൾ തെന്നി നീങ്ങിത്തുടങ്ങി. ഒരു ഐസ് ക്യൂബിനു മുകളിൽപായ്ക്കപ്പലിലെന്നപോലെ ഒഴുകിയൊഴുകി അകലുകയാണ്. ഒരു പൊട്ടുപോലെ മറയുന്ന അച്ഛന്റെ ഹിമരൂപത്തിലേയ്ക്ക് നോക്കി ചന്ദ്രധാര കൈകൾ കൂപ്പി. അച്ഛൻ ചിറകുകൾ വിടർത്തി മുന്നിൽ പറക്കുന്നുണ്ടായിരുന്നു. ഐസ്ക്യൂബിന്റെ ഒഴുക്കിന് ദിശ നൽകിക്കൊണ്ട്.

'ഗിരീ, നിനക്ക് ഒരിക്കൽക്കൂടി ബലിയിട്ടു കൂടെ?' തന്റെ ബെഡ്ഡിനരികിലിരുന്ന് ജനാലയ്ക്കപ്പുറത്തെ കാഴ്ചകളിൽ ജീവിക്കുന്ന ഗിരിനാഥിനോട് ചന്ദ്രധാര ചോദിച്ചു.

'എനിക്കാരാണ് ബലിയിടുക?' ഗിരി പിറുപിറുക്കുന്നത് കേൾക്കാനുള്ള ഉച്ചത അതിനുണ്ടായിരുന്നില്ല. പിറുപിറുക്കലിനെ അവഗണിക്കാനും കേൾക്കാതിരിക്കാനും അവൾ എന്നോ പഠിച്ചുകഴിഞ്ഞിരുന്നു.

ഒരിക്കൽക്കൂടി ഭാരതപ്പുഴയുടെ പടവുകളിൽ ചന്ദ്രധാരയിരുന്നു. ഗിരിനാഥ് മുങ്ങാനിടം തേടി നടന്നു. പൂഴിച്ചാലുകളിൽ മുങ്ങിനിവർന്ന് അയാൾ ഊഴം കാത്തുനിന്നു.

'ഗിരീ, ഇങ്ങുവരൂ. അധികനേരം വെള്ളത്തിൽ നിൽക്കണ്ട.' ഗിരി ചന്ദ്രയെ തുറിച്ചുനോക്കി. വീണ്ടും മുങ്ങിനിവർന്നു.

'തണുപ്പ് പിടിക്കും' അയാൾ വീണ്ടും വീണ്ടും മുങ്ങിനിവർന്നു, തണുപ്പിക്കാനെന്നപോലെ.

'ഗിരീ, ഇങ്ങുവരൂ..ഇനി ഊഴം നിന്റേതാണ്.' പുതിയ മണൽക്കുഴികൾ തേടി അയാളുടെ കണ്ണുകൾ തളർന്നിരുന്നു.

'ഗിരീ, മതി.നീ മുങ്ങിനിവർന്നുകഴിഞ്ഞിരിക്കുന്നു. ഈ മുങ്ങിനിവരൽ അപൂർണമാണ്. ശേഷക്രിയകൾക്ക് ശേഷം പൂർണതയിലേയ്ക്ക് പോകാം.'

ഗിരിനാഥ് കേൾക്കുന്നില്ലെന്നറിഞ്ഞ ചന്ദ്ര പടവുകളിറങ്ങിച്ചെന്ന് ഗിരിയുടെ കൈകളിൽ പിടിച്ചുവലിച്ചു. പരികർമി അസ്വസ്ഥനാകുന്നുണ്ടായിരുന്നില്ല. അയാൾക്ക് ഇത്രയധികം ക്ഷമയോടെ ശാന്തനായി പെരുമാറാൻ കഴിയുന്നതിൽ അവൾക്കത്ഭുതം തോന്നി. കുറച്ചു നാളുകളായി അദ്ഭുതങ്ങളും ഞടുക്കങ്ങളും ചന്ദ്രയ്ക്ക് മാത്രമുള്ളതായിരുന്നു. അയാൾ വെറും കാഴ്ചക്കാരൻ മാത്രം. കൽപ്പടവുകളിൽ പിടിച്ചിരുത്തുമ്പോൾ അയാൾ തണുത്ത കാറ്റിൽ വിറയ്ക്കുന്നുണ്ടായിരുന്നു. ഷാൾ കൊണ്ട് അവന്റെ മുഖത്തെ വെള്ളത്തുള്ളികൾ അമർത്തിത്തുടച്ചുകൊടുത്തു.

'എത്ര പേർക്കാണ് ബലി?'

'ഒന്ന്. ഞങ്ങളുടെ അച്ഛന്.' ചന്ദ്രധാര പതുക്കെ പറഞ്ഞു. ഗിരിനാഥ് കൈവിരലുകൾ മടക്കിയെണ്ണി. തെറ്റിയതിനാൽ വീണ്ടും എണ്ണി.

'ഇരുപത്തിനാല് ആളുകൾക്ക്.'

'ഇരുപത്തിനാല്? കളിപറയാനുള്ള നേരമല്ലിത്.'

'ബലിക്കൽപ്പടവിലിരുന്ന് തമാശ പറയാനുള്ള വളർച്ച എനിക്കായിട്ടില്ല. ഞാൻ ആ വളർച്ച നേടും.' ദൃഢമായ ശബ്ദം കേട്ട് ചന്ദ്രധാര പരുങ്ങിയില്ല.

'തിരുമേനീ, ഇരുപത്തിനാല് പേർക്ക് തന്നെ. ഞാനാണ് മറന്നുപോയത്.'

'പിതൃക്കളെ മറക്കുന്നത് പാപമാണെന്നറിയുക.'

'പ്രായശ്ചിത്തമില്ലേ?'

'ബലിയൂട്ട്.'

'തുടങ്ങുക.'

'ഒരാൾക്കുള്ള ബലിച്ചോറേ കരുതിയിട്ടുള്ളൂ. അതിനല്ലേ നിങ്ങൾ ശീട്ടാക്കിയിട്ടുള്ളൂ..'

'ശീട്ടുകൾ ഇനിയും മുറിക്കാം. അച്ചടിച്ച കടലാസുകളല്ലേ?'

'തയ്യാറാക്കാൻ താമസം പിടിക്കും.'

'വീതം വെയ്ക്കാം, പങ്കുവെപ്പ്.'

അന്നം ഉരുളകളാക്കി ഗിരിനാഥ് കൈക്കുമ്പിളിൽ താലോലിച്ചു. മന്ത്രങ്ങൾ ഏറ്റുചൊല്ലാതെ അയാൾ പിറുപിറുത്തു.

'ആർക്കും ഓർമ കാണില്ല. ഈ ഗിരിയെ. ഇടയ്ക്ക് കയറിവരാറുണ്ടായിരുന്നു. നിങ്ങളെ കാണാൻ. മുൻപ് ഊട്ടിയിട്ടുണ്ട്, നിങ്ങളെ. വയറുനിറയെ.'

ഗിരിനാഥിന്റെ ചുമലിൽ തൊട്ടുകൊണ്ട് ചന്ദ്രധാര അരികിൽ മുട്ടു

കുത്തിയിരുന്നു. അവൾ മന്ത്രങ്ങൾ ഏറ്റു ചൊല്ലി. ഗിരിനാഥ് മന്ത്രണം തുടർന്നു.

'ഇപ്പോഴിത്രയേയുള്ളൂ. ഇനി അടുത്ത വർഷം വരെ പട്ടിണിയായിരിക്കും. അന്ന് വയറുനിറച്ചൂട്ടാം.'

മന്ത്രവും മന്ത്രണവും നിലച്ച നിമിഷങ്ങളിൽ ചന്ദ്രധാര ഗിരിനാഥിനെ പിടിച്ചെഴുന്നേൽപ്പിച്ചു. പതുക്കെ പടവുകളിറങ്ങി.

'നീയെന്തേ ഗിരീ ഇത്രയും ദു:ഖിതനാകുന്നു? എനിക്കല്ലേ അതിനുള്ള അവകാശം?'

'എനിക്കുള്ളത് ജന്മാവകാശമണ്. നിന്റേത് കുടികിടപ്പും.'

ഗിരിനാഥ് മുങ്ങിനിവർന്നപ്പോൾ അവൾ കൈകാലുകളും മുഖവും കഴുകി. ജലമെടുത്ത് ദേഹത്തും തലയിലുമുഴിഞ്ഞ് കവിൾക്കൊണ്ട് നീട്ടിത്തുപ്പി. മുങ്ങിനിവർന്ന് ഗിരി അവളെ അനുകരിച്ചു. അനുകരണത്തിന്റെ കൃത്യതയിൽ അവൾ പുഞ്ചിരിച്ചു. ചന്ദ്രധാരയ്ക്ക് പിറകെ കൽപ്പടവുകളിലേയ്ക്ക് കയറി അയാൾ എണ്ണിത്തുടങ്ങി. ഇരുപത്തിനാലാം പടവിൽ അവനിരുന്നു. ഇറ്റുവീഴുന്ന ജലത്തുള്ളികളെ തട്ടിത്തെറിപ്പിച്ച് ടവ്വൽകൊണ്ട് അവന്റെ തല തുവർത്തിക്കൊടുക്കുമ്പോൾ ചന്ദ്രധാര പറഞ്ഞു.

'ഗിരീ, പോലിസ് ഇന്റലിജൻസ് ആസ്ഥാനത്തുനിന്നറിഞ്ഞതാണ്. ഇസ്രായേലിന്റെ മൊസാദ് സ്ഫോടനം നടത്തി തകർത്തതാണ് സെന്റർ. പതിനേഴാം നമ്പർ മുറിയിൽ നിശ്ശബ്ദനായി കൂനിക്കൂടിയിരുന്ന് കാണാറുള്ള കിരൺശർമയില്ലേ, നീ മൗനിബാബയെന്നുവിളിക്കുന്ന കിരൺശർമ? അയാൾ ടെററിസ്റ്റ് ആയിരുന്നത്രെ. ഒരു ജെനിറ്റിക് എഞ്ചിനീയർ. ജൂതന്മാർക്കെതിരെ ബ്രഹ്മാസ്ത്രവും പേറി നടന്നയാൾ. ഇത് ഒരു ഒളിത്താവളമായിരുന്നത്രേ. അതു സ്ഥിരീകരിച്ചിട്ടില്ല. ഇതും ചേർത്ത് നിനക്ക് നിന്റെ ഫീച്ചർ പ്രസിദ്ധീകരിക്കാം.'

മിസൈലുകളുടെ മുരൾച്ചയിൽ അവൻ കൂനിക്കൂടിയിരുന്നു. ഉയരുന്ന തീനാളങ്ങളുടെ ചൂടേറ്റ അവൻ വെന്തുരുകി. വിയർപ്പുതുള്ളികൾ ഉറവയെടുത്ത് കാൽച്ചുവട്ടിൽപ്പെയ്തവസാനിച്ചു. കാലുകളെ നനയിച്ചുകൊണ്ട് വിയർപ്പ് തളം കെട്ടിനിന്നു. മഴ പെയ്തെങ്കിൽ എന്നവനാശിക്കുകയായിരുന്നു. അവളും അതുതന്നെ ആഗ്രഹിച്ചു. ഇറ്റുവീഴുന്ന മഴത്തുള്ളികളിൽ അവൻ സ്വയം തണുപ്പിക്കെ ചന്ദ്ര പിടിച്ചെഴുന്നേൽപ്പിച്ചു.

'ഗിരീ, മഴപെയ്യുന്നു.' അവൻ കുട്ടിയായി മഴകൊള്ളാനാഗ്രഹിച്ചിരുന്നു. ഗിരിനാഥിനേയും ചേർത്തുപിടിച്ച് അവൾ നടന്നകന്നു.

*** *** ***

'ചന്ദ്രയെവിടെ?'

'അവൾ മരിച്ചുപോയി.' ദു:ഖത്തോടെ അയാൾ പറഞ്ഞു.

'എന്റെ പ്രിയപ്പെട്ടവൾ. ഇല്ലല്ലോ, അവൾ മരിക്കില്ലല്ലോ.'

കൈപിടിച്ച് നടത്തിച്ച് കൊണ്ടുപോയി കാണിച്ചുകൊടുക്കുന്നു. തൂവെള്ള പുതപ്പിനടിയിൽ അവൾ കണ്ണടച്ച് കിടക്കുന്നു.

'ചന്ദ്ര മരിച്ചു.'

അവൾ ചോദിക്കാറുണ്ടായിരുന്നു. 'ഞാൻ മരിച്ചാൽ നീ എന്തുചെയ്യും?'

'അങ്ങനെയൊരു മരണമുണ്ടാകില്ല - എന്റെ മരണം അല്ലെങ്കിൽ നിന്റെ മരണം എന്ന വ്യത്യാസം. മരണവും ഒന്നിച്ചായിരിക്കും.'

എന്നിട്ടും അവൾ മരിച്ചു, നേരത്തെ. എന്നെ കാത്തുനിൽക്കാതെ. എനിക്ക് അവളോട് പരാതിയൊന്നുമില്ല. എന്നോടാണ് പരിഭവം. അവളോടൊത്ത് പോകാനുള്ള യോഗ്യത എനിക്കില്ലായിരിക്കും. എന്നും അങ്ങനെത്തന്നെയായിരുന്നല്ലോ. അവളുടെ ബോസ് നടത്തിയിരുന്ന വാർഷിക കോക്ടെയിൽ പാർട്ടിയിൽ പോയതും സെക്യൂരിറ്റിക്കാരൻ തടഞ്ഞതും ഇപ്പോഴും ഓർമയുണ്ട്. സമയമെത്രയൊ കാത്തിരുന്നു, ഗെയിറ്റിനു വെളിയിൽ. എപ്പോഴോ അവൾ വന്ന് സെക്യൂരിറ്റിയോട് പറഞ്ഞപ്പോഴാണ് തന്നെ കടത്തിവിട്ടത്. അപ്പോഴും അവളോട് അയാൾ സോറി മാഡം എന്നു പറഞ്ഞു. തനിക്ക് നേരെ നോക്കിയത് പുച്ഛത്തോടെയായിരുന്നല്ലോ. പിന്നീട് അവളുടെ നെഞ്ചോട് ചേർന്ന് വിതുമ്പിയപ്പോൾ അവൾ കളിയാക്കിയിരുന്നത് മറക്കാൻ പറ്റുന്നതല്ല. പക്ഷേ അതിലൊരു വാത്സല്യമുണ്ടായിരുന്നു. ഞാനും പോകാൻ തുടങ്ങിയതാണ്, പക്ഷേ സ്വർഗകവാടത്തിൽ മാലാഖ തടയുകയായിരുന്നു. സ്ത്രീയല്ലേ, എന്തെങ്കിലും ചെയ്യാൻ പറ്റുമോ.. വല്ലാത്ത ദേഷ്യം വന്നിരുന്നു. മറ്റുവല്ലവരുമാണെങ്കിൽ കാണാമായിരുന്നു. സുവർണ വാതിലിനുമപ്പുറത്ത് തൂവെള്ള വിവാഹ ഉടുപ്പുകളുമായി അവൾ നിൽക്കുന്നത് കാണാമായിരുന്നു. അവൾ കൈമാടി വിളിക്കുന്നുമുണ്ടായിരുന്നു. പക്ഷേ, പക്ഷേ, കാവൽക്കാരി അനുവദിക്കണ്ടേ? അന്ന് ഹോട്ടലിലേതെന്നപോലെ അവളെന്താണ് ഗെയിറ്റിലേയ്ക്ക് വന്ന് ഇതെന്റെ ഭർത്താവാണെന്ന് പറഞ്ഞ് ശുപാർശ ചെയ്യാതിരുന്നത്?

'ചന്ദ്ര മരിച്ചുപോയി.'

*** *** ***

തകർന്നടിഞ്ഞ അൽസ്ഹൈമർ സെന്ററിന്റെഅതേ സ്ഥാനത്ത് പ

ണിതുയർത്തിയ സ്മാരകമന്ദിരത്തിന്റെ മുറ്റത്ത് തയ്യാറാക്കിയ പന്തലിലിരുന്നുകൊണ്ട് ചന്ദ്രധാര ചോദിച്ചു.

'ഗിരീ, നിനക്കോർമയുണ്ടോ നീ എന്നോട് ആരെയെങ്കിലും പ്രണയിച്ചുകൂടേ എന്ന് ചോദിച്ചത്?' ഗിരിനാഥ് താത്ക്കാലിക പന്തലിന്റെ അരികിലായി കെട്ടിയുയർത്തിയ സ്റ്റേജിൽ പ്രസംഗിക്കുന്നയാളെ ശ്രദ്ധിക്കുന്നതായി ഭാവിക്കുകയായിരുന്നു.

'മനുഷ്യൻ ഔഷധമാണ്. പരസ്പരം, ഭൂമിക്കും പ്രപഞ്ചത്തിനും. കാലുകളില്ലാത്തവന്റെ കാലുകളും കൈകളില്ലാത്തവന്റെ കൈകളും മനസ്സില്ലാത്തവന്റെ മനസ്സും. മനുഷ്യൻ ഔഷധമാണ്, ചൈതന്യമാണ്, ജീവിതം തന്നെയാണ്.'

നഷ്ടപ്പെട്ടുകൊണ്ടിരിക്കുന്നമനസ്സിനു പകരമായി എനിക്കെന്തേ ഒരു മനസ്സ് ആരും തരുന്നില്ല എന്ന് ഗിരിനാഥ്പിറുപിറുത്തു. പക്ഷേ ആ പിറുപിറുക്കലുകൾ ആരും കേൾക്കുന്നുണ്ടായിരുന്നില്ല.

'ഇവിടെ പുനർനിർമിക്കപ്പെട്ടത് അൽസ് ഹൈമർകെയർ സെന്ററാണ്. ഒപ്പം ഗവേഷണ സ്ഥാപനവും. ഇവിടെ രോഗികളുടെ എണ്ണം വർധിക്കുന്നതിലല്ല കുറയുന്നതിലാണ് സമൂഹത്തിന്റെ സത്യസന്ധത. അതാണ് സർക്കാരുകളുടെ ലക്ഷ്യവും.'

എഴുന്നേറ്റ് നടന്ന ഗിരിനാഥിനു പിന്നാലെ ചന്ദ്രധാരയും നടന്നു. ഓരോമുറിയുടെ വാതിലിൽപ്പതിച്ച അക്കങ്ങൾ വായിച്ചുകൊണ്ട് അയാൾ നടന്നു. ഇരുപത്തിയൊൻപതാം മുറിയിലേയ്ക്ക് പ്രവേശിച്ച് കട്ടിലിലിരുന്നു. നീണ്ടുനിവർന്ന് കിടന്ന് പുതപ്പെടുത്ത് തലവഴി മൂടി സ്വയം മറന്നു. ചന്ദ്രധാര കാവലിരുന്നു.

***